HƯƠNG TÍCH
PHẬT HỌC
LUẬN TẬP

Chủ trương	TUỆ SỸ
Thực hiện	Thư quán Hương Tích và nhóm cộng tác
Trong số này	Tuệ Sỹ, Đinh Quang Mỹ, Tâm Nhãn, Hạnh Viên, Pháp Hiền, Thích Thanh Hòa, TN Thanh Trì, Võ Nhân, Trí Như, Mặc Không Tử, Hoàng Long, Nguyễn Quốc Bình, Tâm Nhiên, Viên Trân.
Tranh bìa	Tranh Thangka Liên Hoa Thủ (Padmapāṇi) tại Ajanta (thế kỷ 4-5). Nguồn: Vi Trần

Luận tập trân trọng đón nhận sự góp ý và cộng tác của chư thiện hữu tri thức; vui lòng gởi thư đến Hạnh Viên, email: huongtichbooks@gmail.com

HƯƠNG TÍCH

phật học luận tập

tập 4
Hạ 2018

NHÀ XUẤT BẢN HỒNG ĐỨC

Mục lục

- Tuệ Sỹ -
THIỀN PHẬT GIÁO VÀ ISLAM
6

- Đinh Quang Mỹ -
THIỀN TRÚC LÂM - TƯ TƯỞNG TRIẾT LÝ:
PHƯƠNG PHÁP THIỀN HỌC
47

- Thích Tâm Nhãn -
LỊCH SỬ BỘ PHÁI PHÁP TẠNG VÀ SỰ KẾT TẬP
LUẬT TỨ PHẦN
79

- Thích Thanh Hòa -
THẦN CHÚ PHỔ AM: NGÔN NGỮ RƠI RỤNG
CHO TIẾNG HẢI TRIỀU VÚT CAO
98

- Pháp Hiền cư sĩ -
NƯỚC MẮT VÀ TÁNH KHÔNG
117

- Lama A. Govinda / Dịch việt: Hạnh Viên -
CƠ SỞ TƯ TƯỞNG MẬT TÔNG TÂY TẠNG
QUA HUYỀN NGHĨA CỦA ĐẠI THẦN CHÚ
OṀ MAṆI PADME HŪṀ
140

- Nguyễn Quốc Bình -
LỊCH SỬ PHIÊN DỊCH TẠNG ABHIDHAMMA VIỆT NGỮ
152

- P.D. Premasiri, Peter Harvey / Hương Tích giới thiệu -
GIỚI THIỆU KINH ĐIỂN PHẬT GIÁO THƯỢNG TỌA BỘ
181

THIỀN PHẬT GIÁO và ISLAM

- TUỆ SỸ -

1. Islam – Hồi giáo Tây Vực

Người Uyghur, tổ tiên họ trong khoảng từ 300 năm trước Tây lịch ngụ cư trong các thung lũng phía nam hồ Baikal thuộc lãnh thổ Nga vị trí tại nam Siberia, và từ đó tràn dẫn xuống các thảo nguyên Mông-cổ, cho đến miền Tây Vực, Trung quốc. Năm 744 sau Tây lịch lập nên Hãn quốc Uyghur (người Anh gọi là Uyghur Khaganate), trải dài từ Biển Caspian cho đến Mãn châu. Nhà Đường bấy giờ gọi họ là Hồi Hột. Những người Uyghur khi ấy theo đạo Phật.

Hãn quốc Uyghur tồn tại cho đến năm 848 thì bị tiêu diệt bởi người Kyrgyz. Những người Uyghur đào vong, một số chạy đến Cam Túc; số khác xâm nhập Cao Xương, nhóm này đến năm 856 chiếm lãnh chính quyền và lập nên vương quốc Cao Xương, gọi là Uyghur Cao Xương. Nhà nước Uyghur Cao Xương vẫn theo đạo Phật. Hang động Thiên Phật khốt nổi danh cho đến ngày nay với nhiều công trình nghệ thuật được hỗ trợ bởi người Uyghur.

Phật giáo của người Uyghur bắt đầu xung đột với Islam khi Khả-hãn Bughra cải đạo theo Islam, chính thức vào năm 932.

Sultan Satuq Bughra thuộc vương triều Khác-lạc-hãn (Kharakhanids), sử đời Tống gọi là Hắc-hãn quốc, hoặc Sơ-lặc quốc. Chuyện kể, năm 12 tuổi Bughra gặp một người Islam Sufi, được thuyết phục bởi tín ngưỡng Islam nên đã cải đạo nhưng không dám công khai. Sau đó, Satuq theo luật fatwa cho phép, ông giết cha và tự lập làm vua. Sultan Sutuq Bughra chiếm lĩnh Cao Xương, san bằng các tự viện Phật giáo.

Từ đây bắt đầu phát khởi những cuộc thánh chiến Jihad của Islam chống lại những kẻ được gọi là tà tín, và Phật giáo Uyghur trong nhiều thế kỷ hưng thịnh đã đóng góp không ít cho lịch sử du nhập và phát triển của Phật giáo Trung quốc, từ đây suy thoái và lần hồi hoàn toàn biến mất khỏi suốt miền Tây Vực Trung quốc.

Khi người Uyghur giao thiệp với người Hán, trải qua nhiều triều đại, do bởi nhiều thay đổi trong phát âm, đời Tùy họ được gọi là Vi-hột; đời Đường gọi họ là Hồi-hột.[1] Triều Nguyên gọi họ là Úy-ngột-nhi. Về sau, dưới thời Minh và Thanh, nhân gian phổ biến gọi họ là Hồi-hồi. Vì tất cả người Uyghur bấy giờ đều theo đạo Islam, từ đó người Hán gọi Islam là Hồi giáo, đạo của người Hồi (Uyghur).

Người Uyghur Cao Xương, tức người Hồi-hột hay Hồi-hồi, là tổ tiên của người Duy-ngô-nhĩ Muslim ở Tân Cương ngày nay.

2. Các vương quốc Ấn-Hy

Kể từ khi Alexander Đại đế, vua Macedonia Hy-lạp, phát động viễn chinh, trong khoảng năm 334-326 tr. Tl., lần lượt xâm chiếm trên một vùng đất rộng lớn, từ đế quốc Achaemenid (Đế chế Ba-tư), cho đến tận Punjab Tây Ấn. Từ đây diễn ra lịch sử giao thoa hai văn minh Hy-Ấn, nguồn ảnh hưởng lớn của văn minh đông tây cho đến hiện đại, cho đến khi văn minh Hồi giáo trong khối Ả-rập nổi lên thành một đối trọng lịch sử.

Khoảng năm 260 tr. Tl., sau trận chiến tàn sát Kalinga, vua A-dục quy y Phật, trở thành vị Hoàng đế Phật tử nhiệt thành hộ trì và hoằng dương Chánh pháp. Sự nghiệp quan trọng nhất trong cuộc đời của Ông là,

---

[1] Do từ đồng âm, nên người Uyghur đề nghị viết chữ Hán tên dân tộc họ là 回鶻.

vào năm 236 sau Phật Niết-bàn (250 tr. Tl.),[2] lập các phái đoàn truyền giáo mang Chánh pháp truyền ra khỏi lãnh thổ Ấn-độ. Theo nguồn sử liệu từ Mahāvaṃsa, trong các phái đoàn này, Đại đức Majjhāntika (Madhyāntika) đi lên phía bắc, truyền bá trong vùng Kaśmīra-Gandhāra; Đại đức Dhammarakkhita (Dharmarakṣita) đi về phía tây (aparantaka), khu vực định cư của những người Yona.

Yona trong Pāli, và Yavana trong Sanskrit, là từ chỉ cho người Hy-lạp cổ, do đọc trại âm Ionia. Ionia vốn là thuộc địa của Hy-lạp cổ nằm trong vùng Tiểu Á thuộc phạm vi Thổ-nhĩ-kỳ ngày nay. Có lẽ những thương gia Hy-lạp từ Ionia theo gót viễn chinh của Alexander đến buôn bán tại Ấn-độ và định cư tại nhiều nơi ở phía tây Ấn. Từ những thực dân địa của người Hy-lạp, Phật pháp lan dần về phía tây, từ những người Yona, lan dần đến Sogdia (Khang-cư), An-tức (Parthia), Đại Hạ (Bactria), và đến tận Ai-cập, Trung Đông. Trong một thạch trụ bi, Hoàng đế A-dục nói Chánh Pháp đã truyền xa tận đến các biên cương cách trên 600 do-tuần (*yojana*), ở đó có Antiochus vua người Hy-lạp (*Antiyoge nāma Yonarājā*), và ngoài đó bốn vị vua khác nữa trị vì, đó là, Ptolemy (*Turamaye nāma*), Antigonos (*Antekine nāma*), Magas (*Makā nāma*) và Alexander (*Alikaṣudale nāma*).[3] Alexander nói đây tức là Alexander Molossus, vua Epirus thuộc triều đại Aeacid, trị vì 350-331 tr. Tl.

Antiochus đề cập trong bia chính là Antiochus I Soter (k. 323-261 tr. Tl.), vua của Đế chế Hy-La Seleucid, lên ngôi năm 281 tr. Tl. Ptolemy tức Ptolemy II Philadelphus, vua xứ Macedonia, trị vì Ai-cập từ 283-246 tr. Tl. Magas tức Magas vua Cyrenaica, vùng đất thuộc Lybia ngày nay. Alexander nói đây tức là Alexander II, vua Epirus, trị vì 272-256 tr. Tl. Epirus xưa là vùng đất ở đông nam châu Âu, nằm giữa Hy-lạp và Albania.

Như thế, bia đá A-dục cho thấy sau Phật Niết-bàn khoảng 300 năm, dưới chính sách ngoại giao hòa bình của vua A-dục, cùng với nhiệt tâm

---

[2] Niên đại, theo Étienne Lamotte, *Histoire du Bouddhisme Indien* 1. Des origines à l'Ère Śaka. Louvain, Publications Universitaires, Institut Orientaliste, 1958. Bản Anh, *History of Indian Buddhism from the origins to the Śaka Era*, transl. from the French by Sara Webb-Boin under the supervision of Jean Dantinne. Université catholique de Louvain, Institut orientaliste, Louvain-la-neuve, 1988.

[3] *Aśoka's Edicts*, by Amulyachandra Sen, Institute of Indology Series: No 7, 1956. Rock Edict 13, p. 134.

truyền bá Chánh Pháp của vua, Phật giáo đã truyền sang các nước phía tây Ấn-độ, lan dần cho đến tận các nước đông nam châu Âu.

Một số nhà Ai-cập học còn đi xa hơn thế. Họ cho rằng đã phát hiện sự hiện diện một số người theo đạo Phật tại Ai-cập chỉ sau Phật Niết-bàn 100 năm.

Theo nhà Ai-cập học người Anh Sir William Matthew Flinders Petrie (3 June 1853 – 28 July 1942), chứng cứ cho thấy Ai-cập dưới thời cai trị bởi người Ba-tư, tại Memphis[4], khoảng năm 525-405 trước Tl., đã có những người theo đạo Phật đến ngụ ở đây. Như vậy là trước cả phái đoàn được vua A-dục phái khiển truyền Phật giáo đến các vùng của người Hy-lạp phía Tây Ấn.

Thế nhưng, cho đến nay rất hiếm tài liệu cho biết rõ tình hình Phật giáo tại các nước trong khu vực này, ngoại trừ một sự kiện lịch sử quan trọng trong lịch sử Phật giáo Trung quốc, đó là việc An Thế Cao từ An-tức (Parthia) đến Trung quốc. Thông tin đầu tiên cho biết tương đối khá rõ là bài tựa của Khang Tăng Hội[5] viết cho bản dịch Hán của An Thế Cao về *An-ban thủ ý kinh*.[6] Toàn văn Hán được Tăng Hựu (445-518 Tl.) sưu tập lại trong *Xuất Tam tạng ký tập*, quyển 6.[7] Bài tựa viết:

> "Có Bồ-tát An Thanh, tên chữ Thế Cao, con của Chánh hậu của vua An-tức, nhường nước cho chú, lánh rời bản thổ mà bay xa, lần hồi đến ở Kinh sư (Lạc Dương). Con người của ngài, học rộng, biết nhiều, nắm trọn quy mô thần thánh, biết rõ bảy chánh (bảy sao) khi đầy khi vơi, phong khí khi tốt khi xấu..."

Nói chung, ca ngợi kiến thức và đạo hạnh của An Thế Cao. Các truyện ký về sau một phần dựa trên thông tin mà Khương Tăng Hội cung cấp. Phần khác, từ khi đến Trung quốc cho đến khi tịch, sử gia Phật giáo

---

[4] Memphis, vị trí ngày nay cách thủ đô Cairo khoảng 10 km, là kinh đô của Aneb-Hetch, Vương quốc Ai-cập Cổ đại (2686-2181, trước công nguyên). Trải qua các thời kỳ Trung đại (2055-1640), và Hậu kỳ (khoảng từ 155), cho đến thế kỷ 7 công nguyên với sự xâm nhập của người Ả-rập, đô thị này mất hẳn địa vị quan trọng của nó.

[5] Về Khương Tăng Hội, xem Lê Mạnh Thát, *Lịch Sử Phật giáo Việt Nam*, Tập 1, Nxb. Thuận Hóa, 1999.

[6] Ấn bản Đại chánh cùng với bài tựa, 佛說大安般守意經卷上 康僧會序後漢安息三藏安世高譯 Taisho 15 No. 602.

[7] 出三藏記集序卷第六釋僧祐撰 T55n2145, tr. 42c29.

Trung quốc thường cho những dữ liệu khá chính xác. Tuy vậy, nói như Mạnh Tử, "Tận tín thư, bất như vô thư." Vẫn có ý kiến cho rằng tư liệu không căn cứ. Thực tế, những tư liệu về lịch sử Phật giáo Ấn-độ cổ phần lớn xuất phát từ Kaśmīra-Gandhāra và các nước Tây vực, hiếm hoi một vài chi tiết ở các nước Phật giáo phương Nam. Về phía Tây Ấn, cho đến Ai-cập, Trung Đông, hầu như trắng. Một số trường hợp biết đến chỉ từ thế kỷ thứ 8 Tl. khi đế chế Caliph Abbasid chọn Bagdad làm thủ đô. Dù sao, Khương Tăng Hội cùng thời với An Thế Cao, và có thể quen biết An Thế Cao nếu suy diễn đúng từ nội dung bài tựa. Mặt khác, Khương Tăng Hội gốc người Khang-cư (Sogdian) tuy nói là tổ tiên định cư lâu trong khu vực Tajikistan và Uzbekistan ngày nay, nhưng gốc xa vẫn từ nguồn văn hóa bản địa vốn là Iran ngày nay, tức đồng chủng văn hóa, cho nên có thể biết ít nhiều về nguồn gốc của An Thế Cao.

Lưu Nghinh Thắng, trong *Con đường Tơ lụa*,[8] nêu ý kiến của Giáo sư Phùng Thừa Quân, theo đó, An Thế Cao là con của Hậu kỳ An-tức Quốc vương Pacorus II tên là Parthamasiris. Công nguyên 97 Pacorus II chết, em là Cosroes (cũng viết Osroes) kế vị, Parthamasiris rút lui, làm vua Á-mỹ-á-ni (Armenia). Cuối cùng, do nguyên nhân chính trị bèn bỏ vương vị rồi xuất gia. Hiện còn một bản *An-tức vương thống thế hệ* lập bởi tác gia La-mã La-tinh và tiền tệ, bia minh, liệt kê cho thấy rõ. Căn cứ *Hậu Hán thư* "Tây vực truyện" và *Văn nghệ loại tu*, mục "Chim chóc" quyển 92 dẫn bởi *Đông quan Hán ký*, ghi chép rằng, Đông Hán Hòa đế năm thứ 13 (101), vua An-tức Mãn-quật cống hiến cho triều đình nhà Hán một con sư tử và một con chim lớn. Xét về mặt thời đại, vua An-tức Mãn-quật này suýt soát gần với thời đại An Thế Cao khi còn ở tại An-tức. Vị vua này có thể chính là Pacorus trong *An-tức vương thống*.

Lưu Nghinh Thắng lại cho biết thêm, gần đây Giáo sư Mã Ung nghiên cứu cho rằng An Thế Cao không phải là con của Pacorus II, mà là con của Cosroes. "Người chú" cướp vương vị của An Thế Cao tức Volagases là người kế thừa tiếp theo. Từ Cosroes nên phục hồi theo tiếng Ba-tư gọi là Khusru (thư tịch Hán dịch âm là Khố-tát-hòa). Người kế vị Volagases phục nguyên tiếng Ba-tư là Bulash. Người cống hiến sư tử và chim cho Hán triều vua An-tức Mãn-quật có thể là bác của An Thế

---

[8] 刘迎胜 - 丝绸之路 凤凰出版, 2014.

Cao. Mãn-quật chết, em là Khusru kế vị. Khusru là cha của An Thế Cao. Sau khi Khusru chết, em là Bulash II cướp ngôi. An Thế Cao bị bức phải bỏ nước mà lánh đi. Rồi Lưu Nghinh Thắng bình luận: Lý luận của Mã Ung mặc dù về chi tiết so với Phùng Thừa Quân thì chặt chẽ hơn. Nhưng nói rằng An Thế Cao xuất thân vọng tộc, sự thật này ngoài điển tịch Phật giáo ra không có chứng cứ nào khác, do vậy khó xác chứng.

Tuy nhiên, *Bách khoa toàn thư Đế quốc Roma,*[9] mục từ "Parthamasiris of Armenia" cho biết như sau: Parthamasiris, con của Pacorus II quốc vương Parthia và là cháu của Osroes, người kế vị Pacorus năm 114 công nguyên. Parthamasiris được Osroes đề bạt thay thế Exedares làm vua Armenia. Nhưng Hoàng đế Trajan đã có kế hoạch riêng bèn cất quân tiến về Parthia; ông tiếp kiến Parthamasiris. Parthamasiris hy vọng giữ được địa vị mới của mình. Ban đầu Trajan chấp thuận, nhưng sau đó bác bỏ, tuyên bố Armenia từ nay thuộc về Rome cai quản. Parthamasiris bắt buộc quay trở về Parthia khi Trajan phát động chiến tranh. Hoàng tử này biến mất một cách bí mật trên đường về nước. Phải chăng ông lánh đời mà xuất gia, rồi đi sang Trung quốc được biết với danh hiệu An Thanh? An Thanh có thể biến âm từ Parthamasiris.

An Thế Cao từ An-tức đến Trung quốc vào đời Hán, dưới triều vua Hoàn đế, khoảng năm 147 tây lịch, từ đó cho đến thời Hán Linh đế, khoảng năm 170 Tl., di chuyển xuống huyện Cối Kê, tỉnh Quảng Đông và mất tại đây. Trong khoảng 20 năm, theo *Xuất Tam tạng ký tập*, An Thế Cao đã phiên dịch 35 bộ kinh. Căn cứ nội dung các bản dịch, sử gia suy luận về sở tri Phật học của An Thế Cao. Nếu những điều này thực sự An Thế Cao đã học được tại quê của mình, chúng ta có thể hình dung được tình hình sinh hoạt Phật giáo tại An-tức. Thực tế mà nói, nếu không có trình độ căn bản không thể dịch những bản Kinh Luận như trong số lượng mà Tăng Hựu thống kê.

Nước An-tức nói đây chính là Đế chế An-tức, vốn là phiên âm Hán của từ Ba-tư cổ Emperâturi Ashkâniân, sách phương Tây phổ thông gọi là Đế chế Arsacid, hoặc cũng gọi là Đế chế Parthia, đã giữ vai trò trọng yếu của quyền lực chính trị và văn hóa của Iran và Iraq cổ đại, kéo dài từ 247 trước công nguyên cho đến 224 sau công nguyên.

---

[9] *Encyclopedia of the Roman Empire*, Revised by Matthew Bunson (1994).

Nhìn số lượng và đề sách mà An Thế Cao dịch, nếu được mang từ An-tức, chứng tỏ tại đây Phật giáo phát triển khá thịnh. Trong đó, vắng mặt các kinh điển Đại thừa. Tuy vậy, các chứng cứ khảo cổ về sự có mặt của Phật giáo trong đế chế này hiện được biết rất ít. Vì vậy, khó xác định Phật giáo đến vào thời nào.

Ngoài An Thế Cao, còn nhiều vị cũng từ An-tức đến Trung quốc, như ưu-bà-tắc An Huyền, đến năm nào không rõ, đến Lạc Dương vào cuối đời Đông Hán Linh đế, dịch kinh từ năm 181. Sa-môn Đàm-đế (347-411) dưới thời Tào Ngụy, đến Lạc Dương năm 255. Tam tạng An Pháp Khâm, dịch kinh tại Lạc Dương từ 281-306.

Phật giáo truyền bá ra ngoài Ấn-độ do bởi chính sách của A-dục là một phần, phần khác, rộng rãi hơn và thường xuyên hơn, là những khách buôn Phật tử người Ấn. Các sử gia thường cho rằng trong các đoàn thương gia thường có các sư đi theo để cầu nguyện sự bình an và thắng lợi của họ. Nhưng đây cũng chỉ là một lý do. Lý do xác đáng hơn là do tập tục an cư mùa hạ của các sư Phật giáo. Trong những năm nơi mà họ có ý định an cư gặp lúc mất mùa đói kém, họ thường tháp tùng theo các đoàn buôn di chuyển để lúc nào cũng dễ dàng khất thực. Nếu các đoàn buôn này là những người theo đạo Phật, các sư tháp tùng họ trong ba tháng là điều rất mong muốn. Điều này về sau trở thành thông lệ. Các sư dễ dàng trong việc khất thực, mà cũng dễ có cơ hội truyền giáo. Các thương gia cũng dễ có dịp để bố thí cầu phước. Các vị từ An-tức đến Trung quốc qua con đường Tơ lụa có thể cũng theo lệ này. An-tức nằm trên Con đường Tơ lụa trải dài phía tây từ lưu vực Địa Trung hải thuộc đế chế La-mã, sang tận phía tây cho đến Đế chế Trung Hoa; cho nên nó là trung tâm thương mại quan trọng nối liền hai lục địa đông tây.

An Thế Cao mất tại Trung quốc, khoảng 50 năm sau tại quê hương của ngài Đế chế An-tức cũng sụp đổ, nhượng quyền cho đế chế Sassanid, sách sử cũng gọi là Tân Đế chế Ba-tư. Đế chế này tồn tại cho đến năm 651 tây lịch thì sụp đổ, bị chinh phục bởi Ả-rập Hồi giáo.

Tiếp tục sách lược thương mại như người An-tức đi trước, Sassanid tiếp tục quan hệ thương mại với Trung Hoa xuyên qua con đường tơ lụa. Vai trò trung gian trong quan hệ thương mại này là người Sogdia. Sử Phật giáo Việt Nam chép Khang Tăng Hội sinh quán Giao Chỉ nhưng tổ tiên là người Khang-cư lưu trú tại Tây vực, sau cha mẹ ngài di trú sang Giao Chỉ. Khang-cư được hầu hết sử gia Phật giáo Hoa và

Việt hiện đại đồng nhất với người Sogdian. Sự đồng nhất này cho thấy ảnh hưởng Phật giáo trong số người Sogdia ở Tây vực không nhỏ. Thế nhưng tại nguồn gốc của họ ở Iran, qua hai đế chế An-tức và Sassanid, ảnh hưởng này như thế nào thì không rõ. Với sự truyền dịch kinh Phật của An Thế Cao tại Trung quốc, chúng ta có thể giả thiết trình độ phát triển Phật giáo tại đế quốc An-tức. An Thế Cao là con vua, nhưng gia tộc của Khang Tăng Hội vốn là các thương gia tại Tây vực.

Dưới thời đế chế Sassanid, tôn giáo Zoroaster phục hưng, và trở thành tôn giáo chính. Phật giáo và các tôn giáo khác không được biết đến nhiều. Thế nhưng, sự xuất hiện của tác phẩm bằng tiếng Ả-rập, *Kitāb Bilawhar wa Bûdâsf*, chuyện kể bởi Abān al-Lāḥikī (750-815 Tl.), lưu hành ở Bagdad trong thế kỷ 8, về sau được lưu hành trong Giáo hội Thiên Chúa với nhan đề La-tinh *Barlamus et Iosaphatus*, các nhà nghiên cứu lịch sử văn học Hồi giáo xác định nội dung là truyện về đức Phật, và suy ra rằng bản tiếng Ả-rập chỉ là bản dịch của tác phẩm bằng tiếng Pahlavi, ngôn ngữ Iran trung đại, lưu hành dưới thời đế chế Sassanid.[10] Sự kiện chứng tỏ Phật giáo vẫn hiện diện trong thời này trong mức độ ảnh hưởng nhất định.

Điều đáng lưu tâm đặc biệt trong sự kiện truyện Phật được kể bằng tiếng Ả-rập Hồi giáo, nội dung câu chuyện có lẽ đã gây ảnh hưởng không nhỏ, vì vậy cho đến thế kỷ 10 đã xuất hiện bản dịch tiếng Georgian, và rồi Euthymius người Georgia (mất năm 1028) dịch sang tiếng Hy-lạp, và từ tiếng Hy-lạp Johan Tu sĩ dịch sang tiếng La-tinh. Johan Tu sỹ này được đồng nhất với John Damascene (ca. 676–749), nhưng sự đồng nhất nhầm lẫn này được đính chính.[11] Truyện kể này về sau được Tổng giám mục Genoa người Ý đưa vào truyện các Thánh của mình, *Legenda aurea* hay *Legenda sanctorum* (The Golden Legend). Nó phổ biến khá rộng rãi trong Giáo hội Thiên chúa cho đến mức, tuy Ioasaph (cũng đọc là Josaphat) chưa được phong Thánh, cả hai Giáo hội La-mã và Chính thống Phương đông, đều ghi vào danh sách lịch ngày lễ các Thánh.

---

[10] Cf. Winand M. Callewaert, Shīlānand Hemrāj *Bhagavadgītānuvāda: a study in the transcultural translation* – 1983 Page 329 "An early version of the Pancatantra in Arabic (Kalila wa Dimna) was made in about 750 A.D. from a Pahlavi rendering, and from a Turkish rendering the Buddha Carita was translated (Kitab Balauhar wa Budasaf)."

[11] Xem giới thiệu của David M. Lang, bản dịch *Barlaam and Ioasaph* John Damascene, transl. by G.R. Woodwand and Harol Mattingly, 1914.

Giáo hội Chính thống Phương đông, lễ Thánh ngày 26 August; Giáo hội Phương tây (La-mã) ghi ngày 27 November.

Ioasaph hay Yosaph là phát âm theo ngôn ngữ phương tây từ tiếng La-tinh Iosaphatus. Tiếng La-tinh lại là cách đọc biến đổi từ tiếng Ả-rập Yūdāsaf. Yūdāsaf cũng là cách đọc biến âm từ Būdāsaf, mà theo các nhà ngôn ngữ học Ả-rập mẫu tự âm *b* Ả-rập thêm vào hai chấm thành mẫu tự âm *y*. Do vậy, Būdāsaf được đồng nhất với gốc Sanskrit của nó là Bodhisattva. Từ Būdāsaf cũng là từ mà người Ả-rập gọi cho đức Phật. Có thể đức Phật được biết đến trong khu vực các dân tộc này nhiều nhất qua các mẩu chuyện tiền thân, trong đó đức Phật được gọi là Bồ-tát.

Hành trình của truyện kể qua nhiều ngôn ngữ từ cận đông cho đến phương tây, trải dài trong nhiều thế kỷ, cho đến mức được tôn Thánh mặc nhiên trong các Giáo hội Thiên chúa, xem thế có thể ức đoán sự phổ biến Phật giáo trong các khu vực này như thế nào. Và sự kiện này cho ta ấn tượng về quan hệ Phật giáo và Hồi giáo trong những thế kỷ đầu của đạo Islam khi quyền lực thế tục đi đôi với quyền lực tôn giáo đang phát triển hùng mạnh.

Bước đầu như vậy quan hệ Phật–Hồi có vẻ hài hòa. Cho đến thế kỷ 8, khởi đầu năm 711, khi triều đại Umayya bắt đầu chinh phục Ấn-độ, cho đến thế kỷ 13 khi Nālandā bị quân đội Hồi giáo thiêu rụi, quan hệ Phật-Hồi qua nhiều biến thiên phức tạp. Cũng trong mối quan hệ phức tạp này, ảnh hưởng hỗ tương giữa Phật giáo và những người Hồi giáo Sufi cho thấy một sắc diện khác của Hồi giáo ngoài những cuộc chinh phục và thống trị bằng bạo lực. Đây là chủ đề của chúng ta trong mục này, Thiền và những ảnh hưởng ngoài Phật giáo.

3. Đế chế Caliph Abbasid

Sau khi Muhammad mất, vào năm 832, hội đồng Shura nhóm họp bầu người thừa kế, Abū Bākr, bố vợ của Tiên tri, được chọn là Caliph đầu tiên. Ngay sau khi nắm quyền Caliph, Abū Bākr bắt đầu tấn công đàn áp những nhóm Ả-rập chống đối nổi loạn. Những nhóm này trước đây phục tùng Muhammad, và họ chỉ nhận Muhammad là người lãnh đạo. Chỉ một năm sau, những bộ lạc nổi loạn phục tùng, quay trở lại với Islam.

Ngay sau khi bình định phản loạn và thống nhất nội bộ, Abū Bākr tức thì mở chiến dịch tấn công Đế quốc Byzantin và Sassanid, mở màn cho lịch sử bành trướng thế lực Hồi giáo trên toàn thế giới.

Quyết định của Abū Bākr được giải thích, có lẽ chỉ là phỏng đoán, với nhiều động lực khác nhau bởi các sử gia. Số đông xem đây là mở màn cho Thánh chiến Jihad, suy diễn từ những ngày khai sinh dưới sự hướng dẫn của Tiên tri Muhammad qua nhiều cuộc chiến với các bộ lạc không chịu phục tùng Islam.

Giải thích khác căn cứ điều kiện sinh tồn của cư dân trên bán đảo Ả-rập, trên một bình nguyên bao la với những sa mạc khô cằn, không đủ nguồn nước cho nông nghiệp. Một số bộ lạc sống bằng chăn nuôi, và du mục. Số khác, tại những ốc đảo với điều kiện tương đối khá hơn cho việc trồng trọt, và số khác nữa nằm trên những trục lộ giao thông thương mãi, từ đó một số thành phố mọc lên. Bản thân Tiên tri Muhammad cũng xuất xứ từ chỗ nghèo khó, được thuê làm người quản lý cho thương gia giàu có Khadijah. Abū Bākr sinh trong một gia đình giàu có, cũng là một thương gia thành công. Nếu chúng ta không nhìn họ như những con người được Thượng đế phái xuống để ban truyền thông điệp và mệnh lệnh cho loài người, mà chỉ nhìn họ trong tầm nhìn của người phàm tục, thì với bản tính thương gia, khi có điều kiện, nhất là khi nắm quyền lực trong tay, tất sẽ không bỏ cơ hội đi tìm nguồn lợi. Với thiên chức lãnh đạo, vì mục đích thịnh vượng của cộng đồng phải tồn tại trong điều kiện khắc nghiệt bên cạnh những đế quốc trù phú như Byzantin và Sassanid, thì kế hoạch xâm lược phải là chiến lược lâu dài. Giải thích này có lẽ suy luận và so sánh từ sự quật khởi của người Mông-cổ. Cũng tồn tại trong điều kiện thiên nhiên khắc nghiệt giữa những thảo nguyên mênh mông, luôn luôn phải dựa vào sức mạnh để sinh tồn, tạo cho con người một ý chí kiên cường và một thể lực dẻo dai bền bỉ. Đoàn kết nội bộ để chống lại những thế lực bên ngoài, đồng thời bằng sức mạnh cố hữu của ý chí và thể lực, mở các chiến dịch xâm lược, chiếm các vùng đất trù phú để tồn tại, như là những biến cố tự nhiên và tất yếu của lịch sử. Duy chỉ khác nhau, những người Ả-rập Hồi giáo ngoài những yếu tố quyền lực và kinh tế, họ còn được trang bị một thứ vũ khí vô địch là sức mạnh của đức tin trước một đấng Chí tôn quyền năng vô hạn.

Thời cơ bành trướng của khối Ả-rập Hồi giáo bấy giờ rất thuận lợi.

Byzantin và Sassanid, hai đế quốc một thời hùng mạnh, nhưng sau nhiều thập kỷ xung đột quyền lực, đã đến lúc kiệt quệ. Abū Bākr chưa kịp nhìn thấy chiến thắng thì mất vào năm sau, 634. Trước khi mất, Abū Bākr chỉ Umar là Caliph kế thừa.

Umar lên ngôi Caliph năm 634, tiếp tục chiến dịch bỏ dở của Abū Bākr, cho đến năm 642, đế quốc Ba-tư hoàn toàn sụp đổ.

Về phía Byzantine cũng vậy. Năm 635, mất Damascus. Năm 638, mất Jerusalem.

Umar chỉ tại vị được 10 năm. Cho đến 644, ông bị một người nô lệ Ba-tư ám sát. Uthmān ibn 'Affān được bầu lên ngôi Caliph.

Uthmān cũng là một thương gia khôn ngoan, và đã thành công sớm. Do vậy ông đã làm cho thần dân của mình sung túc thêm lên. Với bản chất của một thương gia kết hợp với đức tin tôn giáo, ông tiếp tục chiến dịch bành trướng, củng cố những vùng đất đã chiếm được, tổ chức lại chính quyền trung ương và các địa phương, phân chia thái ấp, phần lớn cho gia tộc và bộ tộc Umayya của mình. Mặc dù thành công trên nhiều phương diện quân sự, chính trị, kinh tế, nhưng với vị trí Caliph, Uthmān bắt đầu khơi dậy những xung đột nghiêm trọng trong nội bộ tranh quyền lãnh đạo chính thống. Xung đột này đã chớm nở ngay sau khi Muhammad qua đời. Ông qua đời đột ngột, cho nên không dự trù người kế thừa, hoặc đây chính là ý Chúa. Nhưng chính vì lý do này mà quyền kế thừa lãnh đạo được đặt ra, ai có thể được xem là chính thống. Phần lớn tin tưởng Ali bin Abu-Talib, vừa là con rể và vừa là anh em thúc bá cùng chung ông bà nội với Muhammad, theo phò Tiên tri từ thời niên thiếu, và là một chiến tướng tài ba theo sát Muhammad trong những trận đánh lịch sử đàn áp và tiêu diệt những bộ tộc chống đối không phục tùng tin theo tôn giáo mới. Thế nhưng Abū Bākr là bố vợ của Muhammad, một thương gia già dặn, đã khôn ngoan dàn xếp trong một cuộc họp shura ngay sau khi Muhammad vừa mất, được bầu làm người thừa kế và đặt lên chức hiệu là Caliph. Ngay sau đó Abū Bākr tìm cách cô lập Ali. Tuy bất mãn, cuối cùng Ali cũng phải khuất phục. Abū Bākr chết, Ali bị bỏ qua. Umar chết, Ali lại bị bỏ sót. Những người trong dòng họ Banū Hāshim của Muhammad ngấm ngầm bất mãn vì mất quyền thừa kế chính thống.

Uthmān trị vì được 12 năm. Cho đến những năm cuối, bất mãn và chống đối bắt đầu bộc phát, do chính sách thiên vị gia tộc và gia đình trị của Uthmān cộng với thái độ không phục tùng quyền thừa kế chính thống trong bộ tộc Banū Hāshim. Năm 655, Uthmān tổ chức hành hương về Mecca và hứa hẹn với những người bất mãn chống đối sẽ xem xét vấn đề và giải quyết. Hứa hẹn của ông không được tin tưởng. Năm 656, nhóm quân đội từ Ai-cập, với khoảng 1000 người nổi loạn tiến về thủ đô Medina. Uthmān lại thuyết phục, nhưng cuối cùng bị bao vây và bị giết.

Ali bấy giờ được bầu chọn là người kế thừa. Những người Umayya trong bộ tộc của Uthmān dưới sự lãnh đạo của Muʿāwiyah, bấy giờ đang là thái thú ở Syria, nổi dậy chống đối. Ali dẫn quân tấn công, Muʿāwiyah không chống cự nổi, xin đầu hàng. Ali chấp thuận. Nhưng những người ủng hộ Ali không đồng ý, với họ, những ai phản bội không thể được tha mà phải bị tiêu diệt. Kết quả, chính những người ủng hộ Ali đã ám sát ông. Ibn Muljam, người trong nhóm Kharijit, trước khi đâm ông bằng thanh kiếm tẩm độc, thét lên: "Quyền phán xét là của Chúa." Đây được ghi là tháng Giêng năm 661. Con trai ông, Ḥasan ibn Alī, cũng là cháu ngoại của Muhammad, kế vị Caliph. Muʿāwiyah không thừa nhận. Theo ông này, nếu xét về huyết thống, thì ông mới là chính thống, vì là hậu duệ của Abbas, chú út của Muhammad. Hai bên chuẩn bị chiến tranh, nhưng cuối cùng Ḥasan tuyên bố thoái vị, nhượng quyền cho Muʿāwiyah, quay về cưới vợ và ở ẩn. Nhưng rồi ông cũng bị đầu độc chết, năm 670.

Tham vọng quyền lực và đức tin tôn giáo, cặp song sinh này không phải là hiện tượng hiếm hoi trong lịch sử tôn giáo.

Muʿāwiyah ibn Abī Sufyān tự lập làm Caliph, lập triều đại Umayyad (661-750), tiếp tục chiến dịch chinh phục, năm 711 tiến công chiếm đóng Sindh thuộc Pakistan ngày nay, là cửa ngõ đi vào Ấn-độ. Năm 715, liên minh quân sự với Tây Tạng tấn công nhà Đường, nhưng thất bại. Tuy nhiên cuộc chinh phục này được nói là không hoàn toàn vì mục đích cải đạo, mà vì quyền lợi kinh tế, giành quyền kiểm soát con đường Tơ lụa, nguồn thương mãi phong phú từ Trung quốc sang đến châu Âu trải qua nhiều thời.

Trong những nơi bị chiếm, triều đại Umayyad áp dụng chế độ dhimmī cho một số tôn giáo phi-Islam nhưng được liệt vào số "dân của sách" (*Ahl al-Kitāb*). Chế độ này được quy định bởi chính Muhammad, được ghi trong Qu'ran. "Sách" nói đây là Torah (*al-tawrat*), Thánh Kinh Do-thái, Psalms (*al-zabur*), thi thiên, bộ phận thứ ba trong Thánh Kinh Do-thái, và Tin Mừng (*al-injiil*) của Chúa Jesus. Những Sách này thuộc Thánh Kinh của Do-thái giáo và Ki-tô giáo. Khi chiếm đóng đế quốc Ba-tư, chế độ này cũng được áp dụng cho cả những người theo Bái hỏa giáo Zoroaster. Họ không bị cưỡng bức cải đạo theo Islam, được thực hiện các nghi lễ tôn giáo và luật pháp riêng của tôn giáo mình, nhưng phải chịu nộp khoản thuế rất cao gọi là *jizya*. Khoản thuế này là nguồn thu nhập quan trọng, do đó đa số các triều đại Caliph, nhất là những giai đoạn đầu, không mấy hứng thú trong việc khuyến khích cải đạo, tất nhiên trừ những người nhiệt tình với đức tin của mình. Vì khi cải đạo, họ được chế độ ưu đãi hơn, mặc dù các quyền lợi kinh tế, xã hội và chính trị không được xếp ngang hàng với Islam cựu trào, gốc Ả-rập; và như vậy các Caliph mất đi nguồn lợi lớn. Đây là chính sách được gọi là khoan dung vì mục đích kinh tế hơn là vì tôn trọng các tín ngưỡng dị biệt. Cho đến khi chiếm đóng Ấn-độ, chính sách này được định nghĩa trở lại, và mở rộng nội dung, áp dụng cho những dân tộc không thuộc "Dân của Sách", như Ấn-độ giáo, Kỳ-na giáo. Phật giáo tuy vô thần, và được cho là thờ ngẫu tượng, mà người Islam không những ghét mà còn khinh miệt là tín ngưỡng hạ cấp, vẫn được kể trong số đó.

Những người Do-thái và Thiên Chúa, đại bộ phận trung thành với đức tin của mình, rất khó thuyết phục cải đạo dù có được ưu đãi. Nhưng tôn giáo khác, như Phật giáo chẳng hạn, dễ dàng cải đạo hơn vì không có quyền lực tối cao nào trừng phạt vì sự bội đạo này.

Xã hội Ấn-độ bấy giờ vẫn đóng khung trong chế độ giai cấp khắc nghiệt. Phật giáo bị đàn áp nhiều lần bởi các triều đại theo chế độ giai cấp của Bà-la-môn giáo cho nên không dung thứ những xu hướng tuyên truyền chống giai cấp. Một bộ phận giai cấp quý tộc và trung lưu trong xã hội Ấn hưởng chế độ dhimmī không mấy khó khăn. Nhưng đại bộ phận quần chúng thuộc các giai cấp hạ tầng từ lâu sống trong tình trạng nghèo đói, nay phải chịu mức thuế cao ngoài khả năng thu nhập, một số bắt buộc cải đạo để hưởng chế độ ưu đãi, số lớn khác đã phải trốn vào những khu rừng hoang vắng xa xôi để khỏi phải nộp thuế. Đấy là thực trạng lịch sử. Từ một bình nguyên bao la khô cằn, sự sống còn dựa vào sức mạnh bền bỉ của con lạc đà, và sự khôn ngoan của những thương gia, khi tiến chiếm Iran, bấy giờ người Ả-rập không phải đến đây để trao đổi hàng hóa hay kiếm việc làm lao động, mà đến làm chủ một vùng đất tương đối trù phú, cùng với một nền văn minh lâu đời, tụ hội nhiều xu hướng đông và tây, từ Hy-lạp, rồi nam châu Âu, cho đến Ấn-độ và từ đó đi đến tận Trung quốc; từ tư duy triết học duy lý của Aristotle, chủ nghĩa thần bí của Plotinus, cho đến nhất nguyên, nhị nguyên, đa nguyên và những tu luyện hoặc thực tế, hoặc huyền bí, hoặc thần thoại phức tạp ở Ấn-độ, và những phát minh khoa học kỹ thuật hàng đầu thế giới bấy giờ là Trung quốc. Dù muốn dù không, dù chỉ tin tưởng vào sức mạnh của thanh kiếm, họ tự nhiên thừa kế một gia tài văn hóa Đông Tây đồ sộ, và các Caliph từ chế độ Umayyah cho đến Abbasid bị lôi cuốn vào thế giới học thuật.

Trước khi đế quốc Sassanid sụp đổ, tại đây đã tồn tại và phát triển các xu hướng tư duy triết học và tôn giáo từ đế quốc Parthia trước, và lâu xa hơn nữa, từ văn minh Sumeria cho đến Babylon. Sassanid tuy nhận tôn giáo Zoroaster như là quốc giáo, Thiên chúa giáo vẫn còn ảnh hưởng. Mu'tazila sau thế kỷ 3 trước công nguyên, phong trào tôn giáo Mani (manichaeism) xuất hiện với phê phán giáo lý của Phật, Zoroaster, Jesus chưa hoàn hảo, nhưng kinh văn của tôn giáo này tại Trung quốc mang dấu vết Phật giáo tịnh độ tông khá đậm, từ các dụng ngữ cho đến nội dung.[12] Thiên chúa giáo Nhất nguyên Độc thần, Ba-tư Bái hỏa giáo Nhị nguyên, Phật giáo Vô thần, dồn chung vào một giỏ. Nếu ta tin lịch sử nhân loại tiến theo những chu kỳ có quy củ trong một hệ thức luận lý nghiêm mật, thì tổng hợp này tuy tế toái, nhưng những bước nhỏ vụng về chuẩn bị cho một bước lớn mà hậu quả không tiên đoán được với tầm vóc trí tuệ hữu hạn của con người trong từng giai đoạn lịch sử tiến hóa.

Hồi giáo Ả-rập khởi đi từ những mặc khải của Qu'ran mà dấu vết Thánh Kinh Do-thái còn thấy rõ. Tổng lãnh Thiên thần Gabriel báo tin Thượng đế Chúa Cha sẽ cho Chúa Con độc nhất giáng thế để chuộc tội cho loài người, thì cũng chính Gabriel được Thiên Chúa Allah phái xuống báo tin mặc khải cho Tiên tri Muhammad. Ngoài ra đó, ý thức hay vô thức của họ như một tờ giấy trắng dễ tô vẽ bất cứ màu sắc tư duy triết học nào vào khung hình Islam đã được Thiên chúa Allah mặc khải. Chủ nghĩa thần bí từ Plotinus, cầu nguyện trong đức tin Kinh và

---

[12] Một số kinh văn Mani bằng Hán văn được thâu nhập trong Đại chánh tập 54 "Ngoại giáo bộ" 摩尼教下部讚 (唐代寫燉煌本大英 博物館藏本) T54n2140 tr. 1270b20.

Sợ của các Giáo phụ sa mạc, và cho đến đời sống khổ hành lang thang của các Sufi phảng phất hình ảnh các Siddha của Phật giáo và Ấn giáo.

Trong phạm vi ở đây, chúng ta chỉ có thể lướt qua một chủ đề quan trọng trong thần học Islam, từ lãnh vực tư tưởng dẫn sang lãnh vực chính trị. Trường phái Mu'tazila dẫn đầu bởi Wasil ibn Ata (700–748) xướng thuyết "Qu'ran phi sáng tạo", lý luận nói rằng nếu Qu'ran là lời của Thượng đế, thì Qu'ran phải tồn tại trước khi được Thượng đế phán. Luận đề này tương tự với lập thuyết của Kumārila về Thánh ngôn Veda (*vāk*): Veda là Thánh ngôn Chân lý. Thể tính chân lý thì thường hằng bất biến. Vậy Thánh ngôn Veda là thường hằng bất biến. Đây là luận thức cơ bản của nhân minh luận mà Kumārila đã học với Dharmakīrti, Viện trưởng Viện Đại học Nālandā trong khoảng thế kỷ 7 và 8 Tl. Kumārila dùng lý luận này để bác bỏ những điều Phật thuyết. Vì Veda là Thánh ngôn thường hằng bất biến, vô thỉ vô chung, tự nhiên tự hữu, không ai nói, không do người cũng không do chư thiên, cho nên những gì Veda nói đều là chân lý. Những điều Phật nói không có trong Veda, vậy những điều ấy không phải là chân lý. Và hệ luận: Phật không nói đến vì không biết, vậy Phật ngu si. Phật biết nhưng không nói, vậy Phật tham. Lý luận dẫn đến hệ luận đòn sóc nhọn hai đầu: Phật biết hay không biết, cả hai đều nguy hiểm. Chúng ta không rõ Wasil ibn Ata và những nhà thần học Islam Mu'tazila có hay biết gì đến lý luận của Kumārila hay không, nhưng nó liên hệ đến thể tính nguyên ngôn (logos) và chân lý, trong triết học Hy-lạp cũng như trong thần học La-mã. Hậu quả của vấn đề liên hệ đến nhiều mặt, trước hết là thẩm quyền giải thích Qu'ran. Hậu quả nghiêm trọng hơn, là về mặt chính trị, đến mức Caliph al-Ma'mūn dưới đế chế Abbasid, vào năm 833, đã lập tòa án Mihna, một kiểu Pháp đình Tôn giáo của La-mã thời Trung cổ. Nó nói lên mối quan hệ quyền lực thế tục và quyền lực tôn giáo trong tham vọng bá chủ của các quân vương.

Chiếm đóng cổ địa Ba-tư, bước tiến thứ nhất, tiến vào Ấn-độ, bước tiến thứ hai, đây là những khúc quanh lịch sử không chỉ riêng cho thế giới Hồi giáo Ả-rập, mà cho cả khúc quanh mới của văn minh nhân loại.

Căn cứ địa phát xuất quyền lực của Umayyad là Damascus, cho nên khi tự lập chế độ Caliph, Mu'āwiyah dời thủ đô từ Medina về Damascus, Syria, để được bảo vệ bởi những người Syria gốc Ả-rập. Umayyad áp dụng chế độ dhimmī cùng với chính sách phân cấp xã hội. Dưới sự bành trướng của chế độ Caliph Umayyad, các sắc dân phi-Ả-rập cải đạo như Ba-tư, Ai-cập, Berber, Azeri, Thổ-nhĩ-kỳ, Ấn và Kurd càng ngày càng đông, tất nhiên muốn hưởng chế độ kinh tế–xã hội ưu đãi, gây nên tình hình phức tạp trước hết về vấn đề hội nhập. Vấn đề quan trọng khác, nguồn thu nhập từ thuế jizya theo chế độ dhimmī bị suy giảm trầm trọng, do đó tạo nên một thứ khế ước xã hội mệnh danh là *mawla* (số nhiều: *mawalī*). Những người tân tòng phi-Ả-rập được quy định thành giai cấp mới: *mawla*. Nhưng người *mawalī* vẫn chịu khoản thuế như những người thuộc "Dân của Sách", không được giữ các chức vụ quan trọng trong chính quyền và quân đội.

Chính sách phân biệt đối xử này gây bất mãn trong những người *mawalī*. Lợi dụng thời cơ bởi sự bất mãn của những người *mawalī*, và những người Shī'a trung thành với Ali bin Abu-Talib, chỉ thừa nhận Ali là người thừa kế chính thống, Abū al-'Abbās as-Saffāh lập thành một liên minh chống đối Marwān II, Caliph cuối cùng của triều đại Umayyah.

Năm 749, quân phản loạn của as-Saffāh tiến chiếm Kufa, một trung tâm Hồi giáo quan trọng phía nam Iraq. Năm sau, quân as-Saffāh và Caliph Marwān II giao chiến bên sông Zab. Marwān tháo chạy về Damascus nhưng không được dung chứa bèn chạy trốn sang Ai-cập và bị giết ở đó. As-Saffāh được lập làm Caliph, bắt đầu triều đại đế chế Caliph Abbasid, triều đại lâu dài nhất và quan trọng nhất, và được đánh giá là thời đại hoàng kim trong lịch sử Hồi giáo, từ năm 750 cho đến khi quân Mông-cổ tiến chiếm Bagdad năm 1258.

As-Saffāh trị vì được bốn năm thì mất vì bệnh đậu mùa. Em ông, Abu Ja'far al-Mansur được chỉ định là người thừa kế.

Những người Shī'a ủng hộ as-Saffāh lật đổ chế độ Umayyah và hy vọng một imam của họ, Ja'far al-Ṣādiq, chắt của Ali, sẽ được lập làm Caliph. Nhưng khi as-Saffāh lên ngôi Caliph, họ thất vọng và quay ra chống đối. Hậu quả là Ja'far al-Ṣādiq bị đầu độc chết theo lệnh của al-Mansur. Ông còn tiến hành nhiều vụ đàn áp và thanh trừng nội bộ, những người cùng phe trong phản loạn lật đổ Umayyah; tiêu diệt bất cứ kẻ nào mà ảnh hưởng quần chúng hay thế lực đang lên, đe dọa ngai Caliph của mình.

Để tránh bị đe dọa bởi những kẻ thù trong nội bộ Ả-rập, al-Mansur dời thủ đô từ Damascus về Bagdad.

Sử gia nói, các Caliph Abbasid tuân theo chỉ thị từ Qu'ran: "Mực của một nhà bác học thánh thiện hơn máu của một kẻ tử đạo", vì vậy họ chú trọng việc phát triển trí tuệ trong chế độ. Một sự kiện đáng chú ý trong chiều hướng này là xưởng chế tạo giấy điều hành bởi một tù binh Trung quốc bắt được trong liên minh quân sự Tạng-Hồi dưới triều al-Mansur đánh bại quân Đường trên bến sông Talas vào năm 751. Sử đời Đường gọi quân Hồi giáo bấy giờ là Hắc y Đại-thực, vì họ dùng cờ đen và quân phục đen. Đại-thực là phát âm của người Hán cho từ Tāzī trong tiếng Ba-tư, danh từ chỉ người Ả-rập.

Biến cố này cho thấy al-Mansur là chính khách và nhà lãnh đạo có tầm nhìn xa. Ông đánh giá được giá trị học thuật – kỹ thuật, và trọng nhân tài. Trong chế độ Caliph Umayyad, các vị trí quan trọng trong chính quyền cũng như trong các lãnh vực xã hội chỉ dành cho người Hồi giáo Ả-rập. Các sắc dân khác dù cải đạo theo Hồi giáo mà không phải người Ả-rập cũng không được ưu tiên. Trái lại, các Caliph Abbasid không thiên vị người Ả-rập, họ đối xử bình đẳng, và dùng các phần tử quý tộc và trí thức Ba-tư vào những chức vụ quan trọng. Trong liên hệ này, sử sách nói nhiều về dòng họ Barmakid gốc Phật giáo ở Balk, thuộc một tỉnh của Afghanistan ngày nay, xưa từng là kinh đô của Đại Hạ (Bactria).

Barmakid (Barāmika, Barmecidi), các sử sách đầu tiên của các tác giả Hồi giáo nói ông là một giáo sĩ cao cấp trong đền thờ Nowbahār của Bái hỏa giáo Ba-tư. Các học giả về sau đính chính. Nowbahār là phiên âm Ả-rập của từ Sanskrit *Nava-vihāra*: Tinh xá (Tăng viên) mới. Barmakid có gốc từ Sanskrit *Pramukha*, chỉ người đứng đầu, nó không xác định thành phần xã hội. Có thể đứng đầu trong một thương hội, trong một cộng đồng, hay trong một Tăng viện. Nhiều học giả phương tây thấy nói "đứng đầu" trong một *vihāra* của Phật giáo, bèn gọi ông là "thầy tu" (*monk*). Sai lầm cần được kiểm chứng.

Nava-vihāra đã được Huyền Trang nhắc đến trong *Tây vực ký*, phiên âm nó là "nạp-phược tăng-già-lam" (*nava-saṅghārāma*), phía tây nam bên ngoài đại đô thành nước Phược-hát (Vahlika, hay Bahlika). Sử của Trung quốc thường gọi là nước Đại Hạ. Tăng-già-lam này được kiến tạo bởi quốc vương đời trước của nước này. Toàn quốc có hơn trăm già-lam, tăng đồ hơn 3000, thảy đều theo Tiểu thừa.[13] Gia đình ông bị bắt khi quân Umayyad xâm chiếm đế quốc Sassanid năm 705, vợ ông bị "sung công" làm vợ của Abda-ullah. Abū Ḥafṣ Umar al-Kirmānī chép chuyện Barmakid nói ông bị dẫn đi trong nhóm *shakirriya* (tù binh hoặc nô lệ).[14] Trong điều kiện ấy khó mà nói ông cải đạo tự nguyện hay tình thế bắt buộc. Edmund Bosworth bình luận về ghi chép của al-Kirmānī cho rằng việc Barmakid cải đạo hay không thì không rõ. Trình độ học vấn và kiến thức của dòng họ này rất cao, cho nên đến đời Caliph as-Saffāh, với tài năng của con ông, Khalid al-Barmaki (sinh 705) đã được cất nhắc lên đến chức Tể tướng (*vizier*). Khalid sinh khi Sassanid sụp đổ, Balk bị chiếm đóng, mặc dù gia tộc ông thuộc Phật giáo và kiến thức của họ có thể cũng thông bác từ Phật giáo. Nhưng khi về với Islam, không rõ ông được giáo dục với kiến thức Phật giáo như thế nào. Nhưng điều có thể phỏng biết, trong giai đoạn đầu, văn minh và giáo dục Hồi giáo còn trong trứng nước, các Caliph như as-Saffāh, al-Mansur cần người tài năng tuy gốc không phải Ả-rập nhưng được giáo dục trong khuôn mẫu Ả-rập, vẫn được trọng dụng. Đây có thể là người Phật giáo tự thay áo để thích hợp với chế độ mới, hầu khả dĩ leo lên nấc thang cao trong xã hội.

Một trong những sự nghiệp đáng kể của chế độ Caliph Abbasid, là al-Mansur, Caliph đời thứ hai, phỏng theo kiểu mẫu Thư viện Hoàng gia của chế độ Sassanid, lập cung điện sách, cho đến đời Caliph Hārun Al-Rashīd lập thành Viện Tri thức (*Bayt al-Hikma*), tập họp các trí thức trong và ngoài nước về đó, trước tác, phiên dịch sang tiếng Ả-rập sách vở nước ngoài: Hy-lạp, Trung quốc, Sanskrit, Ba-tư, Syria. Theo giải thích của Subhi Al Azzawi, Bayt phổ thông chỉ một không gian có mái che và hành lang. Nhưng ở đây nó là một quần thể gồm một kho sách chứa các thủ bản và các tác phẩm với nhiều đề tài khác nhau về nghệ thuật, khoa học và ngôn ngữ. Các tác phẩm được sưu tập trong suốt ba thế hệ: Caliph Al-Mansur (754-775), Caliph Muhammad Al-

---

[13] 大唐西域記卷第一三藏法師玄奘奉詔譯大總持寺沙門辯機撰 T51n2087, tr. 872b29. Tham khảo bản dịch Anh, 43 po-ho (Balk). *Buddhist Records of the Western World, translated from Chinese of Hiuen Tsiang (A.D. 629)* by Samuel Beal, Vol. I, London, 1906; p. 43.

[14] *Abū Ḥafṣ Umar al-Kirmānī and the rise of the Barmakids*, C. Edmund Bosworth; Bulletin of the School of Oriental and African Studies, volume 57, issue 2 June 1994, pp. 268-82.

Mahdi (775-785), Hārun Al-Rashīd (786-809). Trong số sách này có bao nhiêu sách Phật, không thấy nói rõ. Tuy nhiên, thư mục của Ibn al-Nadīm (mất k. 995 hoặc 998 công nguyên), *Kitāb Al-Fihrist*, thư mục phân tích các tác phẩm bằng tiếng Ả-rập, gồm trong 10 chương, trong đó chương 9.1 thư mục về Mani giáo, 9.2 về Ấn-độ, Phật giáo, và Trung quốc.[15]

4. Al-Beruni

Trong thư mục *Kitāb al-Fihrist* nói trên không có mặt một tác phẩm quan trọng của Al-Beruni liên hệ đến Thiền và *yoga*: *Kitab Patanjal*, bởi lẽ nó được viết, hoặc dịch, sau khi al-Nadīm đã mất. Tác phẩm này đã được nhắc đến trên kia, liên hệ vấn đề niên đại của *Yogasūtra*.

Al-Beruni (Bīrūnī) được đánh giá là nhà khoa học lớn tầm cỡ thế giới trong thời Trung cổ dưới chế độ Caliph Abbasid, thời đại hoàng kim của văn minh Hồi giáo. Ông sinh năm 973, mất năm 1048, gốc người Ba-tư, thông thạo nhiều ngôn ngữ: Ba-tư, Ả-rập, Sanskrit, Hy-lạp, Hebrew và Syria. Kiến thức của ông bao trùm nhiều lãnh vực: toán học, thiên văn học, vật lý học, địa lý, dược học, khoáng chất học, lịch sử biên niên, nhân chủng, lịch sử các tôn giáo, Ấn-độ học. Ông đi nhiều nơi trong đất nước Ấn-độ thời đó, giao tiếp nhiều thành phần nên có nhiều nhận xét về các vấn đề tôn giáo, triết học, văn học, xã hội Ấn-độ thời bấy giờ, có thể phản ánh khá chi tiết. Tác phẩm quan trọng của ông về Ấn-độ, trong đó nhiều đoạn đề cập đến Phật giáo. Dr. Edward C. Sachau, dịch giả tập *Kitab al-Hind* này, trong phần Tựa, nói rằng "giả như Al-Beruni có cơ hội như Huyền Trang đi nhiều nơi trong Ấn-độ, có thể ông đã thu thập dễ dàng tài liệu phong phú về Phật giáo. Nhận xét từ những ghi chú ít ỏi của ông về chủ đề này, chúng ta sẵn sàng tin rằng ông chưa hề thấy một quyển sách có nội dung Phật giáo, và cũng chưa từng quen biết một người đạo Phật 'mà tôi có thể học được học thuyết này từ người ấy,' Các nhà bác học Bà-la-môn có thể biết khá nhiều về Phật giáo nhưng họ không sẵn lòng nói cho ông."[16]

Về *Kitab Patanjal*, S. N. Dasgupta phân tích nội dung rất kỹ. Al-Beruni

---

[15] *The Fihrist of al-Nadīm, A Tenth Century Survey of Muslim Culture*, edited and translated by Bayard Dodge, vol. II, Columbia University Press, New York, 1970.

[16] *Alberuni's India*, in English edition, with notes and indices by Dr. Edward C. Sachau, London, 1910, "Preface" p. xlvi-vii.

nhận định đây là một tác phẩm danh tiếng do đó ông dịch nó cùng với *Sāṅkhya* của Kapila. *Kitab Patanjal* viết dưới hình thức đối thoại giữa thầy và trò, không thể xem nó đồng bản với *Yogasūtra* hiện hành, mặc dù mục đích nhất trí, cùng hướng đến giải thoát bằng sự hợp nhất của tự ngã với đối tượng tư duy. Al-Beruni trích dẫn khá nhiều nhưng không nói rõ tác giả được trích. Vấn đề về Thượng đế Īśvara, tự ngã, triền phược, nghiệp, giải thoát, v.v. được đề cập trong *Yogasūtra* cũng được nhắc đến trong *Kitab*, nhưng nó cho thấy các ý tưởng này đã có thay đổi.

Những điểm dị biệt mà S.N. Dasgupta chỉ ra như sau: (1) Khái niệm về Thượng đế được nâng lên tầm quan trọng ở đây để trở thành đối tượng duy nhất của tư duy và thể nhập vào đó. (2) Tầm quan trọng của hai chi *yoga* là *yama* và *niyama* được giảm xuống đến mức tối thiểu. (3) Giá trị của ngành học *yoga* là một phương tiện dẫn đến giải thoát, ngoại trừ bất cứ sự liên hệ nào với Thượng đế, như ta thấy trong *Yogasūtra*, giá trị này không thấy trong đây. (4) giải thoát và *yoga* được định nghĩa là sự thể nhập vào Thượng đế. (5) Giới thiệu thêm Brahman. (6) Ý nghĩa chính yếu của *yoga* là *cittavṛtti-nirodha*[17] không thấy nói đến. (7) giới thiệu thêm *rasāyāna* (vị thừa, được hiểu là khoa luyện kim) như là một trong các phương tiện dẫn đến giải thoát.

Đây là chứng cớ để S. N. Dasgupta cho rằng *Yogasūtra* mà Al-Beruni nói là phiên dịch sang tiếng Ả-rập là một dị bản.

Thế nhưng, trong vấn đề này, chúng ta có thể dẫn đến một gợi ý khá thông minh của nhà nghiên cứu người Nga Andrey Safronov[18] khi dự hội thảo tại Vienne về chủ đề "Yoga in Transformation...", lần đầu tiên nghe nhắc đến *Kitab Patanjal*, ông nói, điều tự nhiên là khi nghe thuyết trình về *Kitab Patanjal*, câu hỏi tức thì nảy ra: "bản văn này có ảnh hưởng gì đến sự hình thành và phát triển của truyền thống Sufi?" Đáng tiếc vấn đề này không được diễn giả nhận xét vì bà không phải là một chuyên gia về Sufi. Điểm thông minh nhạy cảm là một phức hợp từ trọng yếu trong *sūtra* 2 chương i của *Yogasūtra*: *yogaś citta-vṛtti-nirodhaḥ*, trong đó từ *citta* (tâm) được Al-Beruni dịch sang tiếng Ả-rập như thế nào? Quả thật, nắm được ý nghĩa này là bắt nắm được mối

---

[17] *Yogasūtra* i. 2.

[18] xem blog riêng của ông. http://en.yoga-sutra.org/2014/02/the-arabic-translation-of-patanjalis.html.

quan hệ có hay không giữa *Yogasūtra* và Sufi. Trả lời: *nafs*. *Nafs* là từ khóa trong các phạm trù của Sufi. Vậy, *yoga* và Sufi được nối liền qua một nhịp cầu.

Thật vậy, *nafs* là một từ khóa, là một khái niệm quan trọng trong quá trình tư dưỡng của Sufi. Trong Qu'ran, *nafs* chỉ cho tự ngã, cái tôi, tâm thể, linh hồn. Sufi phân cấp ba tầng chính của *nafs*: *nafs kích động*, khiến ta làm điều xấu; *nafs tự trách*, khi lương tâm được đánh thức; *nafs bình an*, trong trình độ này, lương tâm kiên cố không hề bị khuất phục. Trong quá trình tu dưỡng để phát triển hoàn hảo, *nafs* phát triển trong bảy bước: *nafs* kích động, *nafs* tự trách, *nafs* cảm hứng, *nafs* bình an, *nafs* hoan hỷ, *nafs* khiến cho hoan hỷ, *nafs* thuần tịnh. Ngoài ra, *nafs* có bảy điểm xấu, có thể nói là nhiễm ô tâm, cần được chế ngự.

Trong các đoạn sau, nói thêm về Sufi, chúng ta sẽ có nhiều ý tưởng để so sánh những quan hệ ảnh hưởng này.

5. Sufi huyền bí

Sūfi hay *ṣūfiyy*,[19] từ Ả-rập, được xem là có nhiều nghĩa nhất xét theo từ nguyên của nó. Lý do không phải vì nội hàm mơ hồ của nó, mà bởi vì trong nó từ tín lý cho đến thực hành bao gồm đủ mọi thứ, do bởi ảnh hưởng từ nhiều nguồn văn hóa mà nó đi qua, hoặc do bản tính tự nhiên nội tại của nó: "... Sufism được đặc trưng bởi sự pha trộn nhiều xu hướng triết học và tôn giáo khác nhau, có vẻ như nó là một cái nồi rộng trong đó người ta đổ vào các nguyên tắc của chủ nghĩa tu viện Ki-tô giáo, chủ nghĩa khổ hạnh Hindu, đồng thời điểm xuyết một ít tư tưởng Phật giáo và Tantra, một phần tiếp xúc với chủ nghĩa khả tri thần bí Islam (Islamic Gnosticism) và học thuyết Platon mới (Neoplatonism), và sau hết, một ít chất liệu của hệ phái Shī'a, Ma-ni giáo, và đạo Shaman Trung Á..."[20] Định nghĩa bằng mô tả này có thể tóm tắt tất cả nội dung của Sufism.

---

[19] *Sufism*, được xem là từ dịch nghĩa của *taṣawwuf*. Cf. *Mystical Dimensions of Islam*, by Annemarie Schimmel, The University of North Carolina Press, 1975; p. 14.

[20] Reza Aslan, *No god but God*; Arrow books, 2011, p. 204. – Cf. *The Development of Islamic Civilization* – UCLA. Chp 14: "Where al-Shafi'i had been influenced by Greek rationalism, some Muslims were more heavily influenced by Hindu phylosophy, especially ideas concerning meditation and contemplation of the dive." – https://my.uclaextension.edu>download.

Dù vậy, tìm về ngữ nguyên, một số nhà nghiên cứu cho rằng nó có gốc từ *ṣūf*: áo lông thú mà các Sufi đầu tiên khoác vào xem như là dấu hiệu của sự bần cùng và thoát ly thế tục. Theo nghĩa khác, nó là từ phái sinh của *ṣāfa*, nghĩa là trong sạch. Theo nghĩa khác nữa, do bởi các nhà Sufi phần nào chịu ảnh hưởng của triết học Aristotle, do đó các nhà nghiên cứu Tây phương cho rằng nó có nguồn từ tiếng Hy-la *sophós*, "tri thức", như trong từ *philosophy*: ái tri.

Giải thích ngữ nguyên của Sufi là phái sinh của *ṣūf* (lông thú) được nói là do Theodor Nöldeke (1836-1930, nhà Đông phương học người Đức, như những ẩn sĩ Cơ-đốc, khoác áo lông thô xấu biểu hiện sự sám hối và khước từ những phù phiếm thế tục. Theo ý nghĩa của từ nguyên này, Reynold A. Nicholson (1868-1945), nhà Đông phương học người Anh chuyên nghiên cứu văn học và chủ nghĩa thần bí Islam, phát biểu trong tác phẩm về chủ nghĩa thần bí Islam như sau: "Thực sự, những Sufis sơ kỳ nguyên là những vị khổ tu và tịch mặc hơn là những người theo chủ nghĩa thần bí. Họ bị ngự trị bởi ý thức tội lỗi, kết hợp với sự sợ hãi về Ngày Phán xét, sợ lửa Hỏa ngục được tô vẽ sinh động trong Koran, thúc đẩy họ tìm kiếm sự cứu rỗi bằng cách chạy trốn trần gian. Mặt khác, Koran cảnh cáo họ rằng sự cứu rỗi hoàn toàn tùy thuộc thiên ý của Allah ngoài tầm lãnh hội của con người. Chúa Allah chỉ dẫn đúng hướng cho người thiện, và dẫn kẻ xấu lạc vào lối dữ. Số phận của họ đã được ghi lên án ký vĩnh viễn của Thiên Mệnh. Không có gì có thể thay đổi. Duy chỉ điều này là chắc chắn, rằng nếu họ do thiên định được cứu rỗi bằng cách nhịn ăn, cầu nguyện và những việc làm sùng tín, thế thì họ được cứu rỗi. Đức tin như vậy tất nhiên dẫn đến chủ nghĩa tịch mặc (quietism), tuyệt đối phục tùng thiên ý không thắc mắc. Đó là thái độ đặc trưng của những nhà thần bí Sufis trong hình thức xưa nhất của nó."[21]

Nhận định trên hầu như là đặc trưng của nhà Đông phương học đầu tiên từ châu Âu nhìn về các xu hướng tư tưởng và tôn giáo khác ngoài Ki-tô giáo. Những vị này thường tìm kiếm ảnh hưởng ngoài Islam để nhận định về nguồn gốc của Sufism; chẳng hạn, ảnh hưởng của chủ nghĩa Plato mới (Neoplatonism), với thần học của Aristotle; những ảnh hưởng của Ki-tô giáo được nghiên cứu nhiều nhất; số khác tìm nguồn ảnh hưởng từ Ấn-độ, và xa nữa đến Trung Hoa. Những điều này

---

[21] Reynold A. Nicholson, *The Mystics of Islam*; Routledge, London, 1914; p. 4.

không phải không có, khi quyền lực của Islam thống trị toàn Ấn, giao thiệp thương mãi với Trung Hoa.[22]

Giáo sư Lịch sử tôn giáo tại Đại học Ankara (1945), Bà A. Schimmel, nhận xét: "Trong thế kỷ 19, các nguồn sử liệu và các bản văn quan trọng của Sufis có thể tìm được bằng các ấn bản Trung Đông và châu Âu, khiến các tác giả có thể hình thành các ý tưởng của mình về nguồn gốc và sự phát triển sơ kỳ của Sufism. Nhưng hầu hết các nguồn khả dĩ có được đều thuộc nguồn gốc về sau và hiếm khi chứa đựng thông tin đáng tin cậy về những giai đoạn sơ kỳ của phong trào thần bí trong tôn giáo Islam. Đấy là lý do tại sao các nhà giải thích thường đồng ý rằng Sufism phải là một giống cây ngoại lai trồng vào sa mạc của Islam; một tôn giáo mà được biết quá ít như vậy, thậm chí ít được tán thưởng, tôn giáo ấy không thể xem có liên hệ gì đến bất cứ phong trào tâm linh nào tinh tế hơn và cao cấp hơn."[23] Bà cũng đề nghị thử tìm đến định nghĩa bởi chính những người Sufis; nhưng Bà cho rằng định nghĩa của bậc thầy Sufi này có vẻ như là *công án thiền*, nghịch lý khiến người nghe bị dội ngược.

Đọc định nghĩa sau đây của Rumi,[24] có lẽ nhận xét của Schimmel đáng suy nghĩ. 'Sufi không phải người Cơ-đốc, không phải người Do-thái, không phải người Hồi; Sufi không thuộc bất cứ tôn giáo nào hay hệ thống văn hóa nào..., không từ Đông hay từ Tây, không từ trong biển ra, không từ dưới đất lên..' Và Rumi dẫn câu chuyện những người mù sờ voi được kể trong kinh Phật.[25]

Tuy vậy, để có cái nhìn tổng quát, và từ đó để có thể đối chiếu với lối tu của Sufi và thực tập thiền của Phật giáo, hai đặc điểm có thể thấy được từ bên ngoài: chủ nghĩa khổ tu và tình yêu Chúa. Tình yêu Chúa là khởi điểm và cũng là cứu cánh của những vị Sufi.

Khởi xướng chủ nghĩa khổ hành khắc kỷ đầu tiên trong Hồi giáo được

---

[22] Annemarie Schimmel, *Mystical Dimensions of Islam*, University of North Carolina Press, 1975; pp. 8-12.

[23] dẫn trên, tr. 9.

[24] Jalāl ad-Dīn Muhammad Rūmi, nhà thơ Islam (1207-1273). Dẫn bởi Reza Aslan, *No god but God*; đã dẫn trên, tr. 209.

[25] Dẫn bởi Reynold A. Nicholson, *The Mystics of Islam*, p. 25. Chuyện kể bằng thơ bởi Rūmi trong tập thơ Masnavi, bản dịch Anh bởi A.J. Arberry: *Tales from Masnavi*, Routledge, 2002.

nói là từ Ḥasan al-Baṣrī (642-728 tl.), sinh ở Medina, con của một thị nữ hầu cận Umm Salama, một trong những quả phụ của Tiên tri Muhammad. Ông được Umm nuôi dưỡng và trưởng thành với đức tin tuyệt đối nơi Muhammad, và thường xuyên ngồi học dưới chân Ali, con rể của Muhammad. Năm 711, Ḥasan chứng kiến người Ả-rập Islam vượt qua eo biển Gibraltar, chinh phục Pakistan, bành trướng thế lực đến biên cảnh Transoxiana. Ông cảm giác những mối nguy hại tiềm tàng trong một xã hội bị lôi cuốn vào những cuộc chinh phục, tom góp tài sản của cải trần gian mà quên mất lời răn của Koran: "Mọi thứ trên mặt đất này đang đi lần đến hủy diệt, trừ Thánh nhan Thiên Chúa." Hiện các nhà nghiên cứu không có đầy đủ những gì Ḥasan al-Baṣrī viết, nhưng qua những khẩu thuyết của ông trong suốt cuộc đời, "ông đã giáo huấn nhiều thế hệ học viên trong các khoa tôn giáo học và chẳng mấy chốc những điều ấy được biết là Sufism."[26] Tư tưởng thần bí của ông được ghi chép bởi các môn đệ, trong đó đáng kể là Habib al-Ajami, môn đệ trực tiếp của ông. Bởi đó các nhà nghiên cứu tôn xưng ông là Tổ phụ vĩ đại của Sufism, và của chủ nghĩa thần bí Islam và khổ tu. Ông rao giảng chủ nghĩa khắc kỷ, tuyệt đối khước từ, sống bần hàn với niềm kinh sợ chí thành đối với Thiên Chúa.

Chủ nghĩa khổ tu hay khắc kỷ, cũng chính là chủ nghĩa khước từ. Tiếng Ả-rập gọi sự khước từ là *zuhd*. Từ điển Bách khoa Toàn thư Anh giải thích từ này, nói: "*Zuhd* phát triển trong Islam như là kết quả của những cuộc chinh phục Hồi giáo, chúng dẫn họ đến tài sản vật chất và buông thả trong đời sống xa hoa. Những người Hồi giáo ngoan đạo phản ứng lại điều này, kêu gọi quay trở về với lối sống của Tiên tri và những người tùy tùng sùng kính."

Điển hình cho đời sống khước từ này đáng kể là Ibrāhīm ibn Adham (718-782), một trong những vị Thánh Sufi khổ tu. Ông sinh ở Balk (Đại Hạ)[27], một tỉnh của Afghanistan ngày nay. Gia đình ông vốn theo Hồi giáo Sufi. Ông là vua của cộng đồng Ả-rập ở Balk, nhưng trước sau khoảng 730 tl., từ ngôi và sống cuộc đời khổ tu. Vốn trưởng thành trong vùng đất mà trước đây là vùng đất ảnh hưởng Phật giáo, hẳn là

---

[26] Seyyed Hossein Nasr, *The Garden of Truth: The Vision and Promise of Sufism, Islam's Mystical Tradition*, 2012; p. 168, 169. Cf. Annemarie Schimmel, sách đã dẫn, tr. 30.

[27] Huyền Trang, *Tây vực ký*, xem cht. 160 trên.

âm hưởng từ những truyền kỳ về đức Phật còn ấn tượng, nên ông đã hành xử theo gương khước từ thế tục xa hoa ấy.[28] Ông điển hình cho "ba bước khước từ" của *zuhd*: (a) khước từ thế tục, (b) khước cảm giác hạnh phúc vì đã thực hiện khước từ; đây gọi là khước từ của khước từ; (c) xem cuộc đời hoàn toàn vô nghĩa chẳng có gì đáng đoái hoài.[29]

Điển hình thứ hai đáng được nhắc đến là Al- Ghazālī (1058-1111 tl.), sinh quán Tus trong Khorasan, thuộc Iran. Ông được bổ nhiệm làm giáo sư tại Đại học Nizamiyyah, Bagdad, cơ sở giáo dục Đại học danh tiếng nhất trong thời kỳ hoàng kim của lịch sử Hồi giáo. Chỉ một vài năm, khi mới 36 tuổi, trải qua một cuộc khủng hoảng tinh thần sâu sắc, ông từ bỏ ghế giáo sư Đại học, từ bỏ địa vị Viện trưởng Đại học, khoác áo lông thô sơ của một nhà khổ tu Sufi, bắt đầu sống cuộc đời lang thang; hành hương xuyên qua thế giới Hồi giáo, từ Syria, Ai-cập, Mecca, Medina, viết tự truyện *Thoát khỏi Sai lầm*.[30] Ông tự thuật về cuộc khủng hoảng tri thức của mình, không tìm thấy con đường dẫn đến Thượng đế Chí tôn bằng tri thức khoa học vô bổ. Ông tìm đến các bậc thầy Sufi, nhận thấy họ không phải là những người chuyển tải ngôn từ; con đường có đạt đến hay không, không bằng nghe và học mà bằng kinh nghiệm trực tiếp.

Hai điển hình khước từ tục lụy, một từ mảnh đất xưa một thời là đô thị Phật giáo còn mang âm hưởng thoát ly của Phật; và một khoác áo lông thô phảng phất hình ảnh những nhà khổ tu Ki-tô trong sa mạc. Trong các quan hệ tôn giáo, có những xung đột khốc liệt, mà cũng hàm chứa khát vọng muôn thủa của con người, biểu hiện trong hình thức nào đó.

Thứ đến là tình yêu Chúa. Nguyên lý tình yêu là nền tảng của Sufism.[31] Bởi vì, yếu tính, bản thể của Thượng đế là tình yêu. Qu'ran nói, Danh hiệu của Ngài (Thiên Chúa Allah) là Tình yêu, trong tiếng Ả-rập là *al-Wadūd*.[32] Các tôn giáo, Cơ-đốc cũng như Islam, đều nói đến tình yêu như là yếu tính của Thượng đế. Tất nhiên bản chất của tình yêu

---

[28] Annemarie, dẫn trên, tr. 37.

[29] Sách dẫn trên, cùng trang.

[30] Al-Ghazālī, *Deliverance from Error (al-Munqidh min al-Dalāl)*, translated with related works by Richard J. McCarthy, Boston, 1980.

[31] The Divine Love, Tình yêu Linh thánh, *The Mystics of Islam*, p. p. 102.

[32] Cf. *No god but God*, dẫn trên. *Mystical Dimensions*. 72, 177. *The Garden of Truth*, p. 61.

tưởng rằng được hiểu như nhau. Nhưng đối tượng để yêu và được yêu không là một, cho nên vì tình yêu Chúa mà diễn ra những cuộc chiến tàn khốc giữa những con người dâng hiến trọn cả đời mình cho một tình yêu tuyệt đối. Cũng như mọi người dân đều yêu quê hương của mình, và cũng chính vì tình yêu nước mà xảy ra những trận chiến giữa các dân tộc. Phật giáo cũng nói bản tính của Thượng đế Brahman cũng là tình yêu. Và đây là tình yêu với bốn đức tính dàn trải vô lượng cùng hư không; đó là bốn Phạm trụ (*Brahmavihāra*) hay bốn vô lượng tâm: từ–bi–hỷ–xả; trong đó tình yêu vô biên phải hàm tính bình đẳng: yêu người như yêu ta; yêu đất nước người như yêu đất nước ta: điều này khả dĩ. Nhưng yêu Chúa của người như Chúa của ta, điều này quả khó tìm thấy trong lịch sử các tôn giáo. Như cặp tình nhân yêu nhau, tình yêu là khát vọng hợp nhất giữa thực thể yêu và thực thể được yêu. Khát vọng khi được thăng hoa lên vòm triết học, nó trở thành nguyên lý nhất thể giữa chủ thể và đối tượng. Điều này nghe ra có vẻ âm hưởng Advaita, nguyên lý bất nhị, của Vedānta, trong Phạm-Ngã nhất thể, *ātman* và *Brahman*, nhất thể tuyệt đối không hai. Không phải bên này ảnh hưởng bên kia, nhưng đó là vì yếu tính của tình yêu.

Trong chủ nghĩa thần bí, trạng thái hợp nhất trong tình yêu thăng hoa thành Nhất thể ấy, điển hình mang kịch tính bi thảm trong lịch sử Sufis, đó là trường hợp al-Hallaj.

Mansur al-Hallaj (kh. 858-922), một thi sỹ thần bí người Ba-tư, thầy giảng đạo Sufism. Al-Hallaj nói về kinh nghiệm hợp nhất của mình với Chúa trong một bài thơ: "Tôi là Đấng mà tôi yêu, và Đấng mà tôi yêu là tôi. Chúng tôi là hai thánh linh ngụ trong cùng một thân. Nếu bạn thấy tôi, bạn cũng thấy Ngài. Và nếu bạn thấy Ngài, bạn cũng thấy cả hai."[33]

Chuyện kể, một hôm al-Hallaj đến thăm Junayd ở Bagdad, vốn là thầy của ông. Junayd hỏi: "Ai đó?" Đáp: "*anā'-al Ḥaqq*", Ta là Chân Lý, Ta là Sự Thật. Đây là câu trả lời phạm Thánh. Hallaj đã dùng một từ trong Qu'ran, chỉ cho sự thật, thật tế, chân lý, và đó cũng là một trong những danh hiệu của Thượng đế: *al Ḥaqq*. Junayd tuyên bố phán quyết chống lại học trò cũ của mình, kết án là tuyên truyền tà giáo. Các Sufi cũng chống đối. Hallaj bỏ đi lang thang, cho đến tận Ấn-độ, và Trung Á. Sau đó quay về Bagdad. Năm 912, ông bị bắt giam. Suốt 8 năm, nhiều cơ hội dành cho ông khỏi phải bản án tử hình, nếu hối cải. Nhưng

---

[33] Dẫn bởi *No god but God*, sách dẫn trên.

ông từ chối. Năm 922, ông bị Abbasid Caliph al-Muqtadir xử tử hình bêu thây. Hallaj bị hành hạ, bị đánh hèo, bị phân thây, rồi bị thiêu đốt và liệng tro cốt xuống sông Tigris. Chuyện kể rằng, trên đường đi đến pháp trường, thân bị cùm xích nhưng Hallaj vẫn nhảy múa trong cơn ngây ngất thần bí. Bài thơ cuối cùng ông làm lúc này: "Hãy giết, ơi những bạn thân tín, Vì trong cái ta bị giết này là sự sống của ta..."[34]

Chi tiết được R. Aslan kể trong *No god but God*[35] mang nhiều kịch tính hơn: Một buổi sáng mùa xuân thế kỷ 10, phố phường Bagdad nhộn nhịp trở nên hỗn loạn vì một người ăn mặc rách rưới tên gọi là Husayn Mansur al-Hallaj bỗng thốt lên giữa khu phố đông người, hết sức là lớn: *anā'-al Ḥaqq!* Ta là Chân Lý. Người ta bắt ông rồi trao cho Ulama (trí thức Hồi giáo) để xét xử.

Trạng thái xuất thần đầy kịch tính bi thảm của Hallaj là biểu hiện cho sự hóa hợp nhất thể trong đó tự ngã hoàn toàn tự hủy, tự diệt, để tan biến vào trong bản thể Thượng đế. Tiếng Ả-rập chỉ cho trạng thái này là *fanā*. Bài thơ của Hallaj dẫn trên và cơn ngây ngất xuất thần của ông trước khi chết là định nghĩa hình ảnh nhất. Từ *fanā* được một số học giả so sánh với từ Niết-bàn trong Phật giáo.[36] Nhưng có sự khác biệt. Với *fanā*, tự ngã tan biến để tồn tại vĩnh hằng trong Thượng đế. Nhưng không có ý niệm về tự ngã, hay tính vĩnh hằng của tự ngã được hàm ngụ trong ý nghĩa Niết-bàn.

Để đi đến sự hợp nhất vĩnh hằng này, hành giả Sufis phải trải qua bảy giai đoạn, bắt đầu từ sự khước từ, như đã thấy với điển hình qua các Sufis kể trên. Bảy giai đoạn này diễn tả bằng ngụ ngôn bởi *Aṭṭār*, thi sỹ Sufis người Ba-tư.

Chuyện ngụ ngôn bằng thơ của Farīd ud-Dīn *Aṭṭār*, *Manṭiq-uṭ-Ṭayr* (1177), về Hội nghị của Loài Chim[37], kể rằng, loài chim nhóm họp, muốn biết ai là chúa tể, nhưng không thấy có chim nào như vậy. Trong

---

[34] Dẫn bởi *The Garden of Truth*, p. 176.
[35] đã dẫn trên, tr. 209.
[36] *Mystical Dimensions*, p. 142.
[37] *The Conference of the Birds*, bản dịch Anh bởi Afkham Darbandi, Dick Davis, Penguin Classics, 1984.

số đó có chim hup-bô[38], khôn ngoan nhất, đề nghị phải đi tìm con chim *Simurgh*[39] theo truyền thuyết. Loài chim suy cử hup-bô là thủ lãnh hướng đạo. Hup-bô đồng ý, với điều kiện các chim phải tuyệt đối phục tùng, vì hành trình có nhiều nguy hiểm. Bọn chim được dẫn qua bảy thung lũng[40]:

1. *Thung lũng Tầm vấn*:	để tìm cầu, loài chim phải từ bỏ mọi thứ trong đời, quyền lực, sở hữu các thứ. Cũng vậy, hành giả khởi nghiệp bằng cách loại bỏ mọi thứ quan điểm, tín lý.
2. *Thung lũng Tình yêu*:	tại đây các chim phải nhảy vào biển lửa cho đến khi toàn thân rực cháy. Cũng vậy, hành giả vứt bỏ hoàn toàn lý trí để nhường chỗ cho tình yêu.
3. *Thung lũng Tri thức*:[41]	tại đây, mỗi con chim phải đi theo một con đường khác nhau, vì có nhiều đường đi, mà đường nào cũng thích hợp. Cũng vậy, mọi kiến thức thế tục đều vô ích.
4. *Thung lũng Xả ly*:[42]	dứt trừ mọi ham muốn.
5. *Thung lũng Nhất thể*:	cái đa thù quy về cái nhất thể; nhất thể của đa thù.

---

[38] Tiếng Anh: *hoopoe*, một loài chim nhiều màu sắc trong vùng tam giác Phi-Âu-Á. Trong truyện thơ này, *hoopoe* là con chim mái.

[39] Simurgh, simorgh, một loại chim trong thần thoại Iran, như phượng hoàng trong thần thoại Trung Hoa.

[40] Tóm tắt theo Aslan, *No god but God*. Tham chiếu bản dịch Anh 1984.

[41] Aslan gọi là "The Valley of Mystery", thung lũng huyền bí; bản dịch Anh, phần Giới thiệu: "the valley of understanding".

[42] Bản dịch Anh, "the valley of independence and detachment": thung lũng độc lập và xả ly.

6. *Thung lũng Kinh ngạc:*[43] các chim mệt mỏi và bối rối bấy giờ xuyên thủng bức màn lưỡng tính và đột nhiên đối diện với tự thể trống không của chính mình.

7. *Thung lũng Vô sở hữu*[44]: tự ngã bị lột bỏ, chúng khoác lên chiếc áo tượng trưng ý nghĩa vong ngã, hòa nhập vào tâm linh vũ trụ.

Cuối cùng tự ngã bị tiêu trừ, đoạn tuyệt. Tiêu trừ tự ngã để hòa nhập vào đại dương thể tính Thượng đế; nghe ra có vẻ âm hưởng của Vedānta: tiểu ngã *ātman* hòa nhập vào đại ngã *Brahman*.

6. Cầu nguyện và tư duy

Bản chất của Sufi là tôn giáo Nhất thần độc tôn. Tin, Yêu và Sợ là động cơ tâm lý chính thúc đẩy, trước hết tìm đến nương tựa nơi đấng Chí Tôn bằng Tình yêu, và sau hết, hòa nhập vào bản thể thiêng liêng, huyền bí là cảnh giới an toàn nhất. Cứu cánh mà Sufi đạt đến là *fanā*, là sự tuyệt diệt tự ngã. Con đường dẫn đến đó phải bằng vào tha lực, bằng vào ân huệ của Thượng đế. Nhưng cầu nguyện để đi vào trạng thái xuất thần huyền bí thì chỉ quỳ lạy và đọc Kinh. Có lẽ, như Aslan nhận định, khi tiếp xúc với các tôn giáo ở Ấn-độ, với những hành trì như kiểm soát hơi thở, các tư thế ngồi, tĩnh tọa tư duy; những điều này đã ảnh hưởng đến phương pháp tu luyện của Sufi. Hai phương pháp tu luyện của Sufi có thể so sánh với các hành trì phổ biến ở Ấn-độ, tìm thấy trong hầu hết mọi tôn giáo: Phật, Ấn, Kỳ-na, v.v. Đó là *dhikr*, mà so sánh ở đây sẽ gọi là trì niệm. Thứ hai, *muraqabah*, so sánh ở đây sẽ gọi là thiền quán, hay quán tưởng.

Dhikr được hiểu là nhớ tưởng hay niệm tưởng, tương tự với *niệm* (Pāli: *sati*, Skt. *smṛti*) của Phật giáo trong lục niệm, hay thập niệm pháp môn. Một Sufi nói: "Giai đoạn thứ nhất của *dhikr* là quên đi tự ngã, và giai đoạn cuối cùng là xóa sạch cái tôi lễ bái trong hành vi lễ bái, không có ý thức về sự lễ bái, và như vậy hòa nhập vào đối tượng lễ bái để ức chế

---

[43] Bản dịch Anh, "the valley of astonishment and bewilderment": thung lũng kinh ngạc và bàng hoàng.

[44] Aslan: the Valley of Nothingness. Bản dịch Anh khác, Sholeh Wolpé, 2017: Valley of Poverty and Annihilation, thung lũng bần hàn và đoạn diệt.

không cho cái tôi lễ bái quay trở lại."⁴⁵

Nói chung, *dhikr* là xưng tụng danh hiệu Chúa, niệm tưởng Thiên ý của Chúa, thường dẫn những đoạn văn thơ từ Qu'ran. Có thể hỗ trợ bằng cách lần chuỗi, tức tràng hạt. Có người nói sử dụng tràng hạt trong *dhikr* là ảnh hưởng từ những người tu Phật. Sự khác liên hệ nó với tràng hạt trong truyền thống Công giáo.

Dhikr có thể được thực hành theo hai lối. Một là *dhikr* phát âm, tương tự như xướng danh trì niệm Phật trong Tịnh độ giáo. Tức xưng tụng danh hiệu Allah bằng cách đọc lớn, lặp lại nhiều lần đoạn thơ văn dẫn từ Qu'ran. Aslan mô tả loại *dhikr* phát âm này nhiều khi kèm theo các động tác như luyện tập theo nhịp thở, hoặc cử động đầu và thân rất nhậm lẹ, tương tự như được thấy ở một số người mới tập thiền hay đọc chú, thân thể dao động lắc lư liên tục. Sự xưng tụng danh hiệu được phát âm càng lúc càng nhanh cho đến khi nó trở thành một tràng liên tục vô nghĩa, mỗi âm tiết phát thanh với một hơi thở ra, gần như tiếng Ả-rập *hu!* hay *he*, nghĩa là Thượng đế.

Tu luyện *dhikr* thứ hai là *dhikr* im lặng, tương tự như tâm niệm trì danh của những người tu Tịnh độ.

Tu tập *dhikr* có thể kèm theo việc kiểm soát hơi thở, mà có người nói do ảnh hưởng từ Phật giáo, nhưng các nhà Sufi chứng minh rằng, hơi thở chính là *ruh*, là hơi thở của Thượng đế. Khi nắn đất thành con người, Chúa đã thổi hơi vào nó để có sự sống. Ý tưởng này cũng không xa mấy với khái niệm về *prāṇa* trong ngôn ngữ Ấn-độ, và *khí* trong văn hóa Trung quốc. Kiểm soát hơi thở có thể bằng cách đếm. "Mỗi hơi thở ra mà không niệm tưởng đến Chúa, đó là chết. Mỗi hơi thở ra mà niệm tưởng đến Chúa, đó là sống."⁴⁶

Dù tu luyện *dhikr* theo phương pháp nào, cứu cánh vẫn là đạt đến trạng thái vong ngã, hòa tan người niệm vào trong đối tượng niệm, cứu cánh *fanā* như đoạn cuối trong bảy giai đoạn hành trình mà Attar diễn tả bằng ngụ ngôn kể trên. Điều này cũng khiến liên tưởng đến pháp môn niệm Phật tam-muội của người tu Tịnh độ; niệm cho đến khi nào không có ta đang niệm, không có Phật được niệm; ta và Phật hòa đồng nhất thể. Nhưng khác nhau, trong *fanā*, hòa tan tự ngã vào bản

---

[45] Dẫn bởi Nicholson, *Mystics of Islam*, p. 48.
[46] Al-Khandāhī, *Gusāda*, dẫn bởi A. Schimmel, *Mystical Dimensions*, tr. 173.

thể Thượng đế. Trong Tịnh độ, *tự tánh Di-đà, duy tâm Tịnh độ*. Không có Phật ngoài ta.

7. Simnānī : ánh sáng thần bí

Simnānī (1261-1336) sinh trong một gia đình quý tộc địa chủ người Ba-tư giàu có nhất ở Semnan, cách Teheran khoảng 200km. Gia tộc nội ngoại của ông đều phục vị chính quyền Mông-cổ và giữ những chức vụ quan trọng, đồng thời tham gia những âm mưu chính trị dẫn đến những vụ hành quyết những người trong gia tộc ông. Cậu ông, Chánh án, bị hành hình năm 1306 (?) theo lệnh của Ghāzān do tham gia âm mưu chống lại vị tể tướng (vizier) của Khả-hãn Ghāzān. Bố ông cũng đã ngồi ghế Thượng thư bộ tài chánh trong một thời gian ngắn, và sau đó chức tể tướng cũng trong một thời gian ngắn, rồi cũng bị hành quyết theo lệnh của Ghāzān, vì dính vào âm mưu phản loạn của những người Mamluk chống lại Ghāzān.[47]

Simnānī được tham gia phục vụ chính quyền Arghūn (Argūn), vị Khả-hãn thứ tư trong triều đại Ilkhanid của người Mông-cổ.

Năm 1258 (có sách nói 1256), Hulagu, cháu nội Thành-cát-tư Khả-hãn (Gengis Khan) tấn công và chiếm Bagdad, lập nên triều đại Ilkhan, thống trị một vùng đất lớn, từ Iran, Iraq, Azerbaijan, cho đến bao gồm cả phía tây Afghanistan và tây nam Pakistan. Ilkhan, theo tiếng Ba-tư, có nghĩa là "Tiểu Khả-hãn", dấu hiệu thần phục Đại Khả-hãn Trung quốc, bấy giờ là Mông-kha.

Vốn nguồn gốc du mục từ các thảo nguyên, sống còn bằng vào vũ lực, các đạo quân Mông-cổ đánh chiếm đến đâu tàn phá đến đó. Bagdad cũng không ngoại lệ. Trên 500 năm xây dựng của các Caliph Abbasid (750-1258), lâu đài, dinh thự, Thánh đường Hồi giáo, thảy đều bị san thành bình địa; các sách sử chép có hơn 9 vạn người bị giết. Tuy vậy, các con cháu của Hulagu về sau có chính sách mềm dẻo, khoan dung hơn. Các Khả-hãn đều theo đạo Phật, cho đến 1295, Khả-hãn thứ 7 là Ghāzān, con trai của Argūn, cải đạo theo Islam.

Argūn theo đạo Phật thuộc hệ Tây Tạng, mặc dù vợ ông theo đạo Thiên chúa; trong triều đình của ông có khá nhiều lạt-ma Tây Tạng. Do thế, Simnānī có khá nhiều cơ hội để hiểu biết Phật giáo, nhưng

---

[47] Jamal Elias, *The Throne Carrier of God*, State University of New York, 1995.

trình độ hiểu biết đến mức nào thì không thấy nói đến. Argūn rất sùng mộ đạo Phật và có thái độ thù nghịch với Islam, dù vậy, ông đặc biệt ưu ái Simnānī, rất nhiều lần thuyết phục Simnānī cải đạo, nhưng Simnānī không nghe theo. Để thuyết phục cho được Simnānī, Argūn nhờ đến một vị sư thuyết phục, nhưng, theo tự thuật của Simnānī trong tự truyện của ông, *Chahil majlis*, ông đã đánh bại vị sư này bằng cách chứng minh sư không hiểu gì về nghĩa lý đích thực của những điều Phật nói. Cách nói tự thuật này không nhất thiết chứng tỏ Simnānī có trình độ nhận thức về Phật giáo khá cao; nhưng điều được biết là Simnānī rất khinh thường không chỉ Phật giáo, mà bất cứ tôn giáo nào phi-Islam. Trong tự truyện, Simnānī tỏ ra rất không có thiện cảm đối với Phật giáo, nhưng trường hợp đặc biệt, ông rất khâm phục sự tiến bộ tâm linh của Bakhsī Parinda, mặc dầu nhà sư này không phải Hồi giáo.[48]

Năm 1284, bấy giờ Simnānī 24 tuổi, theo tự thuật, trong lúc tham dự trận đánh của Argūn với người chú của mình là tướng Alinaq, con rể của Ilkhan Aḥmad Takūdār (con trai thứ 7 của Hulagu), chợt nghe tiếng hô *Allāhu akbar!* (Thượng đế Vĩ đại), gây ra trong Simnānī một kinh nghiệm thần bí. Ông cho rằng Thượng đế đã vén mở bức màn che tối mắt ông để cho thấy một thế giới huyền diệu đang hiện đến.

Ý kiến về hiện tượng thần bí này, tác giả của "Người Gánh Ngai của Thượng đế" lần theo những xung đột tâm lý nghiêm trọng do bởi bối cảnh chính trị, xã hội và tôn giáo bấy giờ. Là một người mà tình cảm tôn giáo cực kỳ nhạy bén, Simnānī chứng kiến sự thần phục của Islam trước một tôn giáo, Phật giáo, mà ông cho là thấp kém, và bản thân ông lại phải phục vụ cho một ông chủ Phật giáo, và khôi hài hơn nữa lại cùng tham dự chiến trận với Arghūn chống lại những người thân thuộc của mình.[49]

Kinh nghiệm này là giai đoạn quyết định trong cuộc đời của ông. Sau đó một thời gian ngắn, kinh nghiệm thần bí khác lại đến với ông; trong chiêm bao, ông mộng được gặp Tiên tri Muhammad, và Abū Yazīd al-Bisṭāmī (mất 875). Từ 1286, ông từ giã chức vụ trong triều, trở về quê Semnan, sống tách rời vợ con, chuyên tâm cầu nguyện và ăn năn những sai lầm từ trước.

---

[48] Dẫn bởi J. Elias, nt., tr. 18. Không rõ thân thế vị sư này.

[49] *The Throne Carrier of God*, Elias, đã dẫn, tr. 53.

Tư tưởng của Simnānī, một phần chịu ảnh hưởng bởi chủ nghĩa Plato mới như các Sufis tiền bối. Phần khác, do những hiện tượng thần bí mà ông đã nhiều lần chứng kiến, được kể là ân huệ mà Thượng đế ban cho. Trong tất cả, tự căn bản, ông không vượt ra ngoài tín ngưỡng của Abraham, tổ phụ chung, và Adam là con người đầu tiên mà Thượng đế đã nắn ra. Simnānī tự cho là đã được thức tỉnh để khám phá ra những quy luật của vũ trụ, ý thức về sự tồn tại của mình và từ đó có nhận thức về sự tồn tại của Hữu thể Tối cao, và mối quan hệ giữa con người và Thượng đế.

Nhận thức của Simnānī về một đấng Hữu thể Tối cao, Thượng đế Sáng tạo, Nhất thể Tuyệt đối, nhận thức này có căn nguyên từ học thuyết về đấng Nhất Thể (Oneness) của Plotinus (khoảng 205-270 Tl.). Nhất thể Tuyệt đối, cái Một Độc nhất, Đơn nhất, bất khả tư nghị, bất khả thuyết, không thể diễn tả. Đó là nguyên lý sáng tạo, từ đó tán phát thành muôn vật. Sự tán phát[50] diễn ra thành bốn đợt. Thứ nhất, từ Nhất thể Tuyệt đối tán phát thành *nous* (*demiurge*) là bản thể thuần nhất, nguyên hình (*archetype*) của vạn vật. Từ *nous* tán phát thành linh hồn thế giới, mà tự thể là phi vật chất, trung gian nối liền giữa bản thể *nous* như là nguyên lý tồn tại với thế giới hiện tượng. Cuối cùng là xuất hiện thế giới hiện tượng.

Ý tưởng về Nhất thể Tuyệt đối của chủ nghĩa Plato mới, xây dựng bởi Plotinus và các môn đệ, đã ảnh hưởng sâu sắc đến tư tưởng của Simnānī, cũng như các tiền bối Sufi của ông. Từ học thuyết về sự tán phát, Simnānī đã xây dựng một hệ thống vũ trụ luận khép kín. Lược đồ vũ trụ của ông cũng xây dựng trên bốn tầng như bốn lớp tán phát của học thuyết Plato mới.

Thượng đế sáng tạo thế giới, nhưng Thể tính Thượng đế là Tuyệt đối thể không hiển hiện, tính thể không thể thăm dò. Từ bản thể tuyệt đối không hiển hiện này tán phát thành Cảnh giới Thần tính (*ālam al-lāhūt*), thế giới của Tuyệt đối thể hiển hiện, trong đó hiển hiện

---

[50] *Emanationism*, chủ nghĩa tán phát trong sáng thế luận. Từ một nguyên lý tối sơ, hay một Thượng đế toàn thiện, một cách vừa ngẫu nhiên vừa tất yếu, lưu xuất, hay tán phát các sự hữu theo nhiều đợt, từ sự hữu này tán phát thành sự hữu khác, mỗi đợt tán phát giảm dần tính toàn thiện. Sự tán phát giống như ánh sáng phát ra tự chiếu sáng nó và cũng chiếu sáng những vật chung quanh.

Danh hiệu vinh quang của Thượng đế: Allāh; tương tự *nous*[51] trong học thuyết Plato mới. Từ Cảnh giới Thần tính xuất hiện Cảnh giới Toàn năng (Realm of Omnipotence) (*ālam al-jabarūt*) trong đó biểu hiện các yếu tính hay phẩm tính thần linh. Thứ đến, xuất hiện Cảnh giới Toàn thống (Realm of Sovereign) (*ālam al-malakūt*), thế giới của các thiên thần. Sau hết, Cảnh giới Nhân loại (*ālam al-nāsūt*), thế giới loài người.

Trong bốn lớp, mỗi lớp phân tán đều bắt đầu từ một tiêu điểm (*mazah*), từ đó vật thể xuất hiện; điểm đó là tấm gương phản chiếu, mà mỗi cảnh giới hiện sau là tấm gương phản chiếu cảnh giới hiện trước.

Tính thể Thượng đế tuy hiển hiện trong Cảnh giới Thần tính, nhưng đó là cảnh giới uyên áo, trí năng con người không thể vươn đến, do đó Thượng đế tự khải thị những yếu tính và những phẩm tính trong cảnh giới Toàn năng (Realm of Omnipotence), để loài người có thể nhận thức được Thượng đế là Sự Sống, là đấng nghe tất cả, thấy tất cả, toàn năng (Realm of Omnipotence), toàn trí, toàn hiện. Thượng đế tự khải thị qua Tiên Tri: "Ta là kho báu ẩn tàng muốn được biết đến, và Ta sáng tạo thành tạo vật để được biết đến."[52]

Simnānī tự thuật, Thượng đế tự khải thị qua bảy Người, bảy vị Tiên tri, qua đó loài người biết đến Thượng đế và được dẫn về đức tin nơi Thượng đế: Adam, Noah, Abraham, Moses, David, Jesus và Muhammad. Chỉ có bảy, không có Người thứ tám.

Bảy vị Tiên tri này tương ứng bảy thể vi tế với 7 huyệt đạo trong con người, và 7 màu sắc, và cũng tương ứng với 7 mức tiến hóa của xã hội con người. Từ trên cơ sở lý thuyết này, Simnānī xây dựng thực hành bằng niệm tưởng (*dhikr*) và quán tưởng của ông.

Trong 7 thể vi tế, mỗi thể được tác thành bởi các tán phát chính và các tán phát phụ. Các thể tiếp theo, tán phát phụ của thể trước trở thành tán phát chính tổ hợp với yếu tố mới là tán phát phụ.

Thể vi tế thứ nhất, tạo thành cơ thể vật lý của con người, cấu trúc bởi tán phát chính là *bệ ngồi* thần thánh và tán phát phụ là *bệ chân*. Thể vi tế này chỉ có nơi con người, phân biệt nó với các động vật khác. Con

---

[51] *nous*, danh từ triết học Hy-lạp, chỉ nguyên lý tinh thần, trí năng, do đó mà nhận thức được cái gì là thật.

[52] Dẫn bởi Elias, sách đã dẫn.

người trong cấp này thuộc trong tình trạng bán khai. Thượng đế tự khải thị với con người đầu tiên là Adam.

Thể vi tế thứ hai, linh hồn. Trong tiến hóa xã hội, nó là vi thể của con người văn minh, biết tổ chức nhân quần xã hội với luật pháp, trật tự; nhưng con người này chưa có đức tin. Thượng đế khải thị qua Noah (Noel).

Thể vi tế thứ ba, quả tim. Cơ thể của con người đã xóa đi phần tối trong vi thể để nhận được ánh sáng của đức tin và trở thành người Hồi giáo, Muslim phân biệt với phi-Muslim. Tiên tri trong giai đoạn tiến hóa này là Abraham.

Thể vi tế thứ tư, ý thức. Với vi thể này, con người đạt đến trình độ hoàn thiện tâm linh, thành con người Muslim thành tín (*mu'min*), tuân phục Thiên ý của Thượng đế Allah. Tiên tri trong trình độ này là Moses.

Thể vi tế thứ năm, tâm linh, thành vị Thánh trong Hồi giáo. Tương ứng với Tiên tri David.

Thứ sáu, huyền nhiệm. Vi thể này là vị Tiên tri. Đó là Jesus được Thiên Chúa ban cho khải thị, trong khi các vị trên kia chỉ là những Thiên sứ mang thông điệp về những luật lệ của Chúa cho loài người trong từng thời kỳ khác nhau. Trong Hồi giáo, tất cả thiên sứ đều là tiên tri, nhưng không phải tất cả Tiên tri đều là Thiên sứ. Tín lý Hồi giáo tin tưởng Jesus cũng chỉ là một Con người, như Tiên tri Muhammad.

Thứ bảy, thực tại, thể chân thật được thể hiện nơi thể chất của Muhammad, đó là dấu ấn của các tiên tri; vì khi con dấu đã được ấn xuống, kế hoạch đã quyết định, không còn gì phải thêm nữa. Trong lịch sử nhân loại, đến đây là vị Tiên tri cuối cùng.

Bảy vi thể nói trên tương ứng với 7 màu sắc, theo thứ tự: tối, xanh (thanh thiên), đỏ, trắng, vàng, đen, xanh.

Trừ màu tối, sáu màu còn lại có thể tìm thấy tương đồng của chúng ở Ấn-độ, trong thuyết của các nhà tu *ājivika* được nói trong kinh Phật mà Hán dịch là "tà mạng ngoại đạo".[53]

Bảy vi thể này cũng được giả thiết có nguồn gốc liên hệ đến thuyết 7 xa

---

[53] A VI *Chaḷabhijātisuttaṃ*, PTS iii. 383, có sáu màu cho sáu đẳng cấp xã hội.

luân (*cakra*) trong *Haṭha yoga*. Mặt khác, cơ thể con người được cấu tạo bởi bốn nguyên tố, đồng nhất với bốn đại chủng (*mahābhūta*), quan niệm phổ biến về vật chất cơ bản trong truyền thống tư duy Ấn-độ, chung cho cả Phật giáo.

Trong lý luận của Simnānī, (a) linh hồn được cấu tạo bởi nguyên tố đất mà với tự tính vật chất nó hàm bản chất thấp hèn và giải đãi; nhưng khi được ánh sáng tâm linh rọi vào bản chất thấp hèn được biến đổi thành trong sạch, và bản chất giải đãi thành kiên trì.

(b) Nguyên tố nước cấu tạo thành quả tim với bản chất nhiều ham muốn và chỉ quan tâm đời hiện tại; khi được tịnh hóa, nó biết quan tâm đến phúc lạc sau khi chết.

(c) Nguyên tố không khí tác thành nội thể với bản chất đam mê và yêu bản thân; khi được soi sáng, nó trở thành tình yêu Thượng đế và chuyên tâm thờ phụng.

(d) Nguyên tố lửa tác thành tâm, hay tinh thần, với bản chất kiêu và sân; được soi sáng, nó trở thành nhân từ và thành tín.

Như vậy, từ những nguyên tố thấp hèn tạo thành cơ thể con người, mà Thượng đế tạo ra bằng sự bất toàn ấy là để thử thách và đồng thời cũng ban cho con người tiềm năng hoàn thiện. Con người có thể tự hoàn thiện và tiến hóa từng bậc theo bảy cấp vị thế và cũng theo từng giai đoạn lịch sử xã hội, để cuối cùng lên đến cấp thứ bảy, thân cận Thượng đế.

Trên cơ sở lý luận như vậy, Simnānī vạch ra Đạo lộ Sufi, quá trình con người hoàn thiện tự thân để phát triển đến vị thế cuối cùng, để nhận thức được bản thể huyền nhiệm của Thượng đế. Khởi đầu với sự khước từ mọi tham luyến thế gian, xem cõi đời này tạm bợ, thực hành các kỷ luật tu đạo nghiêm khắc, tuyệt đối tuân theo sự hướng dẫn của một vị thầy kinh nghiệm thần bí, chuyên tâm cầu nguyện, tu luyện *dhikr*, cho đến mức tất cả tan biến duy chỉ tồn tại độc nhất hình ảnh Thượng đế.

Simnānī nêu ra 8 điều kiện cho sự tu:

1. Kiểm soát các cảm quan ngoại tại.
2. Duy trì trạng thái liên tục tính thuần tịnh nghi lễ.
3. Liên tục nhịn ăn.
4. Liên tục im lặng.
5. Liên tục niệm tụng chân ngôn "Không có thần nào (không

có thượng đế nào) khác mà chỉ có Một Thần (duy nhất một Thượng đế Allah).
6. Liên tục loại trừ các tạp niệm tán loạn.
7. Hoàn toàn đặt hết trái tim vào sự hướng dẫn thần bí.
8. Dứt tuyệt những hoài nghi về Thượng đế.[54]

Con số tương đương với 8 chi *yoga* của Patañjali, nhưng nội dung không hoàn toàn tương đồng. Tuy vậy, ý nghĩa chính yếu vẫn là những điều kiện thiết yếu cho người tu thiền hay *yoga*, duy chỉ khác về đối tượng cầu nguyện hay quán tưởng.

Trong thực hành, Simnānī vẫn áp dụng *dhikr* theo truyền thống Sufi, với những cải thiện đặc biệt căn cứ trên cơ sở tâm lý học thần bí như được mô tả trong thuyết tán phát và bảy vi thể. Có ba điểm đặc biệt trong đây; tư thế ngồi, phương pháp thở, quán tưởng ánh sáng.

Người tập *dhikr*, trước hết ngồi tréo chân, đặt chân phải lên chân trái; đặt bàn chân trái lên chân phải, rồi đặt bàn tay phải lên bàn tay trái, mặt hướng về Mecca nếu ngồi tập một mình; mặt hướng về một vòng tròn, nếu ngồi chung với nhiều người. Bắt đầu đọc cầu nguyện. "Allāh! Không có thần nào, duy chỉ một Thần[55]. Tôi nương tựa nơi Thần. Ngài là Thần ngự trên tòa uy nghiêm…"[56]

Đọc ba lần, sau đó tưởng tượng hình ảnh vị thầy trong tim như là đang hiện diện trước mình.

Tu trì *dhikr* bằng cách niệm tụng câu "Allāh! Không có thần nào, duy chỉ một Thần" bằng tiếng Ả-rập: *lā ilāha illā Allāh*. Cách đọc chân ngôn này như sau, phân thành bốn nhịp: (i) Vận dụng hết sức thở ra với âm *lā* từ rốn; (ii) thở vào với các âm *ilāha* dẫn hơi xuống ngực phải; (iii) thở ra với *illā* từ phải sang trái; (iv) rồi lại thở vào với âm *Allāh* dẫn hơi đến trái tim vật lý hình quả tùng nằm bên ngực trái. Khi từ *Allāh* đạt đến tim, nó đốt cháy mọi dục vọng của hành giả.[57]

Theo Simnānī, khi một Sufi tu tập chuyên sâu *dhikr*, vị ấy sẽ có ánh

---

[54] Dẫn theo Elias, *The Throne Cairier*, nt. tr. 120.

[55] Allāh, Anh dịch là *God*, người Nhật và Hoa dịch là *Thần*. Tương đương với *Thiên* trong Kinh Phật. Người Việt trước đây theo các Linh mục dạy Thần học và Triết Tây phương dịch là Thượng đế, tức "Vua trên trời."

[56] Elias, như trên, tr. 126.

[57] Elias, nt. tr. 127.

sáng phát sinh từ niệm tưởng, tùy theo trình độ mà thấy có nhiều màu sắc khác nhau. Đây được nói là ánh sáng của tình yêu xuất hiện qua quá trình niệm tưởng. Màu của các nguyên tố vật lý tạo thành cơ thể con người vốn là màu tối như khói. Chỉ khi nào bắt được ánh sáng của Muhammad mới xóa tan được màn khói này.

Luồng ánh sáng tăng, và màu sắc thuần tịnh cũng tăng theo. Ánh sáng rọi đến bắt đầu từ Cảnh giới Toàn thống (Realm of Sovereign) tạo thành màu sắc huyền bí. Ánh sáng rọi vào trái tim hành giả trong giai đoạn trung gian là ánh sáng của cảnh giới Toàn năng (Realm of Omnipotence). Hành giả trải qua bảy tầng vi thể cho đến cuối lộ trình là đạt đến nhận thức bản thể thần linh. Mỗi tầng có một màn che tạo thành bởi một vạn lớp; hành giả phải lần lượt gỡ bỏ màn tầng này để qua tầng khác. Thứ tự thăng tiến, thấp nhất từ cảnh vực vật lý, màn che thứ nhất tối và vẩn đục. Màn che thứ hai, che linh hồn, bên ngoài màu xanh (thanh thiên), bên trong xanh lục (lá cây). Màn thứ ba, che trái tim, màu đỏ. Màn thứ tư, trắng. Màn thứ năm, vàng. Thứ sáu, đen huyền. Cuối cùng là màn che thuộc vi thể của thể chân thật, được mô tả như màu xanh lục, hoặc như ánh sáng cực tinh tế nên không có màu sắc gì.[58]

Ánh sáng xuất hiện như thế không phải chỉ đặc biệt với các Sufi Islam. Những người tập thiền hay *yoga* cũng thường bắt gặp như vậy. Buddhaghosa trong *Thanh tịnh đạo luận*[59] nói, hành giả tập trung vào một đối tượng cho đến khi thấy ánh sáng xuất hiện, đó gọi là *tướng* (*nimitta*), nghĩa là dấu hiệu hay tín hiệu của định. Ánh sáng này có thể giống như một chùm châu ngọc, hoặc như một làn khói, hoặc như lớp mây mỏng. Các nhà khảo cứu đã phỏng vấn những vị tập Thiền Tây Tạng và Vipassanā, và theo kết quả thí nghiệm với những người tu thiền, các trường hợp tương tự cũng đã xảy ra.[60]

---

[58] Elias, nt. tr. 136.- Cf. Jamal J. Elias, *Sufi dhikr Between Meditation and Prayer*, in Meditation in Judaism, Christianity and Islam: Cultural Histories. Edited by Halvor Eifring; Bloomsbury Academic, 2013.

[59] *Visuddhimagga*, bản Anh, Bhikkhu Nāṇamini, *The Path of Purification*, 2010, tr. 121.

[60] *A phenomenology of meditation-induced light experiences: traditional buddhist and neurobiological perspectives*, Jared R. Lindahl, Christopher T. Kaplan, Evan M. Winget, and Willoughby B. Britton. Edited by Zoran Josipovic, NewYork University, USA Published 2013 in Frontiers in Psychology 4.

Họ phân loại các hiện tượng ánh sáng này thành hai loại. Loại thứ nhất, hình thái ánh sáng tinh tế. Các thí nghiệm viên báo cáo, có người thấy nó như những hình cầu, hoặc những viên ngọc, hoặc những chấm sáng. Các hình thái ánh sáng này có màu sắc khác nhau.

Loại thứ hai, ánh sáng khuôn mẫu và phân tán: nhấp nháy, điểm ảnh (pixelation), sáng rực. Kinh Phật cũng nói đến ánh sáng trong trình độ đệ tứ thiền với ví dụ: Như người ngồi trùm kín một tấm vải trắng tinh từ đầu đến chân; người nhập đệ tứ thiền cũng vậy, cảm thấy thân này toàn một màu trắng tinh.

Kinh nghiệm tu thiền trong các truyền thống Phật giáo cho biết tùy theo trình độ và tùy theo pháp môn thiền mà xuất hiện các loại ánh sáng khác nhau.

Các nhà khoa học căn cứ trên viễn tượng sinh lý não học để giải thích các hiện tượng này. Cơ bản, có ba nguyên nhân để thấy ánh sáng khi mắt nhắm: khiếm khuyết giác quan, cô lập tri giác, tổn thương thị giác.

Tổn thương thị giác (visual impairment) gây nên Hội chứng Charles Bonnet[61], xuất hiện các ảo giác thị giác (visual hallucinations) và các kinh nghiệm liên hệ ánh sáng.

Những người tu thiền thấy ánh sáng do hai nguyên nhân đầu. Khiếm khuyết giác quan, và cô lập tri giác, do các vị này ngồi yên một chỗ, kiểm soát và khống chế các giác quan: không thấy nghe, không quan hệ xã hội, không vận động. Trong khi tập trung chú tâm vào một mục tiêu, trong Phật giáo thường là hơi thở và kinh hành, mà khả năng duy trì tiêu điểm trong mục tiêu và ngăn cấm kích thích từ các mục tiêu gây nhiễu khác, đây là dấu ấn của trình độ thiền. Nhận kích thích từ mục tiêu và ngăn kích thích từ những phi mục tiêu, đây là hoạt động của điện não với tần số sóng não nhanh (sóng gamma) liên tục thay đổi nhau với tần số sóng não chậm (sóng alpha).

---

[61] Charles Bonnet Syndrome, hội chứng rối loạn thị giác thuộc tâm sinh lý, và kinh nghiệm về những ảo giác thị giác phức hợp nơi người mù bộ phận hay mù nghiêm trọng. Phân biệt *ảo giác* (hallucination) và *ảo ảnh* (illusion). *Ảo giác*, tri giác khi không kích thích ngoại giới. Những hình ảnh ảo giác rất sinh động, như có thực, được tri giác như là định vị trong một không gian khách quan ngoại giới. Hình ảnh ảo giác khác với chiêm bao. *Ảo ảnh*, rối loạn giác quan, khiến thực tại bị bóp méo, biến dạng.

Sự chú tâm này có thể liên hệ đến hiệu ứng lưu ảnh (afterimage effect), như khi chăm chú nhìn vào một màu khá lâu, màu ấy tự nhiên biến mất và màu khác xuất hiện, thường là màu bù. Thí dụ khi nhìn chăm chú vào một điểm trắng trong một khung hình có các màu khác. Các tế bào hình nón trong võng mạc, là những thụ thể (receptor) tiếp nhận màu sắc, với ba màu chính: đỏ, xanh (thanh thiên) và xanh lục (lá cây). Do bởi nhìn lâu, các tế bào hình nón này mệt mỏi, không tiếp nhận màu trắng được chăm chú nhìn ấy nữa; thông tin bị ngăn chận, màu trắng không được tiếp nhận nên biến mất, thay vào đó là màu bù, gọi là hiệu ứng lưu ảnh. Màu bù là cặp màu mà khi kết hợp, chúng loại trừ lẫn nhau, như đỏ<>lục lam (red-cyan), xanh lục<>đỏ tươi (green-magenta), xanh thanh tiên<>vàng (blue-yellow).

Tất nhiên còn một số hiện tượng trong tập thiền chưa thể khảo cứu tường tận để có kết luận dứt khoát. Tuy vậy, những thị kiến linh ảnh, hay nghe tiếng nói thần thánh, phần lớn là ảo giác như là kết quả của phản ứng tâm sinh lý, do chú tâm cao độ hay ám ảnh trầm trọng. Không lạ gì mà trong mọi tôn giáo đều có những hiện tượng "linh thiêng" cá biệt, chỉ được thừa nhận bởi những người trong đạo, người ngoài đạo không tin tưởng sẽ nói đó là ảo giác.(*)

T.S.

(*) Tiếp theo kỳ sau:
"Thiền và Thiên chúa giáo"

THIỀN TRÚC LÂM
TƯ TƯỞNG TRIẾT LÝ
❦
PHƯƠNG PHÁP THIỀN HỌC

- ĐINH QUANG MỸ -

DẪN KHỞI.

Trên đại thể, toàn bộ hệ thống Phật học được phân chia dưới ba bộ loại lớn: Giới, Định và Huệ. Trong đó, Giới học chỉ giới hạn trong các sinh hoạt của Tăng lữ. Vì vậy, giản ước đến kỳ cùng, người ta thấy rõ tư tưởng của Phật học phát triển y cứ trên hai điểm cốt yếu: Định và Huệ; hay nói theo các dụng ngữ thịnh hành tại Trung Hoa, và cả Việt Nam, đó là: Giáo và Quán.[1]

Phật giáo tại Ấn-độ là sự phát triển đồng hành của cả ba bộ loại lớn: Giới, Định và Huệ. Nhưng đối với Phật giáo Trung Hoa, sự phát triển đó nhất định bắt nguồn từ hai phạm vi riêng biệt, và bổ túc lẫn nhau: Giáo và Quán.

Riêng tại Việt Nam, chỉ cần nhìn vào các hoạt động thực tế của các Thiền sư kể từ thời nội thuộc nhà Đường cho đến ngày nay, nhất là nhìn vào khả năng sáng tác của họ với số lượng hiếm hoi, người ta cũng có thể thấy rõ chiều hướng phát triển của đạo Phật tại đây. Sự phát triển này, một cách nào đó, chỉ thuần là sự khai triển về mặt Quán.

---

[1] Xem chương iii. Luận Tập số 3.

Vậy, nói đến Phật giáo Việt Nam, chỉ có thể nói đến khía cạnh thực hành của nó, nghĩa là những sinh hoạt của nó đã diễn ra như thế nào theo đà phát triển của lịch sử và xã hội Việt Nam. Và rồi, nói đến Thiền tông Việt Nam, người ta cũng không thể nói gì hơn là những nỗ lực của nó cho một lề lối sinh hoạt Thiền; tức là các phương pháp hành Thiền, được sáng tạo và được thích ứng như thế nào để phù hợp với đời sống thường nhật của một nhà sư trong xã hội Việt Nam, qua các biến chuyển của lịch sử.

Tuy nhiên, người ta cũng thấy rõ rằng, mặc dầu nỗ lực cho một phương pháp Thiền học khả dĩ thích ứng với điều kiện của lịch sử và xã hội Việt Nam, Thiền học Việt Nam thực sự đã chịu ảnh hưởng của Thiền Trung Hoa rất lớn về mặt thuyết lý. Do đó, trước khi nói thẳng vào phương pháp Thiền học được thực hành tại đây, chúng ta sẽ lược qua một vài điểm cốt yếu về Thiền như đã từng được thiết định tại Trung Hoa.

I. TÔNG CHỈ CỦA THIỀN TRUNG HOA[2]

Tại Trung Hoa, người ta có thể ghi dấu hai giai đoạn phát triển của Thiền tông. Giai đoạn thứ nhất, tất cả tinh yếu của Thiền, theo truyền tụng của lịch sử Thiền tông, được y cứ trên kinh *Lăng-già*, một bản kinh được nói là do Bồ-đề-đạt-ma trao lại cho Huệ Khả. Giai đoạn thứ hai, khởi đầu từ Huệ Năng, mà kinh *Kim cương* nghiễm nhiên trở thành địa vị then chốt.

Tư tưởng chính yếu trong kinh *Lăng-già* là nói về Thánh trí tự chứng, tức là sự chứng ngộ nội tại của Phật. Vì sự chứng ngộ đó vốn là siêu việt, nên trong chương mở đầu của bản Hán dịch của *Lăng-già bốn quyển* kê khai 108 cú, nghĩa là tất cả những song quan luận, những mâu thuẫn nội tại của tư tưởng và ngôn ngữ; kết quả làm nổi bật sự bất lực của ngôn ngữ trước thực tại siêu việt. Chứng ngộ của Thiền, mà các ký sự và các ngữ lục của các Thiền sư, cũng tương tự như thế. Nhưng họ diễn tả một cách cụ thể hơn, chẳng hạn nói, ai ăn thì biết no, ai uống thì tự mình biết đã khát.

Tư tưởng của kinh *Kim cương*, dưới con mắt của Thiền tông, qua cơ duyên ngộ đạo của Lục tổ Huệ Năng, được qui kết trong một câu thời

---

[2] Trong tiết Một, trình bày tổng quát về Thiền tông Trung Hoa, tài liệu chính căn cứ trên các bộ *Thiền luận* [*Esays in Zen Buddhism*] của Suzuki, quyển I bản Việt của Trúc Thiên; quyển II bản Việt của Tuệ Sỹ, nxb An tiêm, Saigon 1971-1972.

danh của kinh: Ưng vô sở trụ nhi sinh kỳ tâm 應無所住而生其心. Nói cách khác, đó là tư tưởng vô trụ xứ trong nền triết học Bát-nhã. Vô trụ xứ có thể được hiểu trên hai phương diện. Về mặt trí tuệ, đó là cái thấy về bản tính không sinh không diệt của vạn hữu. Về mặt sinh hoạt thực tế, đó là lý tưởng Bồ tát đạo, không trụ sinh tử và không trụ Niết Bàn.

Tại Việt Nam, nếu chúng ta căn cứ trên tính cách truyền thừa của hai dòng Thiền Tì-ni-đa-lưu-chi và Vô Ngôn Thông, cùng với sự liên hệ của chúng với Thiền Trung Hoa, thì có thể cho rằng Thiền của Tì-ni-đa-lưu-chi vốn trực tiếp chịu ảnh hưởng của kinh *Lăng-già*. Sự kiện này không được ghi chép rõ trong các tài liệu của Việt Nam và của Trung Hoa. Nhưng chúng ta suy luận từ chỗ ngài Tì-ni-đa-lưu-chi được truyền thừa từ Tổ Tăng Xán, lúc mà Thiền tông Trung Hoa chưa chuyển hướng sang trọng điểm vô trụ xứ của kinh *Kim cương*. Đằng khác, căn cứ trên lối điểm đạo giữa Tăng Xán và Tì-ni-đa-lưu-chi cũng có thể chứng tỏ điều đó.

Dòng Vô Ngôn Thông được truyền thừa từ Bách Trượng tức là sau Huệ Năng, và đó là lúc Thiền Trung Hoa đã lấy kinh *Kim cương* làm nền tảng.

Sau này chúng ta sẽ thấy cả hai dòng Thiền tại Việt Nam đã lần hồi tự tìm ra những phương pháp hành Thiền riêng biệt, trong liên hệ như thế nào giữa hai kinh điển *Lăng-già* và *Kim cương*.

Khởi thủy, tông chỉ của Thiền Trung Hoa được ghi nhận với chủ trương trực chỉ nhân tâm kiến tánh thành Phật 直指人心見性成佛. Để phân biệt với Thiền được phát triển từ Huệ Năng về sau, người ta gọi giai đoạn sơ khởi này là Thiền trực chỉ. Tuy nhiên, nói chung, trước hay sau Huệ Năng, Thiền vẫn là trực chỉ. Nhưng nếu căn cứ trên kinh *Lăng-già* mà phô diễn, thì trực chỉ đó mang tính chất tiệm nhiều hơn đốn nổi bật rõ rệt. Đằng khác, trước Huệ Năng, tông chỉ của Thiền vẫn chỉ là hệ luận rút ra từ các kinh điển Đại thừa. Nhưng từ Huệ Năng về sau, người ta mới thấy có sự tự lập, với một tông chỉ độc đáo không cần đến các quan điểm triết lý căn bản của Đại thừa. Do đó, Thiền tông từ bấy giờ đã không sử dụng các thuật ngữ của Đại thừa đúng theo quán lệ của chúng. Đây là điều có thể thấy rõ nơi các ngữ lục của Thần Hội.

Thần Hội là một đệ tử của Huệ Năng, nhưng hình như chưa được chứng ngộ khi Huệ Năng còn tại thế. Dù vậy, trong việc thiết lập cho Thiền một tông chỉ đứng hẳn ngoài Đại thừa cố hữu, phải nói là do công trình vận động của Thần Hội. Nói là vận động, vì sau khi Huệ Năng mất, chủ trương đốn ngộ không được phổ biến. Quả thực Huệ Năng được thầy truyền y bát, nhưng uy tín không đương nổi với Thần Tú chủ trương tiệm ngộ. Với đại danh "Lưỡng kinh pháp chủ, tam đế quốc sư," người ta có thể thấy địa vị lớn của Thần Tú cho đến cả sau khi Huệ Năng đã tịch. Phải đợi khi Thần Hội mở các cuộc tranh luận công khai với các môn đệ tiệm ngộ của Thần Tú và khuất phục họ, bấy giờ tông chỉ Thiền đốn ngộ của Huệ Năng mới bắt đầu hưng thịnh.[3]

Căn cứ vào những diễn biến đó, chúng ta có thể thấy thêm một ít điểm khác nhau giữa hai dòng Thiền của Việt Nam.

II. PHƯƠNG PHÁP THIỀN HỌC TRUNG HOA

Khảo sát về diễn tiến lịch sử của các phương pháp Thiền học Trung Hoa sẽ giúp ích chúng ta rất nhiều, khi muốn định rõ bản chất của Thiền học Việt Nam.

Tại Trung Hoa, trước thời Huệ Năng, và cả đến sau Huệ Năng một thời gian, con đường dẫn tới ngộ Thiền căn cứ trực tiếp trên các đối thoại giữa Thiền sư và môn đệ. Người học Thiền luôn luôn đặt dưới sự cảnh giác của một minh sư, mặc dù phải dốc hết tự lực.

Hệ thống công án chỉ được phát triển khi Thiền đã quảng bá trong nhân gian. Bấy giờ, sự thực hành đòi hỏi nỗ lực riêng của người học Thiền rất lớn, minh sư chỉ giữ vai trò ấn chứng sở ngộ, khi mà sự thực hành đã đi đến giai đoạn chín mùi.[4]

Trong các ký lục của các Thiền sư đời Tống, nhất là của Đại Huệ,[5] người ta thấy sự thực hành công án được chia hai giai đoạn rõ rệt, có thể mệnh danh là hai giai đoạn chứng ngộ: ngộ chết và ngộ sống. Ngộ chết tức là người học Thiền đã tự mình khám phá ý nghĩa cùng tận của công án. Nhưng sở ngộ đó chưa đủ giải quyết tất cả các công án khác. Do đó, sau khi đạt tới chỗ ngộ chết, tức là sở ngộ chỉ giới hạn trong việc giải

---

[3] Cf. *Hồ Thích Văn Tồn*, tập IV, quyển 2, các bài: Lăng già tông khảo, Lăng già sư tư ký tự, Hà Trạch Đại sư Thần Hội truyện, Thần Hội Hòa thượng di lập tự.

[4] Cf. Suzuki, *Esays in Zen Buddhism* ii, p. 75ff. Tham chiếu bản Việt.

[5] Cf. *Đại Huệ Phổ Giác Thiền sư Ngữ Lục*, T.74, No 1998.

quyết một công án riêng biệt mà người học Thiền đã chọn lựa để tự mình tham cứu, người học Thiền còn phải nỗ lực đi tới giai đoạn quyết định, và lúc này rất cần thiết sự chỉ điểm của một minh sư, để người học Thiền ngộ được tất cả những công án mà mình không hề tham cứu; vì rằng, Thiền chủ trương, ngộ một cái là ngộ tất cả mọi cái.

Dần dần Thiền càng được quảng bá sâu rộng trong nhân gian, và theo đó phương pháp hành Thiền cũng càng được mở rộng cho tất cả mọi trình độ. Tức là, nó không chỉ giới hạn trong các hàng thượng căn, trong các phần tử thượng lưu trí thức. Như vậy, cho đến đời nhà Minh, phương pháp niệm Phật đã được đưa vào Thiền để hỗ trợ cho các lối tu tập công án. Bên ngoài là niệm Phật, nhưng thực chất vẫn là hành trì công án. Tức là, thay vì tham cứu các công án hiểm hóc của Thiền tông chính hiệu, bấy giờ người học Thiền có thể lấy một danh hiệu Phật làm câu thoại đầu. Niệm liên tục cho tới khi người niệm, danh hiệu niệm và Phật được niệm, tất cả được nhồi thành một khối vô phân biệt. Đó là chỗ cứu cánh mà các lối tu tập công án chính hiệu cũng nhắm đạt tới.[6]

Nói rộng hơn nữa, phương pháp hành Thiền không còn giới hạn trong tham cứu công án niệm Phật, mà vẫn có thể thực hành các lối trì tụng chân ngôn để hỗ trợ. Tụng các câu chú phiên âm thẳng từ tiếng Phạn, người tụng không hiểu ý nghĩa gì trong đó, tụng một cách vô ý thức và vô nghĩa, lối tụng đó mang bản chất y hệt của thực hành công án.

Theo đó, thì nếu phát biểu đến một lúc nào đó, Thiền có thể vay mượn tất cả pháp môn của bất cứ tông phái nào, miễn là bản chất vẫn y nhiên là thực hành công án. Dĩ nhiên, mức độ căng thẳng tâm lý sẽ giảm thiểu, so với việc tu tập công án chính hiệu. Càng giảm bớt những căng thẳng tâm lý trong việc thực hành, Thiền càng dễ quảng bá trong quần chúng, và bất cứ ai với bất cứ trình độ trí thức nào tình cảm nào đều cũng có thể tu theo đạo Thiền được cả.

Đó là tất cả chiều hướng phát triển tất nhiên của Thiền tông Trung Hoa. Tại Việt Nam, chúng sẽ được thấy cùng một chiều hướng phát triển đó. Dĩ nhiên, có những sáng tạo riêng của nó. Chúng ta sẽ thấy trong tiết sau.

---

[6] Cf. Suzuki, loc.cit, p. 115ff.

PHƯƠNG PHÁP THIỀN VIỆT NAM: TỪ CÔNG ÁN ĐẾN BÁI SÁM.

Trước thời nhà Lý, sự phát triển hai dòng Thiền tại Việt Nam như cuộc ghi chép trong tài liệu duy nhất hiện còn là *Thiền uyển tập anh*, hầu như chỉ phát triển trên các hoạt động xã hội và chánh trị ít có liên hệ đến tư tưởng triết lý hay văn học. Các Thiền sư, kể từ thời sư Định Không, thế kỷ IX trở xuống, trước khi thị tịch, thay vì để lại các bài kệ phó pháp, các ngài hầu hết để lại những sấm ngôn liên quan đến tương lai chính trị của Việt Nam. Xem thế thì, Phật giáo tại Việt Nam đã bắt đầu bằng những hoạt động chánh trị và xã hội hơn là các vấn đề tinh thần khác. Thiền tông cũng nằm trong chiều hướng phát triển đó.

Nói là hoạt động chánh trị và xã hội, ở đây không có nghĩa là bỏ rơi các hoạt động tôn giáo. Vì tất cả phải dựa trên yếu tố tôn giáo mới có thể thực hiện được những mục tiêu đó trong các sinh hoạt thường nhật của quần chúng. Chính do các hoạt động này, chúng ta sẽ thấy yếu tố tín ngưỡng tôn giáo nổi bật nhất trong các hoạt động của đạo Phật của Việt Nam, và Thiền tông cũng không có ngoại lệ. Người ta thấy, các Thiền sư trước thời Lý, thuộc dòng Thiền Tì-ni-đa-lưu-chi, đa số đều hành Thiền bằng các phương pháp trì tụng chân ngôn. Tức là Thiền chịu phát triển theo chiều tín ngưỡng tôn giáo một cách rõ rệt. Đây là điểm hết sức hệ trọng, phải dành một chương riêng mới có thể nói hết. Chương sau sẽ bàn kỹ hơn.

Ở đây, chúng ta bắt đầu, từ chỗ thuần túy của Thiền đến sự phát triển phức tạp của nó, tức là sự phát triển từ Thiền Công án đến Thiền Bái sám. Và có thể nói đó chính là tất cả chiều hướng phát triển của Thiền tông Việt Nam từ khởi thủy cho đến khi phái Trúc Lâm xuất hiện.

I. THIỀN CÔNG ÁN

Hình như phải đợi đến sư Viên Chiếu đời Lý người ta mới thấy hệ thống công án được truyền vào các dòng Thiền Việt Nam. Như thế, trước đó thì sao?

Vấn đề tạm thời có thể giải thích như thế này. Trong giai đoạn đầu, nỗ lực chính của các Thiền sư là vận động cho một ý nghĩa chính trị nào đó. Cho tới ngài Vạn Hạnh, thì mục tiêu này đã được thành tựu đúng như sở vọng. Những hoạt động tôn giáo, để làm đà cho các vận động chính trị và xã hội trước kia, kể từ đây về sau sẽ nhường lại cho một cuộc vận động khác, mà chúng ta có thể nói ngay đó là các hoạt động văn học. Những hoạt động này, sẽ tạo cho Thiền tông Việt Nam, một phần chịu ảnh hưởng các trào lưu văn học Phật giáo Trung Hoa đã phát triển toàn bích, một đằng thích ứng nó với truyền thống cố hữu mà các tiền bối đã dựng xong nền tảng. Nhưng lý do thiết yếu hơn, kể từ khi nhà Lý được thiết lập, dân tộc Việt Nam thoát khỏi ách thống trị của Trung Hoa; bấy giờ với một cơ chế chính trị và xã hội độc lập, tự chủ, là lúc đủ điều kiện tốt đẹp cho những nỗ lực về tinh thần, nói chung và những hoạt động về văn học, nói riêng.

Nhưng vì, trải qua thời gian nội thuộc với các triều đại Trung Hoa quá dài, trong một sớm một chiều, những nỗ lực hoạt động này chưa thể tạo nên những kích thước riêng cho quốc gia và dân tộc. Và vì thế phải phần nào mô phỏng theo Trung Hoa. Từ đấy cho mãi đến cận đại, sự mô phỏng vẫn chưa bao giờ chấm dứt. Nhìn ngay vào tình trạng đó, chúng ta mới thấy nỗ lực không cùng của Thiền học Việt Nam. Trong đó, các đường lối hành trì của các Thiền sư là điểm đáng kể nhất.

Ở đây, cũng nên ghi lại hai trường hợp truyền tâm ấn đầu tiên của hai phái Thiền Việt Nam. Sau đó, sẽ thảo luận một vài chi tiết trong các vấn đáp của Viên Chiếu. Căn cứ theo đó, chúng ta giả thiết một chiều hướng đã có thể có cho hệ thống công án tại Việt Nam. Cuối cùng, căn cứ *Thượng sĩ Ngữ Lục* chúng ta có thể xác định mức phát triển cao độ có thể của hệ thống công án này.

Tì-ni-đa-lưu-chi và Pháp Hiền. Mẩu đối thoại giữa hai Thiền sư này trở thành hai giai thoại lịch sử khá hào hứng trong giới học giả Việt Nam ngày nay. Khi mới sang Việt Nam, Tì-ni-đa-lưu-chi gặp Pháp Hiền tại chùa Chúng Thiện, hỏi:

- *Chú họ gì?*

Pháp Hiền trả lời:
- *Đố Hòa thượng biết?*

Tì-ni:
- *Chú không có họ ư?*

Pháp Hiền:
- *Họ (tánh) tức chẳng phải không, nhưng Hòa thượng làm sao hiểu?*

Tì-ni quở:
- *Hiểu để làm gì?* ...⁷

Câu chuyện ngắn, nhưng cả về phương diện tư tưởng và lịch sử của nó hàm tàng nhiều nghi vấn. Chúng ta không cần giải quyết những nghi vấn này ở đây, nhưng cũng có thể ghi một vài nhận xét, trong liên hệ của chúng ta.

Điểm then chốt của mẩu đối thoại là câu trả lời của Pháp Hiền: *Tánh tức bất vô.* Hiển nhiên là một trường hợp chơi chữ giữa hai chữ tánh: *Tánh* 姓 là họ và *tánh* 性 là bản tánh hay tự tánh. *Tánh tức bất vô* chắc chắn đề cập tới một yếu lý của tư tưởng Bát-nhã: *Vô tự tánh tánh,* nghĩa là tự tánh của vạn pháp là không tự tánh. Các kinh Bát-nhã thường diễn giải ý nghĩa đó trong một câu như thế này: *Dĩ vô tự tánh vô tánh cố:* Vì lấy cái không tự tánh mà làm tự tánh vậy. Nói cách khác, vô tự tánh tức là tự tánh, đúng như câu trả lời của Pháp Hiền: *Tánh tức bất vô.*

Sau nữa, câu trả lời của Pháp Hiền đặt lại một nghi vấn lịch sử. Theo mẩu chuyện như thế, chúng ta biết rằng Pháp Hiền như đã tinh thông trong một giới hạn nào đó về tư tưởng Bát-nhã. Vậy, hoạt động của các nhà Tam luận tông, mà đặc biệt là Cát Tạng đã ảnh hưởng đến Việt Nam sớm hơn cả Thiền.

Sau cuộc hội kiến vừa đơn cử, người ta không thấy Pháp Hiền hành Thiền theo chiều hướng công án. TUTA nói, sau khi Tì-ni-đa-lưu-chi tịch rồi, Pháp Hiền "*Kinh nhập Từ sơn tập định; hình như kiểu mộc, vật ngã câu vong, phi điểu tựu tuần, dã thú tương hiệp* 經入慈山習 定形如橋木物我俱亡飛就馴 野 獸相狎..."⁸ (Vào trong núi Từ sơn tu tập thiền định; hình như cây ngay, vật ta đều quên, chim bay đến chầu, thú rừng đến làm bạn).

Thế thì, hình như hệ thống công án chưa trở thành là phương pháp bắt buộc phải có trong lối hành Thiền vào lúc này. Nhưng đối thoại như là cánh cửa dẫn vào Thiền, đó là đường lối truyền tâm đặc sắc của Thiền Trung Hoa trước thời Huệ Năng.

Vô Ngôn Thông và Cảm Thành. *Truyền đăng Lục* cũng như TUTA đều cho biết Vô Ngôn Thông nhân nghe Bách Trượng giảng đến câu:

---

[7] Xem Lê Mạnh Thát, *Nghiên cứu Thiền uyển tập anh*, tr. 253.
[8] Bản Hán, tờ 45b. Xem Lê Mạnh Thát, dẫn thượng.

Tâm địa nhược thông, tuệ nhật tự chiếu 心地若空慧日似照 mà ngộ đạo.[9] Cũng theo các sách đó ghi, trước khi tìm sư học Thiền, Vô Ngôn Thông vì ngơ ngác trước một câu hỏi mà bỏ hết những sở học và sở hành của mình từ trước. Sau đó, khi đã đắc đạo, Vô Ngôn Thông nói cho Ngưỡng sơn Huệ Tịch, người sáng lập dòng Thiền Qui ngưỡng tại Trung Hoa, một pháp ngữ mang nội dung như một công án. Đấy là một ít dữ kiện cho chúng ta biết bấy giờ dấu hiệu tu tập công án đã chớm nở trong Thiền tông Trung Hoa. Trong lối thực hành công án điểm hệ trọng là *nghi tình*. Nếu dẫn khởi được nghi tình trong tâm tức sẽ có cơ chứng ngộ. Thiền chủ trương: "Đại nghi đại ngộ" là vậy.

Trước khi gặp Vô Ngôn Thông, Cảm Thành chuyên tụng kinh, lấy đó làm phương tiện đạt đạo. Khi gặp Vô Ngôn Thông, Cảm Thành trải qua nhiều năm hầu hạ, do sự thành khẩn đó mà có biệt danh như chúng ta biết. Hầu hạ trong nhiều năm, nhưng làm những gì trong thời gian đó, không thấy nói. Nghĩa là, chúng ta không biết trong khoảng này, Cảm Thành được hướng dẫn theo pháp môn nào của đạo Phật. Phải chăng sự hầu hạ đó cũng là dấu hiệu của một lối thực hành công án? Vì công án không chọn đề mục nhất định nào đó bắt buộc phải rút ra từ kinh điển. Người hành Thiền có thể thực hành bất cứ lúc nào, trong tất cả mọi công tác thường nhật. Hiệu nghiệm công án là chỗ đó, vì luôn luôn hành giả được đặt dưới sự cảnh giác của minh sư. Nói một cách tổng quát, có lẽ hệ thống công án tại Việt Nam đã được báo hiệu với sự truyền nhập của Vô Ngôn Thông. Nhưng, chắc chắn, bấy giờ chưa thành hình như một hệ thống có qui củ.

Cứ theo hai trường hợp trên, nếu khảo sát những đối thoại của Viên Chiếu, như được ghi trong TUTA, chúng ta có thể biết mức độ thành tựu của hệ thống công án tại Việt Nam. Ở đây, chúng ta chưa nói mức thành tựu cuối cùng của nó, nhưng nói theo nghĩa rằng, hệ thống công án như đã được thiết lập có qui củ, dù chỉ là trên phương diện thuần túy học thuật.

TUTA có ghi các sáng tác của Viên Chiếu, trong đó chúng ta để ý đến *Tam đồ hiển khuyết*. Sáng tác này thất truyền, nhưng chúng ta có thể tin rằng các đối thoại được ghi trong TUTA là tiết lược của nó.

---

[9] *Truyền đăng lục 9*, T51n2076, tr. 268att. Xem Lê Mạnh Thát, đã dẫn, tr. 235. Bản gỗ TUTA chép 惠 thay vì 慧.

Viên Chiếu chuyên tụng kinh *Viên Giác*, và thực hành các phép tam quán của kinh này, nhờ đó mà tỏ ngộ. Vậy chưa chắc sư đã thực hành công án. Nhưng đối thoại của sư nhất định là những trường hợp điển hình của công án. Chúng ta trích và bàn về vài mẫu để làm luận cứ.

Có thầy Tăng hỏi:
- *Phật và Thánh, ý nghĩa như thế nào?*

Sư đáp:
- *Ly hạ trùng dương cúc, chi đầu thục khí oanh*
- 籬下重陽菊枝頭淑氣鶯.[10]

Câu hỏi của thầy tăng nào đó nêu ra, không phải là của riêng thầy. Nó là một câu hỏi mà người ta thường gặp nơi các Thiền sư Trung Hoa, khi họ chưa tỏ ngộ và đi tham học đạo Thiền. Ý nghĩa thông thường của họ là muốn biết đạo Phật và đạo Nho có những sai khác nào hay không. Phật trong câu hỏi là chỉ đức Thích-ca. Thánh, là đức Khổng Tử. Theo các Thiền sư Trung Hoa, tại Ấn thì người ta gọi là Phật, mà tại Trung Hoa thì người ta gọi là Thánh. Vậy Phật và Thánh khác nhau trong tên gọi vì truyền thống và lịch sử riêng biệt của mỗi dân tộc. Giải thích đó, người ta có thể bắt gặp nhan nhản trong kinh điển, tại sao vị tăng đó không chịu đọc, mà phải hỏi? Đó là đặc tính của công án. Kinh hay sách có nói, và nói như thế nào, đó là việc của trí óc, của học thuật. Người học Thiền muốn giải quyết vấn đề bằng thực tế đương trường. Do đó, câu hỏi không chỉ hỏi riêng cái nghĩa Phật hay Thánh, mà hỏi đến căn do của thể tánh mình, hỏi để dò cho ra bản lai diện mục của mình. Nếu không đối diện thẳng với một minh sư, mà tự mình tìm sách vở đọc để hiểu lấy, cái đó không phải là tham cứu công án để ngộ Thiền. Nói tóm lại, lối đặt câu hỏi như vừa đơn cử, khoan nói tới tính cách thực hành hay học thuật của nó, bằng cách nào đi nữa, vẫn là một câu hỏi dựng lên theo bản chất một công án. Vậy, giải quyết câu hỏi cũng phải diễn ra theo bản chất của công án:

Ly hạ trùng dương cúc
Chi đầu thục khí oanh

Cúc trùng dương dưới dậu
Oanh sưởi ấm đầu cành

---

[10] TUTA, bản Hán gỗ, tr. 11b. Xem Lê Mạnh Thát, đã dẫn, tr. 185.

Hoa cúc tháng chín, tiết trùng dương, nở bên bờ dậu, và con hoàng oanh đang sưởi ấm trên cành: Câu trả lời không đả động đến vấn đề được đặt ra. Tùy căn cơ, người ta sẽ thấy được mối liên hệ giữa những hiện tượng thường nhật đó, với Phật và Thánh.

Tuy nhiên, chúng ta nên biết rằng, câu trả lời đó chỉ lặp lại một pháp ngữ thường xuất hiện trong các Ngữ lục của các Thiền sư Trung Hoa. Nó được dùng để trả lời trong nhiều trường hợp khác nhau. Do đó, chúng ta đọc xuống đoạn dưới trong tiểu sử Viên Chiếu:

> Thầy Tăng lại hỏi:
> - *Thế nào tức bất dị kim thời?*
>
> Sư đáp:
> - *Ly hạ trùng dương cúc, chi đầu thục khí oanh.*

Bất dị kim thời 不異今時 là mô tả tình trạng đã chứng ngộ của Thiền không khác với khi chưa chứng ngộ. Ý nghĩa của nó, mặt ngoài, như khác hẳn với ý nghĩa đồng hay dị giữa Phật và Thánh. Nhưng cũng được trả lời bằng một câu như nhau. Chỉ có người trong cuộc mới thấu triệt sự liên hệ của chúng. Đó chính là điểm đặc sắc của công án.

Dưới đây, chúng ta sẽ cử thêm một vài trường hợp về lối truyền thọ công án như thế.

Thiền sư Ngộ Ấn (1020-1088), có thầy tăng hỏi:
- *Thế nào là Đại đạo?*

Sư đáp: *Đại lộ.*

Thầy tăng:
- *Tôi hỏi Đại đạo, ngài đáp Đại lộ; thế thì chưa rõ bao giờ mới đạt tới Đại đạo.*

Sư:
- *Mèo con chưa biết bắt chuột.*

Thầy tăng:
- *Con mèo có Phật tánh không?*

Sư:
- *Không (vô).*

Tăng:
- *Hết thảy hàm linh (chúng sinh) đều có Phật tánh, sao chỉ một*

mình Hòa thượng nói là không?

Sư:

- Ta không phải là hàm linh.

Tăng:

- Nếu đã không phải là chúng sinh, vậy là Phật ư?

Sư:

- Ta không phải là Phật, không phải là chúng sinh.[11]

Mẩu đối thoại trên cho chúng ta hai điểm đáng nói. Thứ nhất, trong Hán ngữ, Đại đạo hay Đại lộ, nếu nghĩa cụ thể, thì chúng cùng một nghĩa. Nhưng nếu là nghĩa trừu tượng, thì cả hai không giống nhau. Vậy, Ngộ Ấn và thầy tăng nào đó nói chuyện với nhau bằng tiếng Việt hay tiếng Tàu. Nếu nói bằng tiếng Việt, họ không thể chơi chữ một cách *đương trường* như vậy. Đến điểm thứ hai, chúng ta cũng gặp trường hợp tương tợ. Cả câu hỏi và câu trả lời đều sao nguyên bản đối thoại của Triệu Châu. Nhưng các Thiền sư Trung Hoa[12] đều cho rằng chữ Vô của Triệu Châu không can hệ gì đến ý nghĩa vô hay hữu, nó như hơi thở hắt ra: *Wu* (vô). Khi mẩu đối thoại của Triệu Châu xảy ra giữa hai người Việt, tiếng *vô* phải nói như thế nào cho lột hết ý nghĩa của Triệu Châu? *Không* trong tiếng Việt và *vô* trong tiếng Tàu, nghĩa thì đồng, nhưng âm thì khác. Mà công án được mệnh danh «Triệu Châu cẩu tử» đó nhấn mạnh trên chữ *vô*, như một cử chỉ phát âm thuần túy, không chứa được nội dung ý nghĩa gì cả.

Cả hai điểm thắc mắc được nêu lên đó cho chúng ta thấy hình như công án chỉ diễn ra trên mặt văn tự, chứ chưa đi vào thực tế. Đó là giai đoạn phôi thai của công án.

Thiền sư Minh Trí (? -1196)[13] một hôm đang cắt cỏ, có thầy tăng khoanh tay đứng bên trái. Sư liệng cái liềm tới trước mặt thầy tăng, đứt một cọng cỏ. Thầy tăng hỏi:

- *Người xưa nói, "Hòa thượng chỉ cắt được cái này."*

---

[11] TUTA, Hán, bản gỗ, tr.23 a. Lê Mạnh Thát, đã dẫn, tr. 207.

[12] Cf. *Vô môn quan*, (T48n2005_p0292c22) công án "Triệu Châu cẩu tử 趙州狗子." Xem thêm, *Thiền quan sách tấn* (T48n2024_p1099a29): Mông sơn Đức Dị thiền sư thị chúng.

[13] TUTA, Hán, bản gỗ, tr.26 b. Lê Mạnh Thát, đã dẫn, tr. 215.

Sư lượm cái liềm đưa lên. Thầy tăng đón được, làm ra dáng đang cắt. Sư nói:

- Có nhớ câu sau không? "Ông chỉ cắt được cái đó, không cắt được cái này."[14]

Thầy Tăng bỏ đi.

Câu chuyện trên gần như sao y nguyên bản *Truyền đăng lục* về mẩu đối thoại giữa Đặng Ẩn Phong và Thạch Đầu Hi Thiên. Mặc dù có một vài chi tiết thay đổi, để chứng tỏ sự việc đang xảy ra thực, chứ không mô phỏng. Thí dụ, thầy tăng nhại lại một nửa câu hỏi của Đặng Ẩn Phong: «Hòa thượng chỉ cắt được cái này.» Sau đó, động tác của hai người cũng diễn ra y như Ẩn Phong và Thạch Đầu. Cuối cùng, Minh Trí hỏi thầy tăng có nhớ câu kế tiếp của Ẩn Phong hay không, và tự nhắc lại: «Hòa thượng cắt được cái này, chứ không cắt được cái kia.» Trong trường hợp này, thầy tăng và Minh Trí cũng có vẻ đang trình bày công án rút ra từ giai thoại cắt cỏ của Thạch Đầu và Đặng Ẩn Phong. Tuy nhiên, họ diễn y như hát kịch cho nên chúng ta rất hoài nghi về giá trị sống động của nó.

Cả ba trường hợp vừa kể cho chúng ta thấy công án đã thịnh hành dưới triều Lý, nhưng thực sự chỉ là công án của lý thuyết. Các Thiền sư chúng ta đọc ngữ lục của Trung Hoa, rồi mô phỏng theo, muốn đưa nó vào đời sống hành Thiền của mình, nhưng chất học thuật của kiến thức còn nặng.

Chúng ta đã phác họa những nét đại cương về ảnh hưởng của Thiền công án đã được thực hiện như thế nào tại Việt Nam dưới đời nhà Lý. Sang đời Trần, Thiền công án vẫn có ảnh hưởng lớn. Chúng ta lấy *Thượng Sỹ ngữ lục* làm trường hợp điển hình.

Một hôm, Tuệ Trung Thượng Sỹ rảnh rang, đệ tử đứng hầu, có thầy tăng bước ra hỏi:

- *Khải bạch Thượng Sỹ, tôi vì sinh tử là việc lớn, luật vô thường chóng vánh, song chưa rõ thân này, sinh ra thì từ đâu đến, chết rồi đi về đâu?*[15]

---

[14] Chuyện chép trong *Truyền đăng lục* 8 (T51n2076_p0259b14), Thạch Đầu nói với Đặng Ẩn Phong: "Ngươi chỉ cắt được cái kia mà không hiểu cắt được cái này." 石頭云。汝只剗得那箇不解剗得遮箇。

[15] Các trích dẫn trên đây trở xuống, một phần theo bản Việt của Trúc Thiên; một phần tự dịch lấy theo ý riêng. Xin đối chiếu cả hai, sẽ thấy chú ý này.

Câu hỏi đi thẳng vào trọng tâm của mục đích học Phật, cũng như học Thiền. Bất cứ ai, theo Phật hay theo Thiền đều phải đặt ra. Dĩ nhiên nó đã được hỏi nhiều từ trước, bởi các người theo đạo Thiền hay bất cứ theo tông phái nào của đạo Phật. Nhưng lối trình bày của Ngữ lục hình như đã có mang lại cho câu hỏi một ý nghĩa sống động.

Đến lượt Thượng Sỹ trả lời thầy tăng:

長空縱使雙飛鵠
巨海何妨一點漚

Trường không túng sử song phi cốc
Cự hải hà phương nhất điểm âu.

*Ngại gì bọt nước trôi ngoài biển
Phỏng có vành xe liệng giữa trời.*

(Mật Thể dịch)

Trả lời theo điệu văn chương, như là kiểu cách thông thường của các Thiền sư, nhưng ý nghĩa thật rõ: Chuyện sống chết cũng tự nhiên như bọt nước ngoài biển cả, và như mặt trăng và mặt trời tự do qua lại giữa bầu trời.

Thầy tăng lại hỏi:
- Thế nào là đạo?

Đây cũng là một câu hỏi thường gặp trong các Ngữ lục của các Thiền sư Trung Hoa. Câu trả lời lừng danh nhất là của Triệu Châu: «Bình thường tâm thị đạo.» Tâm bình thường, tâm hoạt dụng hằng ngày, đó là đạo. Còn Thượng Sỹ chỉ trả lời như sau:

«Đạo bất tại vấn, vấn bất tại đạo.» Đạo không ở nơi câu hỏi, câu hỏi không ở nơi đạo. Đó cũng là một câu trả lời thẳng, không ẩn ý quanh co.

Thầy tăng lại hỏi tiếp:
- Cổ đức có nói: "vô tâm thị đạo." Có đúng như vậy chăng?

Thượng Sỹ đáp:
- Vô tâm không phải là đạo. Không có đạo cũng không có tâm.

Và Thượng Sỹ giải thích thêm:
- Nếu họ nói vô tâm là đạo, tức hết thảy cây cỏ đều là đạo. Nếu lại nói vô tâm không phải là đạo, thì cần gì phải nói có hay không?

Rồi ngài đọc bài kệ:

本無心無道　Bổn vô tâm vô đạo
有道不無心　Hữu đạo bất vô tâm
心道元虛寂　Tâm đạo nguyên hư tịch
何處更追尋　Hà xứ cánh truy tầm.

*Vốn không tâm không đạo
Có đạo chẳng không tâm
Tâm đạo vốn hư tịch
Chỗ nào đâu đuổi tâm.*

(Trúc Thiên dịch)

Thầy tăng hốt nhiên đại ngộ, làm lễ rồi lui ra.

Một dịp khác, có thầy tăng hỏi Thượng Sỹ:
- Dám bạch Thượng Sỹ, «Thanh thanh túy trúc tổng thị pháp thân 青青翠竹總是法身.» Có phải vậy chăng?»

Thượng Sỹ đáp:

沙彌昨日餐溪笋
莫是如今汝法身

Sa di tạc nhật xan khê duẩn
Mạc thị như kim nhữ pháp thân

*Sa di ngày trước ăn măng suối
Chẳng phải như nay pháp thân người.*

Thầy tăng lại hỏi:
- "Uất uất hoàng hoa vô phi Bát nhã 鬱鬱黃花無非般若." Đó là ý gì?

Thượng Sỹ đáp:

桃花不是菩提樹
何事靈雲入道場

Đào hoa bất thị Bồ đề thọ
Hà sự Linh vân nhập đạo tràng.

*Hoa đào không phải cội bồ đề
Bởi đâu Linh Vân vào được đạo tràng?*

Trên đây là hai câu kệ đi liền nhau của Đại Châu Huệ Hải[16] đời Đường bên Tàu, khi thảo luận với một giảng sư *Hoa nghiêm kinh*:

Thanh thanh túy trúc tổng thị pháp thân
Uất uất hoàng hoa vô phi Bát nhã.

Hai câu này cũng được chính Huệ Hải giải thích:

法身無象應翠竹以成形
般若無知對黃華而顯相

Pháp thân vô tượng ứng trúc dĩ thành hình
Bát nhã vô tri đối hoàng hoa nhi hiển tướng.

Đại ý, pháp thân nguyên lai vô tượng, nhưng vẫn thị hiện cùng khắp trong trúc biếc, tre xanh, hay trong bất cứ vạn vật hữu tình nào khác. Bát nhã nguyên là vô tri, vì vô phân biệt, không đối đãi, nhưng hiện hoạt dụng của nó nơi hoa vàng, hay khắp nơi vạn hữu.

Giải thích của Thượng Sỹ cũng có thể hiểu được. Đối với câu thứ nhất, mặc dù pháp thân thị hiện cùng khắp trong vô tượng, nhưng khi đã thị hiện trong mọi hiện tượng, thì Pháp thân cũng chịu luật vô thường biến dịch. Cho nên, chú tiểu ngày trước ăn măng nơi bờ suối, thì Pháp thân đó không là một với Pháp thân ngày sau lúc trở thành Thiền sư trong một cõi. Đối với câu thứ hai, trong hiện tượng giới, hoa đào và cây Bồ đề, là hai sự tướng riêng biệt, mặc dù trong Bát nhã chính là vô phân biệt. Do đó, câu "Bồ đề bổn vô thọ" của ngài Huệ Năng và cành hoa đào trôi trên sông mà Linh Vân Chí Nhàn đã tình cờ thấy và nhờ đó tỏ ngộ, cả hai không là một. Không là một, nhưng cùng đồng là cảnh giới của chứng ngộ như nhau. Thế thì, Bát nhã là vô phân biệt trong tự tánh, nhưng là hữu phân biệt trong hoạt dụng.

Hai trường hợp được cử làm thí dụ trên đây chỉ cho phương cách giải thích vấn đề trực tiếp đương tường của một Thiền sư. Thông thường, phong cách đó tạo dựng nên một phái Thiền, Phái Lâm tế thường giải quyết bằng lối *HÉT*. Phái Vân Môn giải quyết bằng lối *GẬY*. Người ta không đòi hỏi phương pháp giải quyết có hiệu quả tức khắc. Có thể sau tiếng hét, hay sau cái nhá gậy, người học Thiền chứng ngộ ngay. Nhưng cũng có thể phải trải qua một thời gian nữa. Thế nhưng dù chưa ngộ trực tiếp, hét hay gậy hay bất cứ phương cách nào khác mà Thiền sư

---

[16] *Truyền đăng Lục* quyển 6 (T51n2076_p0441b21).

thấy là ứng dụng thích hợp, tất cả đều có công dụng là gợi lên nơi người học một lối nghi tình mãnh liệt nào đó, và đó là công án mà y phải cố tự giải quyết lấy. Chẳng hạn, trường hợp Động sơn Thủ Sơ.[17] Sư là đệ tử đắc pháp của Vân môn Văn Yển, người sáng lập Vân môn tông, với lối điểm đạo lừng danh bằng gậy. Khi Thủ Sơ mới đến, Văn Yển hỏi:

- *Ông từ đâu đến?*

Thủ Sơ đáp:
- *Từ Báo từ đến.*

Yển hỏi:
- *Mùa hạ rồi, ông an cư ở đâu?*

Thủ Sơ đáp:
- *Ở Tra độ.*

Văn Yển nói:
- *Tha cho ông ba chục gậy.*

Ở đây, tha hay đánh, vấn đề vẫn trầm trọng như nhau. Vậy ba chục gậy đó có nghĩa như thế nào? Câu hỏi gây thắc mắc cùng độ cho Thủ Sơ. Suốt đêm sư trằn trọc không ngủ. Sáng hôm sau đến ngay Văn Yển để hỏi duyên cớ nào đáng bị ba chục hèo và lại được tha. Văn Yển nói:

- *Hỡi ôi, cái gã túi cơm vì vậy mà ông đi khắp chốn Giang Tây và Hồ Nam chăng?*

Nhờ đó Thủ Sơ tỏ ngộ.

Các trường hợp của chúng ta ở đây cũng vậy. Những giải đáp của Thượng Sỹ thực tình là rõ ràng, không cần gây thắc mắc nào nữa. Thực sự, xét trên bản chất của công án, thì đây không phải là lối giải quyết công án Thiền, nhưng là những giải quyết các khúc mắc trong Phật học, chỉ có điều chúng được giải quyết theo lối một Thiền sư.

Ngoài ra, còn một lẽ lối giải quyết công án khác, mà chúng ta không thể không nhắc tới. Đây là đường lối có tính cách văn học thuần túy, không như đối thoại trực tiếp trên kia. Công án được chính Thiền sư đặt ra và tự giải quyết lấy. Những giải quyết này sẽ là chỉ nam cho các đệ tử học Thiền đời sau của ngài, dĩ nhiên trong môn phái ngài. Đó là trường hợp cử *công án* nơi phần hai của *Thượng sỹ ngữ lục*. Ở đây, chúng ta cũng dẫn

---

[17] *Truyền đăng lục*, quyển 23 (T51n2076_p0389b13).

một vài điển hình.

Cử (Công án): Một thầy Tăng hỏi Trường Sa Cảnh Sầm:[18]

- Con giun bị chặt đứt làm hai phần, phần nào cũng động. Vậy Phật tánh ở phần nào?

Trường Sa đáp:
- Động và bất động, đó là cảnh giới nào?

Thượng Sỹ (bình): *"Hai bên không phải động. Động ở phía ông."*

Tụng (bình bằng thơ):

蚯蚓斬為兩段時　　Khâu dẫn trảm vi lưỡng đoạn thì
兩頭俱動有誰知　　Lưỡng đầu câu động hữu thùy tri
問來佛性全難得　　Vấn lai Phật tánh toàn nan đắc
辜負刳腸藏六龜　　Cô phụ khô trường tạng lục qui.

*Con giun khi bị chặt làm hai
Hai đầu đều động mấy ai hay
Hỏi ra Phật tánh không sao được
Uổng công mổ ruột con rùa thun.*[19]

Ngay công án đã gây một thắc mắc, và làm sao giải quyết thắc mắc đó? Câu trả lời của Trường Sa không nói thẳng. Nếu ai hiểu nổi cảnh giới động và bất động, tức hiểu được vấn đề. Giải quyết không nhắm riêng câu hỏi, nhưng phải luôn cả câu trả lời. Do đó, lời bình của Thượng Sỹ gián tiếp trả lời câu hỏi và cũng trực tiếp chỉ thẳng vào câu trả lời của Trường Sa. Tức chỉ vào chữ *động* và cho đó là mấu chốt của vấn đề. Người tham cứu công án sẽ vin vào đó mà thực hành, nghi tình sẽ được gợi lên từ chữ *động*.

Kế đến, bài tụng chỉ vào một mặt khác của vấn đề. Con rùa rút tất cả sáu bộ phận của nó vào trong cái mai, làm sao người ta có thể mổ ruột nó được? Vậy, người tham cứu công án phải nỗ lực cho đạt tới chỗ tác dụng của cái bất động trong cái động. Lần theo lối chỉ dẫn đó, sẽ tới lúc nghi tình bộc phát. Nhiệm vụ hướng dẫn của Thiền sư đến đó tùy trường hợp của hành giả tùy điều kiện tâm lý, sinh lý, hay kiến thức,

---

[18] *Truyền đăng lục 10* (T51n2076_p0274c22).

[19] Bốn câu này, bản Việt của Trúc Thiên dịch khác và ý nghĩa cố nhiên cũng rất khác xa ở đây.

nghĩa là tùy tất cả điều kiện sở hữu của y.

Cử (công án): Trần Tôn Túc hỏi một thầy tăng từ đâu đến. Thầy tăng trừng mắt nhìn sư.[20]

    Thượng Sỹ (bình): *"Cái gã đầu lừa đít ngựa, nói thử một câu xem sao."*

    Thầy tăng không nói.

Tụng (bình bằng thơ):

驢前馬後莫橫衡   Lư tiền mã hậu mạc hoành hành
馬踏驢蹄作么生   Mã đạp lư để tác ma sinh
昨夜夢中人訊語   Tạc dạ mộng trung nhân tấn ngữ
兩尸埋下一長坑   Lưỡng thi mai hạ nhất trường khanh.

    Ngựa trước lừa sau đứng nghinh ngang
    Ngựa dẫm chân lừa tại sao thế?
    Đêm qua trong mộng người ướm hỏi.
    Hai thây chôn dưới một hố dài.

Thoạt tiên, người đọc công án chỉ thắc mắc tại sao thầy Tăng vô phép dám trừng mắt nhìn Trần Tôn Giả, một Thiền sư trọng vọng. Hoặc người đọc có thể có bất cứ ý tưởng nào khác. Nhưng, trong công án, cả hai nhân vật đều không nói nhau một lời. Thượng Sỹ khuyến cáo, và lời khuyến cáo bất nhã của Thượng Sỹ trỏ vào ai? Thiền sư Trần Tôn Giả hay thầy tăng?

Qua những trình bày kể trên, chúng ta thấy rằng, khác với thời Lý trước kia, hình như đời Trần đã có những nỗ lực giải quyết công án và có nỗ lực thực sự với những đường lối làm dậy nghi tình để đạt tới chỗ giải quyết công án trọn vẹn. Hệ thống công án đến đây coi như là đã được thiết lập có cơ sở vững chắc rồi. Lẽ cố nhiên, đường lối thực hành công án như thế chỉ có thể dành cho hạng thượng lưu trí thức, hay nói theo thuật ngữ: Hàng thượng căn thượng trí. Do đó, chúng ta thấy song song với một nỗ lực dựng một hệ thống công án, còn có những nỗ lực cho các pháp môn tu Phật ứng dụng phổ thông trong nhân gian. Các trang dưới đây sẽ đề cập về nỗ lực đó.

---

[20] *Truyền đăng lục 12* (T51n2076_p0291c15), truyện Trần Tôn Túc. Sư hỏi thầy tăng mới đến: Từ đâu đến? Tăng trừng mắt nhìn Sư. Sư nói: Cái gã trước lừa sau ngựa.

II. THIỀN BÁI SÁM

Bái sám là hình thức cầu nguyện theo nghi lễ tôn giáo. Thiền bái sám tức là thứ Thiền cầu nguyện năng lực siêu nhiên, cầu nguyện "tha lực", nói theo thuật ngữ Phật giáo, cho sự thành tựu chung quyết của mình. Đó là giải thích theo nghĩa thông dụng của chữ bái sám.

Cầu nguyện thường có hai mục đích chính. Mục đích thứ nhất, nhắm vào những hành vi quá khứ. Tức là cầu nguyện để giải trừ những tội lỗi mà người ta phạm phải trong các đời trước. Mục đích thứ hai, nhắm vào những kết quả tương lai, tức cầu nguyện để được hỗ trợ cho những hành vi sẽ được thực hiện mà tự lượng sức người không làm nổi. Xét như vậy, cầu nguyện bắt rễ sâu xa trong tín ngưỡng tôn giáo bình dân. Sự kiện đó có liên hệ như thế nào với Thiền, nói chung?

Thiền căn cứ trên khả năng của chính mình, và rất tin tưởng vào khả năng đó. Kết quả mà Thiền đạt tới phải là trong đời sống này, và nếu có thể, phải ngay trong giờ phút hiện tiền. Thêm vào đó, người ta không thể chối cãi bản chất thượng lưu trí thức nơi Thiền. Những thắc mắc về đời sống, nhân sinh quan hay vũ trụ quan của Thiền, thường không hề ẩn giấu một đặc tính nào của tín ngưỡng tôn giáo bình dân là một điều kỳ dị. Nhưng không phải vì kỳ dị mà nó đã không thể không xảy ra trong lịch sử của Thiền Tông Việt Nam.

Trong số các tác giả và tác phẩm gần như đầu tiên, của Thiền Tông Việt Nam, mà TUTA cho biết, ta thấy có sư Đỗ Pháp Thuận (915-991) với tác phẩm *Bồ Tát hiệu sám hối văn*. Chúng ta không đọc được tác phẩm này, nhưng chắc chắn đây chỉ là một bài văn ngắn, liệt kê danh hiệu các Bồ tát, và có thể có thêm một đoạn nói những lời cầu nguyện.

Cũng đồng thời với Pháp Thuận, khi ngài Ngô Chân Lưu làm Tăng Thống dưới triều nhà Đinh, Đinh Tiên Hoàng đã cho đúc những trụ đá khắc thần chú Phật Đỉnh Tôn Thắng[21]. Thần chú đó không phải là một hình thức của bái sám, nhưng là những lời cầu nguyện, và đặc biệt trong lịch sử Mật giáo Trung Hoa, nó chỉ được cầu nguyện cho vua chúa.

Cả Khuông Việt và Pháp Thuận đều là những Thiền sư làm tông tượng cho một thời, về truyền thừa thì mỗi người theo một dòng Thiền khác nhau, nhưng người ta thấy họ như cùng có những hoạt động mang tính

---

[21] Cf. Nguyễn Đăng Thục, *Tư Tưởng Việt Nam*, tập I.

cách tôn giáo giống nhau. Như vậy, các hoạt động của Thiền Tông có khuynh hướng tôn giáo tại Việt Nam đã có lịch sử khá sớm. Chúng có trước khi hệ thống công án được thiết lập vững như chúng ta đã thấy.

Sang đến thời Lý, có Thiền sư Viên Chiếu, mà chúng ta đã biết về Thiền công án của Sư ở trên. Bên cạnh đó, TUTA còn ghi lại một số sáng tác của sư, chúng ta có thể kể đến *Thập nhị Bồ Tát hạnh tu chứng đạo tràng*, và *Dược Sư thập nhị nguyện văn* được nói là có giá trị cho đến Cao Tòa Pháp sư bên Tàu khi xem xong phải chấp tay bảo: Phương Nam có nhục thân đại sĩ ra đời, rất khéo nói kinh pháp, xin sao lại một bản. Cả hai sáng tác này đều liên hệ mật thiết với các hoạt động của tín ngưỡng tôn giáo.

Trước hết, về *Kinh Dược Sư*, hình như bản dịch Hán đầu tiên xuất hiện dưới đời nhà Tùy, do Đạt-ma-cấp-đa, người đồng thời với Tì-ni-đa-lưu-chi. Đến nhà Đường, còn xuất hiện thêm hai bản Hán dịch của hai nhà dịch kinh rất nổi tiếng: Huyền Trang và Nghĩa Tịnh. Nội dung của kinh là diễn giải 12 hạnh nguyện của Phật Dược Sư. Đại khái 12 lời nguyện như sau:

1. Quang minh phổ chiếu. 光明普照
2. Tùy ý thành biện. 隨意成辨
3. Thí vật Vô tận. 施物無盡
4. An lập Đại thừa. 安立大乘
5. Cụ giới thanh tịnh. 具戒清淨
6. Chư căn cụ túc. 諸根具足
7. Trừ bịnh an lạc. 除病安樂
8. Chuyển nữ đắc Phật. 轉女得佛
9. An lập chính kiến. 安立正見
10. Khổ não giải thoát. 苦惱解脫
11. Bão thực an lạc. 飽食安樂
12. Mỹ ý mãn túc. 美意滿足

Chúng ta thấy 12 lời nguyện gồm đủ hai khía cạnh triết lý và tôn giáo của Đại thừa. Nhưng, chính các nguyện 2, 3, 7, 10 và 11, có tác dụng tôn giáo nhất. Rồi trong số các nguyện này, nguyện thứ bảy lại được coi trọng hơn hết, vì danh hiệu Phật là Dược sư.

Sau nữa, *Thập nhị Bồ Tát hạnh tu chứng đạo tràng* chừng như là nghi thức thiết lập đàn tràng trì tụng Dược Sư. Trong đó phối trí 12 Dạ xoa thần tướng mà kinh nói là sẽ hiện bất cứ nơi nào kinh được tụng để thực hiện linh nguyện của các lời nguyện.

Dựa theo một ít dữ kiện được nêu ở trên, chúng ta có thể nói, từ khởi thủy, Thiền tông Việt Nam đã chỉ hai mặt, hai lãnh vực hoạt động riêng. Một mặt, hướng tới tầng lớp thượng lưu trí thức bằng triết lý đích thực của Thiền tông, hay triết lý Đại thừa nói chung. Mặt khác, hướng hoạt động tới lớp quần chúng bình dân bằng tín ngưỡng tôn giáo. Sở học và sở hành của Thiền sư theo đó phải đáp ứng thỏa mãn cả hai mặt. Cho nên, chúng ta mới thấy, ngay trong thời nhà Lý, các Thiền sư Từ Đạo Hạnh, vừa là một nhà tư tưởng văn học lỗi lạc của Thiền tông, vừa là một tay phù thủy có hạng. Từ chỗ đó, nghĩa là do yêu sách đó, Thiền tông Việt Nam cố nhiên phải nỗ lực cho một phương pháp hành thiền thích ứng. Thiền Trúc Lâm gần như đã đạt tới cao độ của nỗ lực nầy.

Khóa hư Lục của Trần Thái Tông sẽ là bản văn chính cho chúng ta khảo sát về Thiền bái sám ở đây.

Trước hết, xin trình bày những nét chính, trong liên hệ với tiết mục ở đây. Sau đó sẽ dẫn giải một vài điểm để đi tới một kết luận có thể có nào đó.

Khóa hư không phải là một tập sách luận giải về triết lý Thiền tông hay triết lý Đại thừa. Một vài tư tưởng được bày tỏ trong đó nhất định không gây ngạc nhiên cho những ai đã từng có kiến thức khác vững về Phật giáo Đại thừa. Điểm chính của sách, và điểm gây những ngạc nhiên lý thú nhất, là sách đặt trọng tâm trên bái sám. Chúng ta sẽ thấy những gì đáng gọi ngạc nhiên lý thú sau.

Về nghĩa của hai chữ Khóa hư 課虛, có thể nói một cách vắn tắt như thế này: "Công khóa khả hư, thời bất khả đãi 功課可虛時不可待."[22]

Công khóa khả hư, thời bất khả đãi: Đó là lời cảnh giác thông thường dành cho những người tu Phật. Ở đây, cảnh giác được đặt trên căn bản triết lý của Thiền tông. Nếu chúng ta biết đến truyền kỳ của lịch sử Thiền Tông Trung Hoa, khi sơ Tổ Đạt-ma vừa đến, sẽ rõ ý nghĩa của hai chữ Khóa hư hơn.

Truyền kỳ kể rằng, khi Bồ-đề-đạt-ma vừa đến Trung Hoa, Lương Vũ Đế nghe tiếng cho thỉnh ngài vào kinh. Lương Vũ Đế thường được các sử gia Phật giáo Trung Hoa sánh ngang với A-dục Vương của Ấn Độ,

---

[22] Trích E. Gaspardono, *Bibliographie annamite*, bản chỉ ấn, Viện Đại học Huế.

trong những công trình dành cho sự truyền bá của đạo Phật. Vừa gặp Đạt-ma, Vũ Đế hỏi ngay về giá trị những việc làm của mình đối với đạo Phật. Đạt-ma phủ nhận hết: "Không có công gì cả." Vua hỏi tới: "Thánh đế đệ nhất là gì?" Tức hỏi chân lý tối hậu, tuyệt đối là gì. Đạt-ma cũng phủ nhận luôn: "Quách nhiên vô thánh." Vũ Đế không hài lòng. Cái làm và cái biết của nhà vua, ngài khước từ hết, không có giá trị nào cả. Cho nên, Đạt-ma lên Thiếu lâm, chín năm ngồi nhìn vách đá.

Chúng ta cũng nên biết thêm rằng Lương Vũ Đế còn cho soạn rất nhiều nghi thức lễ sám. Còn truyền tụng đến nay, và rất thịnh hành, là bộ *Lương hoàng sám*.[23]

Trong con mắt của Thiền, mọi công trình đồ sộ của nhà vua chỉ có ý nghĩa và có giá trị cho thế tục. Không thể lấy đó mà bước vào cảnh giới thâm diệu của Đại thừa: *Công khóa khả hư* là chỗ đó. Tuy nhiên, thời gian vẫn không ngừng thúc bách mệnh sống con người, thì công khóa dù là hư nhưng có thể lấy đó mà dẫn tới chỗ thực của chứng ngộ. Bài kệ "Tứ sơn" của *Khóa hư lục* cũng nói tới ý nghĩa đó:

四山峭壁萬青叢　　Tứ sơn tiêu bích vạn thanh tòng
了悟都無萬物空　　Liễu ngộ đô vô vạn vật không
喜得驢兒三腳在　　Hỉ đắc lư nhi tam cước tại
驀騎打趁上高峰　　Mạch kị đả sấn thượng cao phong.

Bốn ngọn núi sinh lão bịnh tử vây phủ đời sống con người. Những ngọn núi cao vòi vọi, xanh um với hàng vạn cây thông. Lúc đã chứng ngộ, thật ra tất cả đều là hư huyễn, là không. Nhưng, cũng như Úc Đồ lăng[24], cưỡi con lừa què, dù chỉ còn ba chân, nhưng vẫn có thể leo lên tới chỗ cao diệu của chứng ngộ thượng thừa.

Đó là nói đại cương về yếu chỉ của *Khóa hư lục*.

Nội dung của *Khóa hư* không căn cứ trên quan điểm tuyệt đối của Đại thừa. Mặc dù, trong bài "*Khuyến phát Bồ đề tâm*" có những câu có liên hệ đến quan điểm đó. Đại khái như: *Dụng thời tắc vạn cảnh toàn chương, phóng hạ tắc nhất trần bất lập* 用時則萬境全彰放下則一塵不立.

---

[23] Cf. Thích Trí Quang, *Lương Hoàng Sám*, bài giới thiệu (hay tựa).
[24] *Tục truyền đăng lục* 13 (T51n2077_p0548c13). Cf. Suzuki, *Essays in Zen Buddhism ii*, tr. 174. *Thiền luận II*, bản Việt.

Khi hoạt dụng thì toàn thể vũ trụ đều phơi bày ra cả; khi buông bỏ thì ngay cả đến một hạt bụi cũng không cho là có. Tuy nhiên, trọng tâm của nó hoàn toàn đặt trên hiệu lực của bái sám. Nghĩa là, công phu thực hành nhất định phải gây một hiệu quả tâm lý nào đó. Khi thành tựu được hiệu quả tâm lý này, đối với chiều hướng thượng, nó sẽ như hành trang đủ cho người tiến bước tới những sở chứng ảo diệu của Đại thừa. Đối với chiều thế tục, nó có thể hướng dẫn hành động chân chính trong nhân quần, xã hội. Như thế, vừa giữ vững được lý tưởng giác ngộ, vừa có thể phụng sự cho quốc gia. Cả hai mục đích đều nằm trong lý tưởng quốc gia và Phật đạo của Thiền Trúc Lâm mà chúng ta đã nói ở chương trước.

Nếu chúng ta xét tới diễn tiến tu chứng theo truyền thống cố hữu của Phật giáo, kể chung cả Ấn-độ và Trung Hoa trừ Thiền tông, thì pháp môn bái sám mà *Khóa hư* đề ra căn cứ trên tương quan của Khổ đế và Tập đế trong Tứ Diệu đế. Bái sám như là một phương pháp đắc lực nhất để từ đó có thể thực hành các pháp môn trong Đạo đế của Tiểu thừa hay các Ba-la-mật của Đại thừa. Xét như thế, *Khóa hư lục* đứng hẳn trên các tương quan thế tục, trong khi truyền thống gần như cố hữu của Phật giáo thường đứng trên tương quan xuất thế để hạ thủ công phu.

Tương quan thế tục là mối ràng buộc luân chuyển theo tính cách nhân quả của ba đầu mối chính yếu. Thứ nhất là Khổ. Thứ hai là Hoặc, tức phiền não. Và thứ ba là Nghiệp. Dĩ nhiên, *Khóa hư lục* không bố cục theo qui củ như vậy. Nhưng chúng ta có thể thiết lập ba quan hệ đó để dễ nắm những yếu điểm trong pháp môn bái sám của *Khóa hư lục*.

Trước hết là nghiệp. Đó là những tạo tác của thân, khẩu và ý. Nhưng xét kỹ hơn, chính là những tương quan giữa nội tâm và ngoại giới dẫn đến những tạo tác của nghiệp. Nói cách khác, nghiệp tạo tác là do sự tiếp xúc giữa sáu quan năng nội giới, thuật ngữ gọi là "sáu căn", với sáu đối tượng ngoại giới, thuật ngữ gọi là "sáu cảnh" hay "sáu trần cảnh". Tương quan của chúng dẫn tới hành động, và cố nhiên là hành động sai lầm. Sai lầm trước hết là do các quan năng nội giới không hề nhận rõ chân tướng tồn tại của ngoại giới. Tức là không nhận thức được rằng, những cái có đó là do quan hệ với cái có ở đây. Hay diễn tả như *Khóa hư: Do không khởi vọng, vọng thành sắc, sắc tự chân không. Thị vọng tùng Không, Không hiển vọng. Vọng sinh chúng sắc* 由空起妄妄成色色自真空是妄從空空顯妄妄生眾色. Diễn tả này vay mượn quan điểm triết lý của Duy thức học. Nói rằng do *Không* khởi vọng, tức là nói tất cả những mê lầm có dấy lên nhưng vẫn dấy từ bản tính tồn tại của vạn hữu. Bản tính đó do duyên sinh, và duyên sinh tức không tự tánh, không tự tánh tức *Không*. Rồi từ vọng tưởng, mới thấy có các sắc tướng, để cho quan năng săn đuổi thỏa mãn sự khát vọng của nó. Như thế là do tạo tác của nghiệp mà đưa đến những mê hoặc. Rồi mê hoặc lại hướng dẫn hành động săn đuổi thỏa mãn những yêu sách mù quáng, và kết quả là dẫn tới đau khổ.

Trước khi hạ thủ công phu, điều kiện phải có là nhận thức thực trạng hiện hữu. Nhận thức đúng, ý thức được những săn đuổi mù quáng của các quan năng, mới có thể khơi dậy ý thức phản tỉnh, tìm một con đường hành động chân chính khác, điều chỉnh những tập quán hành động cũ, cải thiện cho những hành động mới. Dĩ nhiên nhận thức thực trạng đó là nhận thức về đau khổ mà con người không thể chối cãi. Nói một cách đại cương, diễn trình tâm thức trong đường lối bái sám của *Khóa hư* đi tuần tự như thế này: Trước hết nhận thức về Khổ; kế đến điều chỉnh các hành động tạo tác của nghiệp. Nói là điều chỉnh vì bái sám có chủ đích tẩy xóa sạch những vết tích tập quán của hành động do nghiệp quá khứ tích tụ lại từ bao nhiêu đời rồi. Cả hai giai đoạn đều có những hiệu nghiệm riêng. Nghĩa là mỗi giai đoạn trong diễn trình tâm thức của bái sám đều gây nên những phản ứng tâm lý thực tế nào đó. Chúng ta nói thêm một vài chi tiết về hai giai đoạn vừa nêu ra đó.

Trước hết, về thực trạng nhân sinh. Thực trạng này là những thống khổ bức bách của sinh, lão, bệnh, tử. *Khóa hư lục* mô tả chúng như bốn ngọn núi cao sừng sững vây phủ đời sống con người. Dưới đây trích dẫn bốn bài kệ, mỗi bài nói về một sự trạng thống khổ. Điều đáng lưu ý là các cảnh tượng thống khổ này, bên ngoài được nhìn theo kinh nghiệm thông tục, bất cứ ai cũng có thể cảm nghiệm. Nhưng dưới cái nhìn đó là phong thái của một Thiền sư đúng nghĩa nhất; nghĩa là nhìn trong thái độ tự nhiên, không một chút bi quan, và cố nhiên, đó là thái độ tiêu dao của một Thiền sư.

Bài kệ thứ nhất nói về nỗi khổ của sự sinh:

真宰熏陶萬像成　　Chân tế huân đào vạn tượng thành
本來非肇亦非萌　　Bản lai phi triệu diệt phi manh
祇差一念亡無念　　Chỉ sai nhất niệm vong vô niệm
卻背無生受有生　　Khước bối vô sinh thọ hữu sinh

鼻著諸香舌貪味　　Tị trước chư hương thiệt tham vị
眼盲眾色耳聞聲　　Nhãn manh chúng sắc nhĩ văn thanh
永為浪蕩風塵客　　Vĩnh vi lãng đãng phong trần khách
日遠家鄉萬里程　　Nhật viễn gia hương vạn lý trình.

Sự sinh đặt trong ý nghĩa sinh hữu của vạn tượng. Đó là sự chung đúc từ tinh ba của vũ trụ. Cho nên, sự sinh như thế không hề có khởi thủy. Nhưng, vì chúng ta lầm lạc trong một niệm mà quên đi tính thể vô niệm của tâm. Tâm vô niệm tức tâm không phân biệt, đến và đi, khởi và diệt, hằng tùy thuận với thực tướng vô tướng của vạn hữu. Vô niệm là yếu chỉ của Thiền tông, được thiết lập bởi ngài Huệ Năng. Rồi từ một niệm sai lạc đó, chúng ta đã quay lưng lại với tự tánh vô sinh, để trôi theo dòng thác hữu sinh. Và từ đó, mũi săn đuổi hương thơm, lưỡi truy tầm các mùi vị, mắt thì mù quáng vì sắc và tai dong ruổi theo âm thanh. Những tạo tác ấy đẩy chúng ta vĩnh viễn làm khách phong trần lưu lạc trong thế giới khổ lụy, bỏ xa quê nhà tự tánh bản lai hằng mấy vạn dặm.

Chỉ cần một bài tụng này cũng đủ để chúng ta khám phá bản chất của pháp môn đang được nói ở đây. Do đó, xin bỏ qua những chi tiết khác.

Đời sống là thống khổ. Nhưng thống khổ trong cái nhìn đó, quả thực là nỗi khổ của đứa con hoang lưu lạc, hay bị đày khỏi quê nhà. Trở về quê cũ, là lối nói thông thường của các Thiền sư, khi họ muốn nói lý tưởng giác ngộ hay những điều tương tợ. Điều cần ghi nhận thêm ở đây là cái bản chất thong dong trong pháp môn của *Khóa hư lục*, mặc dù thường có lời cảnh giác rằng thời gian không ngừng thúc bách mạng sống con người. Vậy, tinh tiến nỗ lực tu tập không hề gián đoạn trong từng giây phút, nhưng vẫn một thái độ ung dung tự nhiên như Thiền. Đó là thái độ khi một Thiền sư hành lễ cầu nguyện và lễ sám suốt trong sáu thời của một ngày.

Một điểm khác cũng cần lưu ý. Đó là đặt nhận thức trong quan hệ thời gian. Như vậy, bốn nỗi khổ của con người tương ứng với chu kỳ bốn mùa trong một năm. Mùa Xuân, sự sống của vạn hữu nở rộ, là đánh dấu nỗi khổ của sinh. Mùa Hạ, nóng thiêu đốt; cái khổ thúc bách của tuổi già. Mùa Thu, cây cối tiêu sơ, vàng võ, là nỗi khổ tật bệnh của đời người. Sau hết, mùa Đông, vạn vật thu mình lại trong tiết lạnh để chờ đợi mùa xuân trong một chu kỳ vận hành mới; thì cũng vậy, đời sống con người sẽ thu lại trong sự chết, để bước sang một chu kỳ sinh tử khác.

Nhận thức về kiếp sống trong quan hệ thời gian này có thể cho phép chúng ta ghi nhận hai nét đặc sắc. Nét thứ nhất, là nhân sinh quan trong truyền thống kinh Dịch của Trung Hoa. Ở đây, chúng ta không bàn tới ý nghĩa Tam giáo. Những bậc vua chúa trong thời đó, và trong ảnh hưởng đó, tự cho là có sứ mệnh điều hành các vận hành của trời đất trong thời gian nhân sinh. Vậy, điều rất tự nhiên khi nhà vua của chúng ta luận về sự khổ, mà luận qua quan hệ thời tiết. Chúng ta đã biết, như trình bày chương trước, bản chất vương giả là một trong ba điểm nổi bật của Thiền Trúc lâm. Thì nét đặc sắc này cũng là một minh chứng.

Nét thứ hai, nếu mệnh sống con người được nhận thức qua vận hành của thời tiết, thì định luật vô thường sẽ phải là nỗi bận tâm lớn. Để đối phó, người học Thiền (mặc dù là Thiền tông), phải không ngừng nỗ lực mới có thể đuổi kịp dòng trôi chảy như nước lũ của thời gian. Vậy phải chuyên cần hành lễ bái sám suốt sáu thời trong một ngày. Như thế, nét thứ hai này vừa nhận thức về đời sống, vừa cảnh giác thực tế. Hiệu quả, hay phản ứng có thể xảy ra trong tâm lý, là chính ở đây. Hiệu quả này, nếu xét mặt ngoài, có hai tính chất trái ngược nhau. Tính chất thứ nhất, là thái độ ung dung như đã nói. Vì sự khổ của nhân sinh cũng tự nhiên như vận hành của thời tiết. Thứ hai, ngược lại, thời tiết đi rồi lại trong con mắt nhìn ở phía ngoài, nhưng đời sống đi là đi mất. Cũng như một ngày qua là qua luôn, làm sao trở lại? Ngoại giới bị chi phối bởi luật vô thường, mà thời gian cuốn đời sống tâm thức từ những niềm vui thanh xuân đến tâm trạng buồn sầu héo hon trong tuổi già xế bóng. Trực giác được con thác thời gian biến thiên bất tuyệt, hay thực tế hơn, sống mà thường trực cảm nhận những thay đổi liên miên của thời tiết, thay đổi từ nóng đến lạnh, từng ngày một, thì từ đó đạo tâm sẽ mở rộng. Nói cách khác, cách nhìn đó là điều kiện thích hợp nhất cho một dân tộc sống dưới áp bức thường xuyên của thực tế hơn, của thời tiết, lấy đó để dẫn khởi phát Bồ-đề tâm.

Giai đoạn thứ nhất, với hiệu quả tâm lý như vậy, coi như tạm thời đã xong, đã đủ yếu tố cần thiết cho thực hành bái sám.

Bài sám ở đây không phải là cầu nguyện suông. Nó mang hai nhiệm vụ, điều chỉnh và cảnh giác. Tức điều chỉnh các tập quán hành động cố hữu và cảnh giác những hành động có và sắp tới.

Mặt tiêu cực kia, người ta nói sống là khổ. Thì mặt tích cực ở đây, chúng ta biết rằng sống là hành động. Hành động trong từng khoảnh khắc.

Nhưng mọi hành động có khuynh hướng dẫn tới sai lầm, đưa con người vào chỗ mù tối. Bái sám nhấn mạnh trên quan điểm này.

Giai đoạn thứ hai được thực hiện như thế này: Cảnh giác hành động trong mọi thời. Nghĩa là, trình bày theo *Khóa hư*, đây là sám hối các tội lỗi của Lục căn và thực hành sám hối suốt cả sáu thời trong một ngày. Như vậy, thời gian và hành động là yếu tố chính. Nếu muốn phô diễn quan niệm triết lý nào đó trong pháp môn bái sám của *Khóa hư lục* thì có thể luận giải chi ly về hai yếu tố đó. Ở đây, chúng ta chỉ lược qua vài chi tiết.

Thời gian là tinh thể của hành động, và hành động biểu lộ của thời gian. Do quan niệm mật thiết đó, mỗi thời trong một ngày sẽ được chọn để biểu tượng cho một quan năng hành động.

Thời thứ nhất, lúc vừa thức giấc, là thời gian sám hối con mắt, vừa là nỗ lực tẩy xóa thói quen tạo tác sai lầm của nó, và vừa để cảnh giác hành động của nó. Bài kệ cảnh giác cho thời này như sau:

陽谷明將啟	Dương cốc minh tương khải
漫漫黑地開	Man man hắc địa khai
觸心塵境起	Xúc tâm trần cảnh khởi
眩目色爭排	Huyễn mục sắc tranh bài
臭殼休貪抱	Xú xác hưu tham bão
埋頭早願抬	Mai đầu tảo nguyện đài
慇懃專六念	Ân cần chuyên lục niệm
庶得契方來	Thứ đặc khế phương lai.

Bóng dương hé tang tảng
Đất tối rạng dần dần
Chạm lòng trần náo nức
Lóa mắt sắc tưng bừng
Xác thối đừng tham giữ
Đầu vùi sớm liệu nâng
Ân cần sáu khóa niệm
May được đúng cơ chân.

(Thiều Chửu dịch)

Đoạn giữa là các nghi lễ của phép sám hối, là một bài kệ cảnh giác về vô thường. Đây là bài cảnh giác về thời sau nửa khuya, thời chót trong một ngày, dành cho sám hối ý căn:

法鼓擊回浮世夢　　Pháp cổ kích hồi phù thế mộng
梵鐘撞破大家聲　　Phạm chung chàng phá đại gia thanh
猶貪北首眠甜黑　　Do tham bắc thủ miên điềm hắc
不管東顏日照紅　　Bất quản đông nhan nhật chiếu hồng
長夜漫漫時有旦　　Trường dạ man man thời hữu đán
冥途默默路難通　　Minh đồ mặc mặc lộ nan thông
今朝若不勤行道　　Kim triêu nhược bất cần hành đạo
他日那逢黃面公　　Tha nhật na phùng hoàng diện công

Trống pháp dạo tan phù thế mộng
Chuông chùa khua động khắp gần xa
Vẫn ham giấc ngủ đang mải miệt
Chẳng quản vầng đông đã chói lòa
Dằng dặc đêm trường không có sáng
Mịch mù lối quỉ khó tìm ra
Nay không cố gắng công tu đạo
Ngày khác làm sao gặp Phật đà.

(Thiều Chửu dịch)

Trích dẫn chừng đó tạm đủ cho chúng ta có cái nhìn đại cương về pháp môn bái sám của *Khóa hư lục*. Bấy giờ có thể ghi lại một ít nhận xét, gọi là những đặc sắc của pháp môn này.

Điểm thứ nhất, pháp môn bái sám đó đã là nỗ lực cho một đường lối thực hành đạo Phật phù hợp với điều kiện lịch sử và địa dư của dân tộc Việt Nam. Quá trình lập quốc là chuỗi phấn đấu không ngừng cho sự sống còn của dân tộc trong xung đột của các thế lực chính trị. Đạo Phật cũng phải được thực hành như thế nào để có thể giữ vững được tinh thần đó. Thiền sư khi thực hành đạo Phật dựa trên tín ngưỡng quần chúng bình dân, tâm thức luôn luôn được đào luyện trong niềm tin và khát vọng chung của quần chúng. Như thế, sở chứng của Thiền sư vẫn có thể ứng dụng trong các hoạt động tôn giáo và xã hội, để, hoặc hướng dẫn quần chúng sinh hoạt đúng theo chánh pháp, hoặc hướng dẫn niềm tin và khát vọng của quần chúng thích ứng với điều kiện sống còn trong lịch sử.

Điểm thứ hai, tư tưởng căn bản của pháp môn bái sám không chứa đựng những nghĩa lý huyền diệu của Đại thừa. Nó được hình thành rất tự nhiên trong điều kiện địa lý của một quốc gia. Những phấn đấu với thiên nhiên trong một xã hội nông nghiệp, mà thời gian tính hiện hành cụ thể trong thời tiết, là kinh nghiệm sống động để người ta nhận thức rõ về ý nghĩa sống còn của con người trong thiên nhiên. Cho nên, sinh, lão, bệnh và tử cũng như sáu quan năng hoạt động của một đời người đã được phối hợp với bốn mùa và sáu khắc.

Điểm thứ ba, đạo Phật hoàn toàn được hiểu biết trong khía cạnh thế tục. Đạo Phật ở đây không dành riêng cho giới xuất gia. Người thực hành đạo Phật không cần thiết tìm nơi thanh vắng để di dưỡng tánh tình. Hành động và luôn luôn cảnh giác hướng đi của hành động, đó là con đường thể nghiệm đạo lý của Phật.

Qua những đặc điểm như vậy, chúng ta có thể hiểu tại sao những người khai sáng Thiền Trúc Lâm đều là cư sĩ, và là vua chúa hay đại thần.

III. KẾT LUẬN

Từ những trình bày về hai đường lối hành Thiền ở trên, một là Thiền công án, và một là Thiền bái sám, đến đây chúng ta có thể tổng kết giá trị cũng như hiệu lực của chúng như sau.

A. Phản ứng tâm lý giữa hai Pháp môn.

Muốn nói đến những phản ứng của hai pháp môn đã trình bày, chúng ta cần phải có những ký sự tu tập của chúng. Nhưng hiện tại, chưa ai phát kiến những ký sự như vậy, hay những loại tương tợ. Do đó, chúng ta chỉ có thể nói theo sự ức đoán mà thôi.

Đối với phản ứng tâm lý trong lối tu tập công án, Trung Hoa có rất nhiều ký sự, chẳng hạn ngữ lục của Đại Huệ đời Tống, *Thiền quán sách tấn* của Chu Hoằng đời Minh, và một số lớn các tác phẩm khác. Tại Việt Nam, hầu như tuyệt nhiên không có. Nếu căn cứ theo các ký sự của các Thiền sư Trung Hoa, thì phản ứng tâm lý trong lối tu tập công án đại khái trải qua hai thời kỳ, mà Đại Huệ gọi là ngộ Chết và ngộ Sống. Ngộ Chết tức là thực hành công án cho đến lúc nghi tình trỗi dậy mãnh liệt, vũ trụ hầu như tan biến, chỉ còn lại hành giả với công án mà thôi. Đó không phải là sự vong ngã. Trái lại, cái ngã nó hiện quá rõ, nên hành giả không thấy mặt mày của mình trong gương vậy. Vì quá rõ, nên hành giả không thấy gì ngoài cái đó. Các ký sự khi diễn tả tâm trạng này thường dùng các hình ảnh, như nói trời đất bỗng như sụp đổ hẳn, vũ trụ bỗng nhiên trong suốt lạ thường tựa hồ mọi vật biến mất đâu hết, hoặc cảm thấy như mình đang ngồi trong chậu pha lê, hoặc mồ hôi đẫm ướt áo như xối v.v... Sau tâm trạng đó, hành giả thấu triệt công án mình đang nghiền ngẫm. Giai đoạn đó chỉ mới là ngộ chết. Vì sở ngộ đó chưa đủ để làm minh sư cho một thời. Hành giả còn phải trải qua một giai đoạn gay go nữa. Không những chỉ thấu triệt công án của mình, mà thấu triệt bất cứ công án nào của vũ trụ. Với tâm trạng thực hành như vậy, người ta có thể lần ra tính cách độc đáo riêng biệt của mỗi phái Thiền. Các phái Thiền tại Trung Hoa được phân chia là do bởi đó.[25]

Trường hợp của chúng ta ở đây, các công án của Viên Chiếu được thực hành như thế nào và có những hậu quả tâm lý nào? Cũng như các công án của Tuệ Trung Thượng Sỹ?

Hình như mặc dù tại Việt Nam cũng có nỗ lực cho hệ thống công án, nhưng là nỗ lực trên phương diện học hỏi, chứ chưa có Thiền sư nào thực hành. Ít ra, cho đến thời nhà Nguyễn, người ta mới thấy dấu hiệu thực hành công án nơi Thiền sư Liễu Quán chẳng hạn. Nhưng giới hạn của chúng ta là thời Trần và trước đó. Vậy, có thể cho rằng hệ thống công án ở Việt Nam không phải được thiết lập để dẫn tới chứng ngộ mà được thiết lập để trình bày sở chứng. Nghĩa là, công án như một phương tiện văn học để trình bày tư tưởng. Đó là một hệ thống công án khác biệt hẳn với những gì được thiết lập tại Trung Hoa. Điều này chúng ta có thể thấy rõ nơi lối trình bày công án của Tuệ Trung Thượng Sỹ. Công án không phải được dựng lên cho môn đệ tu tập và giải quyết. Kết luận của chúng ta là, hệ thống công án của các Thiền sư Việt Nam thực tình là hệ thống triết lý. Nó không chỉ dành riêng cho Thiền, mà còn để trình bày kiến giải của các Thiền sư về các giáo pháp của các tông phái Phật giáo khác.

Thứ đến, là Thiền bái sám. Những phản ứng tâm lý như thế nào cũng chưa dễ gì xác định. Tuy vậy, không phải là không thể giả thiết. Phản ứng đầu tiên, mà chúng ta có thể thấy ngay là ấn tượng rất đậm về sự biến dịch của thời gian. Phản ứng này có thể dẫn tới hai hậu quả. Một trong hai, diễn theo chiều hướng của cảm hứng văn chương, nói rõ là thi ca. Cho nên, những bài kệ trong lục thời sám hối của *Khóa hư lục*, mặc dù là những bài văn của nghi thức tôn giáo, nhưng người ta có thể thấy rất rõ khí vị văn chương thi ca của chúng. Hậu quả khác, là phấn đấu gấp rút để khắc phục và chế ngự thiên nhiên. Đồng thời, nó dẫn tới

---

[25] Xem Suzuki đã dẫn, *Essays* ii, tr.86ff.

phấn đấu trong các hoạt động xã hội và chính trị.

B. Ý nghĩa tồn tại của hai Pháp môn.

Công án như là phương tiện để trình bày các quan điểm tư tưởng triết học; do đó, sự có mặt của nó như để nối liền bản chất Phật giáo Việt Nam trong toàn bộ Phật giáo nói chung. Vì các điều kiện giao thông, kinh tế, chính trị, xã hội, nên các nhà học Phật Việt Nam khó thực hiện nổi một cơ đồ văn học Phật giáo như Trung Hoa hay ít ra bằng một nửa. Nhưng họ có thể thảo luận về tất cả những điểm tinh túy của đạo Phật, của bất cứ tông phái nào, và chỉ cần trình bày vắn tắt, trong một vài lời của công án là đủ.

Như vậy, nỗ lực cho hệ thống công án chính là nỗ lực cho tư tưởng và văn học của đạo Phật. người ta không thể tưởng tượng ra rằng đạo Phật thực sự có mặt tại Việt Nam, nếu không có những nỗ lực đó. Bản chất cố hữu của đạo Phật không phải là một phong trào tín ngưỡng. Nếu muốn gọi là phong trào, đích thực đó là phong trào tư tưởng. Tại Ấn-độ đã thế. Tại Trung Hoa cũng thế. Do đó, căn cứ trên sự phát triển của công án, người ta có thể định rõ được chiều hướng và mức độ phát triển của tư tưởng Phật học tại Việt Nam. Vai trò lịch sử của công án là như thế. Mà vai trò xã hội nó không phải không có. Nhà Lý được thành lập, Việt Nam bắt đầu cho những thời kỳ tự chủ tiếp theo. Đạo Phật cũng từ đó chính thức đi vào lịch sử tranh đấu của dân tộc. Văn học được phát triển và vai trò tri thức cùng lúc càng nổi bật trong nhiệm vụ đối với quốc gia và dân tộc. Công án là kết quả do nỗ lực hoạt động để phát triển tư tưởng văn học chung cho đất nước.

Vai trò lịch sử và vai trò xã hội của công án đại khái là như thế. Vai trò lịch sử và xã hội của Thiền bái sám cũng theo chiều hướng tương tợ. Đạo Phật tồn tại trong sự tồn tại của dân tộc. Sự thực hành của đạo Phật do đó phải thích hợp với tất cả điều kiện của dân tộc. Sự trưởng thành của Thiền bái sám chứng tỏ sự trưởng thành cao độ của ý thức tự chủ dân tộc. Không phải tự chủ theo nghĩa độc tôn. Vì đạo Phật có sứ mệnh đóng góp vào con đường sáng của quần chúng.

Căn cứ trên sự phát triển của Thiền công án và Thiền bái sám, chúng ta có thể hiểu biết đại khái đạo Phật đã đi vào lịch sử và xã hội của Việt Nam như thế nào.

D.Q.M.

Lịch sử BỘ PHÁI PHÁP TẠNG và sự kết tập LUẬT TỨ PHẦN

(tiếp theo kỳ trước)

- THÍCH TÂM NHÃN -

IV. TẠNG CHÚ THUẬT

Trong tác phẩm "*Các bộ phái Phật giáo tiểu thừa*", André Bareau nói:

> "Một số dấu hiệu cho thấy người Pháp tạng bộ có tôn trọng đặc biệt đối với ngài Mục-kiền-liên (Maudgalyāyana); điều này đi đôi với việc đưa một tạng Mật chú (tạng Đà-la-ni/ Dhāraṇīpiṭaka) vào giáo điển của họ, ít ra trong một thời kì nào đó."[1]

Thời gian mà bộ phái này kết tập tạng Chú thuật và Bồ-tát cho đến nay chưa có một nhà Phật học nào xác định rõ ràng. Joseph Walser[2] dựa vào một số tư liệu Hán dịch hiện còn cũng chỉ đoán định Chú tạng và Bồ-tát tạng thuộc tam tạng Đại thừa (Mahāyāna Tripiṭaka / 大乘三藏).

Về tạng Chú thuật, Mai Vĩ Tường Vân cho rằng,[3] nhiều loại chân

---

[1] André Bareau, ibid., p. 194.

[2] Cf. Joseph Walser, Nāgārjuna in context: *Mahāyāna Buddhism and Early Indian Culture*, New York: Columbia University Press, p. 52.

[3] Toganoo Shōun / 栂尾祥雲, 密教史 [Mật giáo sử], p. 23 (密宗教史 2 – 現代佛教學術叢刊, 72).

ngôn mật chú xuất hiện trước thời Phật, cho đến thời Phật giáo nguyên thủy; chính nguyên nhân này mà sau khi Phật nhập diệt 300 năm, ảnh hưởng trực tiếp hoặc gián tiếp, từ phái Thượng tọa bộ (Sthavira) phân nhánh Thuyết nhất thiết hữu bộ (Sarvāstivādin), sau đó Pháp tạng bộ phân phái từ đây [một số tư liệu cho rằng từ Hóa địa bộ (Mahīśāsaka)], ngoài kết tập ba tạng Kinh, Luật, Luận, còn kết tập thêm chân ngôn mật chú, thành Minh chú tạng.

1. Nguồn gốc mật chú và Pháp tạng bộ kết tập:

Mai Vĩ Tường Vân nói, muốn khảo cứu bối cảnh về tư tưởng Bí mật Phật giáo thì phải quay lại thời uyên nguyên Mật giáo sử Ấn-độ. Tức nguồn gốc chân ngôn xuất hiện khá sớm, hơn một ngàn năm trước thời Phật xuất thế, đó là văn học Veda, đầu tiên Chân ngôn mật pháp (Mantra) đã được thành lập trong bộ Ṛgveda. Bộ Ṛgveda này đã cung cấp cho chúng ta một số tư liệu sống để dẫn đến việc suy tưởng là mục đích dùng chân ngôn mật chú cầu phước, cúng tế tránh tai ương. Ban đầu từ ba bộ Ṛgveda, Sāmaveda, Yajurveda và hòa trong đó có Atharvaveda. Từ chân ngôn mà trở thành tư tưởng triết học về Thần thánh, lấy *"Âm thanh thường trụ luận"* tổ chức thành lập cơ sở như phái Mīmansaka, nó xuất hiện thời Phật hoặc sớm hơn nữa. Nhân đó mà dần dần phổ cập, không phải chỉ đặc quyền dành cho giai cấp Bà-la-môn sử dụng, mà bất cứ người nào trong 4 giai cấp đều dùng chân ngôn cầu nguyện cho ước muốn của mình. Như trong bộ Đại sử thi *Mahābhārata* có đến 1.008 tên chú thuật sùng bái thần Śiva, Viṣṇu. Đó là điều kích thích tôn giáo Veda phổ cập vào dân gian. Phật giáo cũng ảnh hưởng, cấu trúc thành Chân ngôn mật pháp, rồi phát sinh Phật giáo mật pháp.

Đại sư Ấn Thuận cũng công nhận, Mật chú bắt nguồn từ chú thuật của Veda, với niềm tin vào ngôn ngữ chú thuật có năng lực thần bí, và dựa vào những thứ biểu trưng, cùng năng lực chú thuật, lợi dụng cả quỷ thần, yêu quái, hợp với động tác thân thể để đạt đến mục đích. Tác dụng của chú pháp gồm 4 loại: tức tai (息災 - tránh tai ương), nguyền rủa (咒詛 - chú trớ), khai vận (開運 - cầu may), hoặc thêm huyễn thuật (幻術), cũng giống với tức tai, điều phục (調伏) và tăng ích (增益) của Bí mật giáo. Khởi nguyên văn minh Ấn-độ lấy bộ Ṛgveda làm gốc, sau họ tổ chức bổ sung thêm hai bộ Sāmaveda, Yajurveda, thành ba bộ, gọi là Tam minh (三明). Mặc dầu ba bộ Veda này phụng thờ thần quyền, sử dụng chú thuật cầu nguyện tiêu trừ tai chướng, khai vận, chú trớ, huyễn thuật, nhưng nghiêng về tế tự vạn năng, vẫn còn ý nghĩa thanh khiết. Sau phát triển thêm bộ Atharvaveda, dịch là chú thuật, nhương tai..., nặng về chú thuật, sùng bái ma quỷ u linh.

Khi Phật xuất thế, Ngài đã bài xích Tam minh của Bà-la-môn, cho là chú pháp, huyễn thuật không phù hợp và cực lực nghiêm cấm. Như trong kinh *Tạp A-hàm* ghi: "*...huyễn thuật đều là pháp dối lừa, khiến con người đọa địa ngục.*"[4] Hay kinh *Tam minh*[5] trong tạng Pāli...

Về sau, trong A-hàm, Tỳ-nại-da (Vinaya) vẫn có chú thuật xen tạp, hiện nay thấy trong kinh, luật có nói đến với chủ đích dùng trị bệnh. Sau Phật nhập diệt, Pháp tạng bộ từ nhánh Phân biệt thuyết (Vibhajyavāda),[6] suy tôn Mục-liên, thịnh hành thuyết quỷ thần, bắt đầu truyền "Chú tạng".[7]

> Ông Warder nói: *"Trường phái Pháp tạng (Dharmaguptakas) bắt nguồn từ quốc gia Aparānta (Aparāntaka). Trường phái này dường như nhất trí mật thiết với Thượng tọa bộ (Sthaviravāda) (chẳng hạn như A-la-hán), ngoại trừ có vài điểm nghiêng về Đại chúng bộ (Mahāsaṃgha). Theo thuyết của Thế Hữu (Vasumitra) cho rằng, phái Pháp tạng xem trọng việc bố thí cúng dường đức Phật hơn hẳn cúng dường cho Tăng, đồng thời cường điệu thêm yếu tính sùng bái tháp (pagodas), bằng chứng trong kinh điển của Pháp tạng bộ hiện còn có ghi chép.*[8] *Bộ phái này đóng vai trò rất lớn trong việc truyền bá Phật giáo, họ đã nỗ lực hơn các trường phái khác trong việc truyền bá Phật giáo vượt ra ngoài Ấn-độ (đến Iran, Trung Á, cuối cùng đến Trung Hoa). Về phương diện truyền bá này họ thành công nhất, ngoài việc thờ cúng "tháp", còn sáng chế ra một số phương tiện khác để phổ cập Phật giáo đến dân tộc chưa khai*

---

[4] Kinh *Tạp A-hàm* 雜阿含經 40, T02n99, p. 96b15-17:
"... 幻術皆是虛誑法，令人墮地獄."

[5] DN (Dīghanikāya/Trường bộ). 13, Tevijjasutta, nội dung: Đức Phật dạy, các Bà-la-môn dầu có tinh thông ba tập Veda vẫn có dục ái, sân hận, nhiễm tâm, không tự tại, Do vậy không thể cộng trú với Phạm thiên.

[6] Sự phân chia này theo tác phẩm *"Nói rõ về sự chia rẽ giáo đoàn"* (教團分裂詳說) của Thanh Biện (Bhavya), người Nam Ấn-độ, soạn vào thế kỷ thứ VI Tây lịch.

[7] 印順/Ấn Thuận, 以佛法研究佛法 [Dĩ Phật pháp nghiên cứu Phật pháp], Dân quốc 81, p. 131.

[8] Pachow, *A Comparative Study of the Prātimokṣa*, pp. 42 và 51 f.

hóa, những người ưa thích loại Phật pháp bí mật thần kỳ hơn là lý luận triết học. (Các Dhāraṇī và Mantra có thể được sử dụng và giúp rất nhiều trong vấn đề truyền bá này)... Dường như những Tăng lữ phái Pháp tạng đặt chân ở vùng Trung Á sớm nhất, họ mang thông điệp Phật giáo theo những con đường thương mại từ Tây bắc Aparānta đến Iran và cùng lúc ấy truyền đến Uḍḍiyāna (thung lũng Suvastu, bắc Gandhāra, sau trở thành trung tâm chính yếu của họ). Rồi họ thành lập phát triển về viễn Tây như Parthia, lại men theo con đường tơ lụa, trục chính đông-tây châu Á, phát triển hướng về phía đông ngang qua Trung Á đến Trung Hoa. Tại đây họ đã xây dựng một cơ sở Phật giáo vững chắc ổn định khoảng thế kỷ thứ 2, 3 Tây lịch."[9]

2. Mật chú xâm nhập thời kỳ bộ phái

Đối với chú thuật, ngay thời kỳ đức Phật còn tại thế có thể chúng ta suy đoán không có sử dụng, vì trong một số kinh, luật cho thấy đức Phật hoàn toàn nghiêm cấm, như luật *Tứ phần* của Pháp tạng bộ, pāyattika (ba-dật-đề) 117, có nói: Nhóm sáu tỳ-kheo-ni học tập, tụng đọc chú thuật của thế tục, đức Phật cấm, nếu học tụng, phạm ba-dật-đề.[10]

Hoặc họ tụng các loại tạp chú thuật,[11] như chú chi tiết, chú Sát-lợi, chú quỷ, chú cát hung; học tập cách bói quay bánh xe hươu;[12] học giải thích các loại âm thanh.[13] Và pāyattika 118, 170: Tỳ-kheo-ni dạy bạch y học tập chú thuật thế tục; tương đương luật Pāli, phần Tỳ-kheo-ni (Bhikkhunīvibhaṅga), pāyattika 9, "Tỳ-kheo-ni nào học tập kiến thức súc sinh, phạm pāyattika (*"Yā pana bhikkhunī tiracchānavijjaṃ pariyāpuṇeyya, pācittiya"nti*.)

Kiến thức súc sinh là những gì thuộc bên ngoài [thế tục] không liên

---

[9] Warder, A.K., *Indian Buddhism*, India, 1970, p. 278, 280.

[10] 四分律 27, T22n1428, p.754a17, 若比丘尼誦習世俗呪術者,波逸提.

[11] Tạp chú thuật 雜咒術, các môn học (chú thuật) tạp nhạp vô ích. Xem, *Trường A-hàm* 13, kinh "A-ma-trú", T1, tr.84c1. Xem, Pāli, D. 9, liệt kê các loại chú thuật (tiracchānavijjā: khoa học súc sinh): aṅgavijjā (chi tiết chú 支節咒), khoa xem tướng tay chân; *khattiyavijjā* (sát-lị chú 剎利咒), khoa xem tướng cho vua chúa...

[12] Chuyển lộc luân 轉鹿輪, bánh xe hươu: vòng các con thú; chỉ hình dáng các con thú trên hoàng đạo đới; Skt. mṛgacakra. Pāli: migacakka, Hoa dịch là thuật giải tiếng các loài thú.

[13] Các thứ tiếng chim, thú. Xem cht. trên.

quan đến mục đích (*Tiracchānavijjaṃ[tiracchānavijjaṃ (ka.)] nāma yaṃ kiñci bāhirakaṃ anatthasaṃhitaṃ*)."

Cũng như kinh A-ma-trú trong *Trường A-hàm*[14] chép:

"Ma-nạp, như các Sa-môn, Bà-la-môn khác, tuy ăn của người tín thí, nhưng hành các pháp chướng ngại đạo, sinh sống bằng tà mạng: hoặc chú nước, chú lửa, hoặc chú ma quỷ, hoặc tụng chú Sát-ly, hoặc tụng chú chim, hoặc tụng chú chi tiết, hoặc bùa chú trấn nhà trấn cửa, hoặc bùa chú giải trừ lửa cháy, chuột gặm, hoặc tụng kinh thư ly biệt sanh tử, hoặc đọc sách đoán mộng, hoặc xem tướng tay tướng mặt, hoặc đọc sách tất cả âm. Ai vào pháp Ta, không có việc ấy."[15]

Như vậy chúng ta đã thấy, ban đầu lập trường của Phật giáo là thoát tục, nghiêm cấm sử dụng chú thuật, nhưng vì phương tiện giáo hóa như các nhà Phật học đã nhận định, do đó mà không riêng gì bộ phái Pháp tạng chuyên dùng mà các bộ phái khác cũng ảnh hưởng không ít. Cho nên thời kỳ Phật giáo bộ phái ảnh hưởng khá sớm, sớm hơn khi phái Pháp tạng hình thành Chú tạng. Mai Vĩ Tường Vân đã ghi nhận điều này trong tác phẩm *"Mật giáo sử"* của ông:

"Trong tư tưởng của Phật giáo Nam phương, tập thành hơn 30 loại ngắn, phổ biến tín ngưỡng dân gian, chư thiên, quỷ thần tập hội nghe Phật thuyết pháp. Cho rằng đó là những vị thần minh ủng hộ Phật giáo, như [Pāli DN. (Dīghanikāya)] 20. Mahāsamayasuttam (kinh Đại hội), hoặc [DN]. 32, Āṭānaṭiyasuttam (kinh A-tra-na-chi); hoặc Sarana gamanam (Tam qui văn), Metta suttam (kinh Từ bi), Dasadhamma suttam (kinh Mười pháp) v.v..., những kinh này đều được gọi Tạng phòng hộ (Parittam). Vì mang ý nghĩa tiêu trừ tật bệnh, cầu phước, mà ngày nay ở tại Miến-điện, Tích Lan v.v... vẫn còn tụng đọc thông dụng, chúng hoàn toàn đồng nhất với chân ngôn mật chú. Từ "Paritta" có nghĩa phòng vệ, ủng hộ, tương đương Phạn ngữ (Sanskrit)"Paritra"; Tích-lan ngữ là "Pirit"."[16]

---

[14] Cf. Pāli, DN. 3, Ambaṭṭha sutta.

[15] 長阿含經 13, T01no.1, p.84b28, 阿摩晝經： 摩納！如餘沙門、婆羅門食他信施， 行遮道法，邪命自活，或呪水火，或為鬼呪，或誦剎利呪，或誦鳥呪，或支節呪，或是安宅符呪，或火燒、鼠嚙能為解呪，或誦別別死生書，或讀夢書，或相手面，或誦天文書，或誦一切音書；入我法者，無如是事。

[16] Toganoo Shōun, 密教史, ibid., p. 28.

Ngoài ra ông còn dẫn thêm trong Thánh điển Nam phương (*Pāli text*), như Luật bộ, phần *Tiểu phẩm* quyển 5, (tỳ-kheo) bị rắn cắn, đọc chú Paritta.¹⁷ Từ "Paritta" được trưng dẫn trong kinh điển Nam phương, xuất hiện trước thế kỷ thứ 2 Tây lịch, tại thủ đô Sākala (Skt. Śākala)¹⁸ Bắc Ấn-độ, ký thuật vua Hy-lạp Milinda (Menandros) và Nāgasena, hay gọi *"Luận sư Long Quân vấn đáp"* trong kinh Milindapañha (Di-lan-đà vấn kinh / 彌蘭陀問經), cũng có chú phòng hộ (Paritta) này.

Trong bản Pāli, vua Milinda hỏi Nāgasena: Đức Thế Tôn chỉ các chú thuật hộ trì: Ratanasutta (chú phòng hộ Bảo kinh), Khandhaparitta (chú phòng hộ Uẩn), Moraparitta (chú phòng hộ Khổng tước), Dhajaggaparitta (chú phòng hộ Đỉnh cờ), Āṭānāṭiyaparitta (chú phòng hộ A-tra-nãng-chi), Aṅgulimālaparitta (chú phòng hộ của Aṅgulimāla) để tránh khỏi thần chết. Nāgasena trả lời: "Các bài kinh hộ trì đã được đức Thế Tôn chỉ ra. Tuy nhiên, điều ấy là dành cho người tuổi thọ vẫn còn, đã đến tuổi trưởng thành, sự ngăn cản của nghiệp đã được trừ khử... (*Parittā ca bhagavatā uddiṭṭhā. Tañca pana sāvasesāyukassa vayasampannassa apetakammāvaraṇassa...*)."¹⁹

Ông cho rằng, hình thức chú thuật trong kinh Milindapañha chỉ là cường điệu, mang tín ngưỡng dân gian của người Ấn, vì tin rằng quỷ thần trong vũ trụ này tạo ra bệnh tật, tai ương, muốn cầu họ phù hộ mà tạo thành thần chú mật pháp. Do vậy kinh điển loại này xuất hiện không phải là ít. Như kinh *Phật thuyết hộ chư đồng tử Đà-la-ni* (佛說護諸童子陀羅尼經), 1 quyển (T19n1028A), Bồ-đề-lưu-chi (Bodhiruci) dịch thời Nguyên ngụy (508-535 Tl.). Trong kinh liệt kê đến 50 loại danh tính quỷ thần. Những quỷ thần này quấy nhiễu trẻ con, làm chúng bệnh tật, khóc đêm v.v. Nội dung kinh này ảnh hưởng từ *Đại sử thi* (Mahābharata) quyển 3, và phẩm *Sâm lâm* (Vana-parvan), hai tác phẩm này đều miêu tả chuyện ác quỷ nữ quấy nhiễu con nít. Phật giáo đã vay mượn ít nhiều trong chuyện ấy mà chuyển hóa thành kinh. Đây chỉ là một loại phương tiện tự nhiên theo nhu cầu tín

---

[17] Vinaya ii, Cūḷavagga ii, p. 110. Chuyện tỳ-kheo bị rắn cắn, Phật dạy bài kệ, nội dung bài kệ không phải những câu thần chú bí hiểm, chỉ là những lời ước nguyện, mong tâm từ của tỳ-kheo gửi đến những loài rắn độc, và các sinh vật không chân, hai chân, bốn chân. Mong chúng được an lành, không làm hại tỳ-kheo. Bài chú này sau trở thành chú Phòng hộ Uẩn **(Khandhaparitta-gāthā)**.

[18] Sākala, nay là thành phố Sialkot thuộc Punjab, Pakistan.

[19] Khuddakanikāye, Milindapañhapāḷi: 4. Maccupāsāmuttikapañho.

ngưỡng của nhân gian. Từ đó Phật giáo phát triển dần, trở thành "chân ngôn mật chú", được ứng dụng vào Du-già hành quán (Yogācāra), rồi thành Đà-la-ni (Dhāraṇī). Bản tính của Đà-la-ni lấy Bát-nhã làm đầu, như trong kinh *"Vô lượng môn vi mật trì"* (無量門微密持經),[20] Chi Khiêm dịch thời Ngô, hay kinh "Hải long vương" (海龍王經)[21] Trúc Pháp Hộ dịch, đều thấy nói ý nghĩa Đà-la-ni. Năng lực đặc thù của Đà-la-ni là dựa vào văn tự, ngôn ngữ và nhớ nghĩ khiến thống nhất được "tâm". Về sau, lại đem việc đọc tụng, chuyên niệm chân ngôn mật chú thường xuyên, khiến nhiếp trì nhất tâm, không cho tán loạn, cũng gọi là ý nghĩa của "Đà-la-ni".[22]

3. Pháp tạng bộ liên hệ với Đà-la-ni:

Luật Tứ phần, quyển 11, phần pāyattika (ba-dật-đề) 6 ghi:

"Một thời, đức Phật ở thành Khoáng dã. Bấy giờ, nhóm sáu tỳ-kheo cùng các trưởng giả tập hợp tại giảng đường tụng kinh Phật, cao tiếng lớn giọng như âm thanh bà-la-môn đọc sách không khác, làm loạn tâm các vị tọa thiền...

Đức Thế Tôn bằng vô số phương tiện quở trách nhóm sáu tỳ-kheo rồi bảo các tỳ-kheo:

... Tỳ-kheo nào, tụng đọc chung với người chưa thọ giới, ba-dật-đề.

(Giải thích từ)

Tỳ-kheo: *nghĩa như trước.*

Người chưa thọ đại giới: *như giới trước (tức ngoài tỳ-kheo và tỳ-kheo-ni ra).*

Cú nghĩa, phi cú nghĩa, cú vị, phi cú vị; tự nghĩa, phi tự nghĩa.[23]
- Cú nghĩa: *là cùng người đọc tụng, không trước, không sau...*
- Phi cú nghĩa: *như một người nói 'Chớ làm các việc ác' chưa xong, người thứ hai nói lại câu 'Chớ làm các việc ác.'*

---

[20] 佛說無量門微密持經, 1 quyển, T19n1011, p.680b3.

[21] 佛說海龍王經, 4 quyển, T15n598, p.131c8.

[22] Cf. 栂尾祥雲, 密教史, p. 29, 30.

[23] *Ngũ phần 6*, cú pháp: *cú* (Pāli: *pada*), *vị* (Pāli: *vyañjana*) và *tự* (Pāli: *akkhara*) tức câu, âm tiết (vì tiếng Phạn đa âm tiết) và từ ngữ. Thập tụng 6, cú pháp: túc cú (mệnh đề trọn), bất túc cú (mệnh đề không trọn); túc tự (từ ngữ trọn, đa âm tiết), bất túc tự (từ ngữ không trọn), túc vị (âm tiết trọn), bất túc vị (âm tiết không trọn). Pāli: *anupada*, tùy cú, người trước đọc dứt câu người sau lặp lại. *anvakkha*, tùy tự, người trước đọc dứt một từ, người sau lặp lại. *anubyañjana*, tùy vị, người trước vừa dứt một âm tiết, người sau lặp lại.

- Cú vị:	hai người cùng tụng, không trước không sau, như tụng, "Mắt vô thường. Tai vô thường. Cho đến, ý vô thường."
- Phi cú vị:	như một người chưa nói xong "Mắt vô thường...", người thứ hai lặp lại lời nói trước, "Mắt vô thường..."
- Tự nghĩa:	hai người cùng tụng, không trước không sau, như tụng, 'A, la, ba, giá, na.'
- Phi tự nghĩa:	như một người chưa nói xong âm "A...", người thứ hai lặp lại âm "A..." trước đó."[24]

Hiện nay trong tạng Hán, hệ luật của bộ phái như luật *Ngũ phần* (Mahīśāsaka-vinaya) của Hóa địa bộ, *Ma-ha Tăng-kỳ* (Mahāsaṅghi-vinaya) của Đại chúng bộ, *Thập tụng* (Sarvāstivāda-vinaya) và *Căn bản Thuyết nhất thiết hữu bộ tỳ-nại-da* (Mūlasarvāstivāda-nikāya-vinaya) của Hữu bộ, cũng kết tập học xứ này là pāyattika 6; riêng luật Pāli thuộc Thượng tọa bộ, pāyattika 4: *Padasodhammasikkhāpadaṃ*, nhưng không có nội dung: "Hai người cùng tụng, không trước không sau, như tụng, 'A, la, ba, giá, na 阿羅波遮那).'"

Đại sư Ấn Thuận nói:

"A, la, ba, giá, na, là Đà-la-ni (Dhāraṇī) của Văn-thù-sư-lợi. Nếu Tứ phần có Đà-la-ni thì Pháp tạng bộ có minh chú là điều chắc chắn."[25]

Những mẫu tự "A, la, ba, giá, na 阿羅波遮那" chính là năm mẫu tự đầu trong 42 mẫu tự Đà-la-ni. Đà-la-ni của Văn-thù mà đại sư nói, tức *Kim cang đảnh kinh Mạn-thù-thất-lợi bồ-tát ngũ tự tâm Đà-la-ni phẩm* (Pañcākṣara-mañjuśrī-hṛdaya-dhāraṇī / 金剛頂經曼殊室利菩薩五字心陀羅尼品), do Tam tạng Kim Cang Trí (Vajrabodhi), người nước Ma-lại-da (Malaya/Malayakuṭa) Nam Ấn-độ, dịch đời Đường (A.D. 618-907), xếp trong tạng Đại chánh tập 20, số 1173.

---

[24] 四分律 11, T22n1428, p. 638c21: 爾時佛在曠野城。六群比丘與諸長者共在　　講堂誦佛經語，語聲高大，如婆羅門誦書聲無異，亂諸坐禪者。…世尊以無數方便呵責六群比丘已，告諸比丘：若比丘與未受戒人共誦者，波逸提。比丘義如上說。未受戒者，除比丘、丘尼，餘者是。句義非句義，句味非句味，字義非字義。句義者，與人同誦不前不後，「諸惡莫作，諸善奉行；自淨其意，是諸佛教。」非句義者，如一人說諸惡莫作未竟，第二人抄前言諸惡莫作。句味者，二人共誦不前不後，「眼無常、耳無常，乃至意無常。」非句味者，如一人未稱眼無常，第二人抄前言眼無常。字義者，二人共誦不前不後，「阿羅波遮那」。

[25] 印順 – 印度之佛教 / Phật giáo Ấn-độ [中華民國 81], p. 118.

Đại sư còn cho rằng, 5 mẫu tự này sau thành chú căn bản của Văn-thù. Ý nghĩa 5 mẫu tự đầu trong *Kim cang đảnh kinh Mạn-thù-thất-lợi bồ-tát ngũ tự tâm Đà-la-ni phẩm* được định nghĩa như sau:

"1. A [阿/ādya-anutpannatvād], nghĩa vô sinh; 2. Ra [羅, 囉/rajas], thanh tịnh không nhiễm, lìa trần cấu; 3. Pa [波, 跛/paramārtha], đệ nhất nghĩa, các pháp đều bình đẳng; 4. Ca [遮, 者/carya], các pháp không có các hành; 5. Na [那, 娜/nāma], các pháp không có tánh tướng."

42 mẫu tự này gọi là mẫu tự "Arapacana" (Arapacana Alphabet), trong *Phóng quang Bát-nhã* (*Pañcaviṃśatisāhasrikā-prajñāpāramitā Sūtra*), quyển 4 (T8n221), Hoa nghiêm kinh, quyển 57 (T9n278), Đại trí độ luận, quyển 48 (T25n1509) chép:

1. a 阿/, 2. ra 羅, 3. pa 波, 4. ca 遮, 5. na 那, 6. la 羅/邏, 7. da 陀, 8. ba 波/婆, 9. ḍa 茶, 10. ṣa 沙, 11. Va 和, 12. Ta 多, 13. Ya 夜, 14. ṣṭa 吒, 15. Ka 加/迦, 16. sa 娑/婆, 17. ma 摩, 18. ga 伽, 19. stha/tha 他, 20. ja 闍, 21. śva 濕波, 22. dha 大/馱, 23. śa 赦/賒, 24. kha 佉/呿, 25. kṣa 叉, 26. sta 侈/哆, 27. jña 若, 28. ha/rtha/artha 伊陀/他, 29. Bha 繁/婆, 30. cha 車, 31. sma 魔/娑摩/濕徙, 32. hva 叵/訶娑/火, 33. tsa 蹉/訶, 34. gha 峨/伽, 35. ṭha 咃/吒, 36. ṇa 那/拏, 37. pha 破/娑頗/頗, 38. ska 歌/娑迦, 39. ysa 嵯/闍/醯, 40. śca 嗟/多娑/遮, 41. ṭa 吒/侘, 42. ḍha 嗏/陀/茶.

Theo ý kiến cá nhân của giáo sư Kajiyama Yūichi nhận xét: Đà-la-ni và chân ngôn, hay minh chú đều có quan hệ, giai đoạn thời sơ kỳ Đại thừa không có quan hệ, nếu có thì Đà-la-ni được xem là mục đích nhưng thủ đoạn lại dùng chân ngôn.[26] Cho nên chúng ta thấy đại sư Ấn Thuận dẫn chứng cùng quan điểm:

"Loại tín ngưỡng minh chú (vidyā / 明咒) *trong Hạ phẩm Bát-nhã*[27] *là thích ứng thế tục, đưa ra minh chú tỉ dụ cho Bát-nhã. Và khích lệ dẫn đạo thiện nam, tín nữ nếu tu học, xưng tán, trì tụng Bát-nhã,*

---

[26] 梶山雄一 / Vĩ Sơn Hùng Nhất – 般若思想 / Bát-nhã tư tưởng, 許洋主譯, 中華民國 78, p. 239.

[27] 下品般若: 1.『道行般若經 2.『大明度經』 3.『摩訶般若波羅蜜鈔經』 4.『摩訶般若波羅蜜經』, 或作『小品般若波羅蜜經』5.『大般若波羅蜜多經』6.『大般若波羅蜜多經』7.『佛說佛母出生三法藏般若波羅蜜多經』.

thì đời này và đời sau đều được công đức. Loại minh chú có loại giống Đà-la-ni xuất hiện trong Trung phẩm Bát-nhã. Trung phẩm Bát-nhã có nói đến 'Năm trăm Đà-la-ni môn',[28] có thể suy ra trong giới Phật giáo dương thời, pháp môn Đà-la-ni la thịnh hành. Đà-la-ni ý nghĩa là 'nhiếp trì', người xưa dịch là 'tổng trì'. Pháp môn Đà-la-ni có một đặc sắc như trong kinh Ma-ha bát-nhã ba-la-mật quyển 17 (Đại chánh 8, tr. 343c) nói:

"Nghe Phật thuyết pháp, không nghi không hối, nghe xong thọ trì, trọn không quên mất. Vì sao? Vì đắc Đà-la-ni. Tu-bồ-đề hỏi: «Bạch Thế Tôn! Đắc những Đà-la-ni gì»... Phật bảo Tu-bồ-đề: «Bồ-tát đắc, nghe, nắm giữ Đà-la-ni như vậy.[29] Phật thuyết các kinh, không quên mất, không nghi hối.»"

Đắc Đà-la-ni, nghe xong thọ trì không quên, cũng có thể được biện tài vô ngại, như nói:

1. Từ các Phật pháp, xả thân thọ thân, cho đến đắc A-nậu-đa-la tam-miệu tam-bồ-đề, trọn không quên mất, là do Bồ-tát thường đắc các Đà-la-ni.

2. Bồ-tát nghe thọ trì, đọc tụng, lợi ích, tâm quán hiểu rõ, do hiểu rõ nên đắc Đà-la-ni...

Người Ấn không trọng sách vở biên chép, chỉ thích tụng đọc thuộc lòng, cho nên họ nuôi dưỡng được khả năng trí nhớ tốt. Kinh điển Đại thừa lưu hành ngày càng nhiều, thì số lượng thư tịch ngày càng vĩ đại, việc tụng đọc không để quên mất tức năng lực ghi vào kí ức cũng trở nên quan trọng dần. Như trong kinh Bát-nhã nói, Đà-la-ni không chỉ là đọc tụng văn tự mà phải 'tâm quán liễu đạt', 'đắc chỉ thú kinh'. Thông đạt nghĩa lí năng lực kí ức càng bền vững, tụng tập nhiều cùng quán thông nghĩa lí, cho nên có thể biện thuyết vô ngại. Trong Đà-la-ni, pháp môn căn bản nhất là 42 mẫu tự, thành pháp môn quan trọng của Đại thừa. Đọc tụng tất cả Phật pháp đều y cứ văn tự ngữ ngôn mà thiết lập, nên nghĩa 42 mẫu tự trở thành vị trí

---

[28] 摩訶般若波羅蜜經 23, T08, no. 223, p. 390, a19.

[29] 大般若波羅蜜多經 515, T07, no. 220, p. 634, b1. 大般若波羅蜜多經 327, T06, no. 220, p. 677, a18-19: "佛言：善現！是菩薩摩訶薩已得字藏陀羅尼、海印陀羅尼、蓮華眾藏陀羅尼等" (Phật bảo: Thiện Hiện! Đại Bồ-tát đã đắc Tự tạng đà-la-ni, Hải ấn đà-la-ni, Liên hoa chúng đà-la-ni v.v...).

căn bản trọng yếu. Như *Đại trí độ luận* quyển 48 (Đại chánh 25, tr. 408b) thuyết:

'Các pháp Đà-la-ni đều từ phân biệt văn tự mà sinh ngôn ngữ; 42 mẫu tự là căn bản của các mẫu tự. Nhân mẫu tự mà có ngôn ngữ, nhân ngôn ngữ mà có danh, nhân danh mà có nghĩa. Bồ-tát nếu nghe mẫu tự, nhân mẫu tự mà có thể hiểu nghĩa.'"[30]

4. Kết luận

Thứ nhất, trong tác phẩm *Tư tưởng Bát-nhã* của giáo sư Kajiyama Yūichi, ông viết:

"Theo luật Tứ phần của Pháp tạng bộ ký tải lời Phật cảm thán: 'Nếu người nữ không xuất gia trong Phật pháp, thì Phật pháp sẽ cửu trụ được năm trăm năm.' ([Đại chánh] quyển 22, trang 23, hạ). Nhưng năm bản khác[31] lại cải thành như vậy: Chánh pháp đáng lý trụ thế được một ngàn năm, vì người nữ xuất gia mà khiến giảm đi năm trăm năm, chỉ có thể trụ thế năm trăm năm. Đại khái, bản Tứ phần, còn hình thức xưa nhất. Có thể nhận định, vì thiết lập Tăng đoàn tỷ-kheo-ni mà đức Phật nói lời cảm thán này, ước chừng sau 500 năm mới ghi chép trong luật Tứ phần, hoặc Tứ phần được biên tập sau thời điểm đó. Vậy bây giờ, ta làm một bài toán đơn thuần xem, khi Tăng đoàn tỷ-kheo-ni thiết lập là sau đức Phật thành đạo 5 năm, tức năm 423 trước Tây lịch; thêm 500 năm nữa là năm 77 sau Tây lịch thì thời gian này luật Tứ phần thành lập. Và năm bản kia theo hình thức cũng thành lập sau đó chút ít."[32]

Giáo sư lý giải câu "*Phật pháp sẽ cửu trụ được năm trăm năm*" (佛教當得久住五百歲) trong luật *Tứ phần* ẩn ý cùng nghĩa với câu "*Sau năm trăm năm*" (後五百年) kinh điển đại thừa xuất hiện, tức nói đến kinh điển Bát-nhã ra đời. Câu này thấy ghi lại trong kinh *Kim cang bát-nhã* thuộc hệ *Tiểu phẩm bát-nhã kinh* (Aṣṭasāhasrikā Prajñāpāramitā/ 八千頌般若經). Hệ Tiểu phẩm bát-nhã xuất hiện khoảng 100 năm Tây lịch đến 100 năm sau Tây lịch. Nếu ý kiến của giáo sư xác tín thì luật *Tứ phần* của Pháp tạng bộ ghi chép các tỳ-kheo tụng đọc Đà-la-ni,

---

[30] 印順 – 初期大乘佛教之起源與開展 [Sự phát triển và khởi nguyên của Phật giáo sơ kì Đại thừa], 中華民國 92, p. 744.

[31] Luật Ngũ phần, Ma-ha-tăng-kỳ, Thập tụng, Căn bản, và Pāli.

[32] 般若思想, ibid., p. 15.

là hình thức minh chú ảnh hưởng rất sớm, hoặc họ kết tập cùng thời với Kinh, Luật, Luật, chứ không phải sau đó.

Thứ hai, kinh Đại hội (大會經), trong *Trường A-hàm* của phái này, quyển 12 (T01n01, p.79b01), tương đương Pāli DN. (Dīgha Nikāya) 20. Mahāsamayasutta. Kinh này liệt kê đầy đủ các vị thần linh được tín ngưỡng thời Phật hay sau đó. Trong bản Pāli tên chư Thiên, quỷ thần đều được dịch ra, nhưng bản Hán lại phiên âm tất cả, gọi là "Phật kết chú": chú Càn-thát-bà, chú Chư thiên... Cho nên nhiều đoạn kệ trở thành các đoạn thần chú. Đó cũng là yếu tố khiến kinh này trong bản Hán có xu hướng Mật giáo.[33]

Bản Pāli, Mahāsamayasutta: (trích đoạn)

> "... Māyā kuṭeṇḍuviṭeṇḍu [veṭeṇḍu (sī. syā. pī.)], viṭucca [viṭū ca (syā.)] viṭuṭo saha.
> "Candano kāmaseṭṭho ca, kinnighaṇḍu [kinnughaṇḍu (sī. syā. pī.)] nighaṇḍu ca;
> Panādo opamañño ca, devasūto ca mātali.
> "Cittaseno ca gandhabbo, nalorājā janesabho [janosabho (syā.)];
> Āgā pañcasikho ceva, timbarū sūriyavaccasā [suriyavaccasā (sī. pī.)].
> "Ete caññe ca rājāno, gandhabbā saha rājubhi;
> Modamānā abhikkāmuṃ, bhikkhūnaṃ samitiṃ vanaṃ."

Dịch Việt:

> "...Māyā, kuṭeṇḍu, Veṭeṇḍu, Viṭu, Viṭucca,
> Candana, Kāmaseṭṭho, Kinnighaṇḍu, Nighaṇḍu, chín vị đến.
> Panāda, Opamañña, Mātali - người đánh xe ngựa chư thiên.
> Càn-thát-bà Cittasena; vua Naḷa, Janesabha,
> Pañcasikha, Timbarū, Sūriyavaccasā cũng đến.
> Như vậy cả vua chúa cùng với Càn-thát-bà hoan hỷ đến rừng này."

Bản Hán, Trường A-hàm/ 長阿含經12 (T01, no. 1, p. 80, a9-15):

> "…爾時，世尊欲降其幻偽虛妄之心，故結呪曰：
> 摩拘樓羅摩拘樓羅　毗樓羅毗樓羅　陀那加摩世致　迦尼延豆　尼延豆　波那擄嗚呼奴奴主　提婆蘇暮　摩頭羅　支多羅斯那　乾沓波　那羅主　闍尼沙　尸呵無蓮陀羅　鼻波蜜多羅　樹塵陀羅　那閻尼呵　斗浮樓

---

[33] Cf. Tuệ Sỹ, *Trường A-hàm*, Tổng mục lục, Nxb Phương Đông.

輸支婆迹婆."

Dịch Việt:

"Bấy giờ, Thế Tôn muốn hàng phục tâm huyễn ngụy hư dối của họ[34] nên kết chú rằng:

'Ma câu lâu la ma câu lâu la, tỷ lâu la tỷ lâu la, chiên đà na, gia ma thế trí, ca, ni diên đậu, ni diên đậu, ba na lỗ, ô hô nô nô chủ, đế bà tô mộ, Ma-đầu la, chi đa la tư na, càn đạp ba, na la chủ, xà ni sa, thi ha, vô liên đà la, tỷ ba mật đa la, thọ trần đà la, na lư ni kha, thăng phù lâu, thâu chi bà tích bà'."[35]

Và trong luật *Tứ phần*, quyển 27 [p.754a, b], pāyattika 117, 118, quyển 30, pāyattika 170 [774c21], chép: Tỳ-kheo-ni dạy bạch y học tập chú thuật thế tục; Hoặc họ tụng các loại tạp chú thuật.

Như vậy bộ phái này hành trì cả Đà-la-ni và chân ngôn mật chú.

5. Những bản kinh hiện còn

a.

Một số học giả hiện nay cho rằng, kinh Phật bản hạnh tập (Abhiniṣkramaṇa-sūtra 佛本行集經) bản Hán, hiện còn trong tạng Đại chánh, 60 quyển (T03n190), do Xà-na-quật-đa (Jñānagupta) dịch đời Tùy, và kinh Phật bản hạnh (佛本行經) 7 quyển, Thích Bảo Vân dịch đời Tống đều của bộ phái Pháp tạng. Họ nói, loại truyện Phật thời kỳ Phật giáo Đại thừa như Phật thuyết phổ diệu kinh (Lalitavistara 普曜經), Phương quảng đại trang nghiêm kinh (Lalitavistara 方廣大莊嚴經) và Phật bản hạnh tập kinh đều đề cập đến Đà-la-ni.[36]

Trong kinh Phật bản hạnh tập, thấy hai chỗ nhắc đến Đà-la-ni, là quyển 6 và 11.

Quyển 6: Thành tựu Đà-la-ni là pháp minh môn, nghe tất cả pháp Phật, có thể thọ trì.

(佛本行集經 6, T03n190, p.682a26: 成就陀羅尼，是法明門，

---

[34] Pl.: tesaṃ māyāvino dāsā, āguṃ vañcanikā saṭhā, những bộ hạ này vốn huyễn ngụy, hư vọng, ác tâm, lừa dối.

[35] Tuệ sỹ dịch và chú, *Trường A-hàm*, Nxb Phương đông, tr. 544.

[36] Cf. https://zh.wikipedia.org/wiki/法藏部.

聞一 切諸佛法，能受持故).

Quyển 11: Phẩm 11, "Học tập kỹ nghệ", liệt kê 64 bộ ngoại điển lưu hành ở Ấn-độ, bộ sách thứ 60 là Đà-la-ni ti-xoa-lê [dharaṇīprekṣaṇīlipi] (quán đất).

(佛本行集經 11, p. 704, a4:〈習學技藝品 11〉:...陀羅尼卑叉梨書 [觀地]).

Đại sư Ấn Thuận lại cho rằng bản kinh này tuy của Pháp tạng nhưng thuộc bộ phận Bản sinh kinh (Jātaka/本生經) mà các bộ phái đều dựa vào tạng Tỳ-ni (Vinaya) biên chép cuộc đời đức Phật, thành tác phẩm độc lập cho bộ phái. Như Tỳ-ni tạng căn bản [毘尼藏根本] của Di-sa-tắc bộ (Hóa địa bộ), Đại sự [大事] của Đại chúng bộ, Phương quảng đại trang nghiêm kinh [方廣大莊嚴經] của Thuyết nhất thiết hữu bộ.[37]

b.

Kinh *Kim cang đảnh kinh Mạn-thù-thất-lợi Bồ-tát ngũ tự tâm Đà-la-ni phẩm*, Tam tạng Kim Cang Trí (Vajrabodhi), người nước Ma-lại-da (Malaya/Malayakuṭa) Nam Ấn-độ, dịch đời Đường (A.D. 618-907), tạng Đại chánh tập 20, số 1173; đại sư Ấn Thuận nói mẫu tự "*A, la, ba, giá, na*" trong luật *Tứ phần* liên quan đến kinh này, và đại sư y cứ luận *Đại trí độ* ghi chép, cho là loại phương ngôn Nam Ấn-độ cổ đại:

"*Nếu nghe chữ 'đồ'* (荼/ḍa), *tức biết các pháp tướng vô nhiệt. Nam Thiên trúc 'đô-đô-tha* 荼闍他*'* (ḍama), *Tần dịch là bất nhiệt. Nếu nghe chữ 'tha'* (他/tha), *tức biết các pháp không trú xứ. Nam Thiên trúc 'tha-na* 他那*'* (sthāna), *Tần dịch là xứ. Nếu nghe 'nã'* (拏/na), *tức biết các pháp và chúng sinh, không đến không đi, không ngồi không nằm, không đứng không khởi, nên chúng sinh không, pháp không. Nam Thiên trúc 'nã* 拏*'* (nāma), *Tần dịch là không.*"[38]

Nakamura Hajime[39] lại suy đoán 42 mẫu tự đó[40] tựa hồ xuất xứ ở Đông bắc Ấn-độ, vì trong Phạn văn không có mẫu tự "ysa", có thể thâu thái từ

---

[37] Cf. 印順 –印度佛教思想史/Ấn-độ Phật giáo tư tưởng sử, 中華民國 79, p. 49.

[38] 大智度論 48, p. 408b26.

[39] 中村元 / Trung Thôn Nguyên, "イソド" 古代史" [Sử cổ đại Ấn-độ] 上 (1963 年, 春秋杜) p. 92.

[40] Xem đoạn trước.

ngôn ngữ của Vu-điền (Khotan).

Trong kinh *Hoa nghiêm*, quyển 46 dẫn: Thanh niên Thiện Tài vào thành Chú dược, đến chỗ lương y Di-già (Megha), vị này thành tựu pháp môn ngôn ngữ bất hư, nhận thức hiểu rõ ba ngàn đại thiên thế giới... và tất cả các ngôn ngữ.[41] Và: Biến Hữu (Viśvāmitra) giới thiệu Thiện Tài đến gặp thanh niên Thiện Tri Chúng Nghệ, vị này nói: 42 mẫu tự Bát-nhã ba-la-mật môn là đứng đầu, vào vô lượng vô số cửa Bát-nhã ba-la-mật.[42]

Lương y Di-già nghiên cứu các loại âm thanh, tinh thông văn tự, toán số, chiêm tinh, y học, ở thành Chú dược (呪藥城), tức thành Dramiḍapaṭṭana (Drāviḍa) nằm phía Nam Ấn-độ. Thiện Tri Chúng Nghệ nói 42 mẫu tự Bát-nhã ba-la-mật môn, đều liên quan với nhau, và xuất xứ cùng một nơi.[43]

Trong *Nhất thiết kinh âm nghĩa*, quyển 23 ghi:

"*Đạt-lợi-tị-trà... nước này nằm Nam Ấn-độ, dịch là suy tổn; nghĩa là nước này, người sinh ra không vọng ngữ, xuất ngôn thành chú. Nếu có nước lân cận xâm lược, họ dùng chú thuật khiến nước kia bại vong, như lửa bị dập tắt.*"[44]

Nước *Đạt-lợi-tị-trà* tức tộc người Drāviḍa. Như vậy Nam Ấn-độ là vùng đất phát triển chú thuật cũng là nơi phái Pháp tạng truyền giáo, mà Kim Cang Trí, người nước Ma-lại-da (摩賴耶/Malaya/Malayakuṭa) Nam Ấn-độ.[45]

Giả thuyết thứ nhất có thể bản kinh này thuộc phái Pháp tạng.

Giả thuyết thứ hai, trước khi Kim Cang Trí đến Trung Quốc (Năm thứ 8 niên hiệu Khai nguyên, nhà Đường) dịch kinh, ở Nam thiên trúc theo Long Trí học 7 năm.

---

[41] 大方廣佛華嚴經 46, T09, no. 278, p. 692, c18.

[42] 大方廣佛華嚴經 76, T10, no. 279, p. 418, c1.

[43] Cf. 印順 – 初期大乘佛教之起源與開展, 正文出版社, p. 746.

[44] 一切經音義 23, T54, no. 2128, p. 451, b16-17:「國名達利鼻荼(荼除加反 其國在南印度境此翻為銷融謂此國人生無妄語出言成呪若隣國侵迫但共呪之令其滅亡如火銷膏也)。」(CBETA,)

[45] Nước Ma-lại-da, *Đại Đường Đại từ ân tự tam tạng pháp sư truyện* / 大唐大慈恩寺三藏法師傳 4, T50, no. 2053, p. 242, a7: 秣羅矩吒國 (南印度境) / nước Mạt-la-củ-tra (cảnh giới Nam Ấn-độ).

Truyền thuyết Tây tạng, *Ấn-độ Phật giáo sử* của Tāranātha (Chương 127), nói Long Trí (龍智/Nāgabodhi, Nāgabuddhi) là người Bhaṅgala, Đông Ấn-độ, sau khi xuất gia làm thị giả cho Long Thọ. Sau khi Long Thọ mất, Long Trí ở tại núi Cát tường tu hành thành tựu, tuổi thọ ngang với nhật nguyệt. Trong truyền thuyết nói Long Trí là đệ tử của Long Thọ, mà pháp Bí mật giáo của Long Thọ, Đề-bà truyền thừa không gián đoạn. Theo truyền thuyết mà luận, Long Trí là hành giả Bí mật du-già khoảng thế kỉ thứ VII, VIII.

Ấn Thuận lại cho rằng, sự thật đệ tử Long Thọ truyền Phật pháp đến Trung Quốc khoảng thế kỷ thứ V, VII như thế nào không nghe nói đến; còn Long Trí truyền giáo chỉ là một bộ phận Bí mật đại thừa Phật pháp mà thôi.

Bí mật đại thừa là do nhiều hành giả Du-già truyền xuất. Tư tưởng của phái Du-già hành (Yogācāra) và phái Trung quán (Mādhyamika) hậu kì phát triển, nhiều thể nghiệm tu chứng bằng tự thân của hành giả Du-già, thích ứng thần giáo Ấn-độ hình thành dần dần. Vấn đề thành lập truyền xuất không nhất định là có biên tập. Cho nên bản kinh trên có thể xuất hiện thời Bát-nhã, Trung quán kết hợp với Bí mật đại thừa, hoặc Bí mật đại thừa của phái Du-già.

c.

Kinh *Hư không tạng bồ-tát* (虛空藏菩薩經 / *Ākāśagarbha bodhisattva sūtra*) 1 quyển, tập 13, số 405, do Phật-đà-da-xá (Buddhayaśas) dịch thời Diêu Tần (A.D. 408-413).

Nội dung kinh này tường thuật về việc khi đức Phật đang ở núi Khư-la-đế-sí, thì Bồ-tát Hư không tạng từ nơi Phật Thắng hoa phu tạng trong thế giới Nhất thiết hương tập y ở phương Tây hiện đến, dùng thần lực biến thế giới Sa-bà thành tịnh độ... Và nói về các Đà-la-ni trừ bệnh được phúc; về người niệm danh hiệu vị Bồ-tát này sẽ được trí nhớ lâu, mọi ý nguyện được viên mãn.

Các bản dịch khác của kinh này còn có:

Hư không tạng bồ-tát thần chú kinh (虛空藏菩薩神呪經/ *Ākāśagarbha bodhisattva dhāraṇī sūtra*), 1 quyển, mất tên người dịch, T13n406.

Hư không tạng bồ-tát thần chú kinh (虛空藏菩薩神呪經/

Ākāśagarbha bodhisattva dhāraṇī sūtra), 1 quyển, Đàm-ma-mật-đa (Dharmamitra) dịch đời Tống, T13n407.

Hư không dựng bồ-tát kinh (虛空孕菩薩經/ *Ākāśagarbha bodhisattva sūtra*), 2 quyển, Xà-na-quật-đa (Jñānagupta) dịch đời Tùy (A.D. 518-618), T13n408.

Trong bốn bản kinh kể trên, *Hư không tạng bồ-tát thần chú kinh*, mất tên người dịch là dị bản của *Hư không tạng bồ-tát*, Phật-đà-da-xá dịch, có thể hai bản này đều là của Pháp tạng bộ. Vì Phật-đà-da-xá là Luật sư Pháp tạng bộ, dễ đoán định ông dịch kinh theo bộ phái của mình. Đồng thời địa danh núi Khư-la-để-sí 佉羅底翅山 (Skt. Khadiraka, P. Karavīka) một trong bảy núi xung quanh Tu-di (Sumeru) theo Vũ trụ luận Phật giáo, tương đồng tên núi trong kinh *Thế kí*, phẩm *Châu Diêm-phù-để*, *Trường A-hàm* 18 [T01n1, p.115c7] của Pháp tạng bộ, gọi là "Già-đà-la 伽陀羅".

Về bộ phận kinh tạng chú thuật của bộ phái này đã bị lớp bụi thời gian phủ dày trên khắp nẻo đường hoằng hóa của họ, gây nhiều trở ngại cho các sử gia ký lục lại. Một vài bản kinh nêu trên chỉ nhờ thu thập ít tài liệu đã dẫn, và chúng tôi đóng góp theo quan điểm cá nhân.

Warder nói, không có tư liệu nào về bia ký cũng như văn bản để xác định địa điểm đặc biệt của trường phái này ở Ấn Độ. Mặc dù Huyền Trang và Nghĩa Tịnh dường như có tìm thấy dấu vết của trường phái Dharmagupta ở vùng Udyāna [có lẽ Udyāna thuộc Pakistan ngày nay] vào thế kỷ thứ VII, nhưng bằng chứng này không đủ để kết luận Udyāna là cứ điểm xuất phát của trường phái này. Przyluski cho rằng Dharmagupta có trung tâm ở Tây bắc. Warder nghĩ rằng nó có nguồn gốc ở nước Aparānta [hiện nay thuộc phía Bắc của tiểu bang *Gujarat - Ấn-độ*].[46]

Nước Udyāna mà Warder nói trong *Đại Đường Tây vực kí* quyển 3 dịch âm là Ô-trượng-na (烏仗那). Ngài Huyền Trang bút ký như sau:

"Nước Ô-trượng-na... hiếu học mà không dụng công, lấy cấm chú làm nghề nghiệp..., ngôn ngữ tuy khác nhưng chung là Ấn-độ..., đều học Đại thừa, dùng Tịch định (thiền định) làm nghiệp. Giỏi đọc văn sách đó, chưa nghiên cứu nghĩa lí thâm sâu, giới hạnh thanh khiết,

---

[46] Warder A.K., ibid., p. 278.

đặc biệt thích cấm chú. Luật nghi truyền dạy có 5 bộ: 1. Pháp mật bộ; 2. Hóa địa bộ; 3. Ẩm quang bộ; 4. Thuyết nhất thiết hữu bộ; 5. Đại chúng bộ."[47]

Tuy nhiên, Udyāna là thánh địa mật chú của phái Pháp tạng ngày xưa, nhưng từ thế kỉ thứ 4 (vương triều Gupta) đến thế kỉ thứ 9 Tây lịch (vương triều Pāla, tồn tại 18 đời, đến năm 1139 Tl. thì diệt vong), Bí mật đại thừa truyền giáo chỉ là bóng dáng của những hành giả Du-già và Trung quán. Đến thời Nghĩa Tịnh đi Ấn-độ (671-695 Tl.), viết *Đại Đường Tây vực cầu pháp cao tăng truyện*, có nói tình hình Mật pháp hưng thịnh. Và nhiều lưu học tăng như Huyền Chiếu, Sư Tiên, Đạo Lâm, Đàm Nhuận đến nước Lāṭa (La-trà) hướng Tây Ấn-độ để học Mật pháp, e rằng Mật pháp ấy không phải dấu vết của phái Pháp tạng.[48]

d.

Hiện nay, kinh điển chú thuật hệ Hán văn được xếp trong bộ Mật giáo, tạng Đại Chánh (Taishō), tất cả là 615 kinh. Trong 615 kinh này, có thể chia thành 2 phần: Tạp mật, Thuần mật.

Tạp mật: bắt nguồn từ kinh điển Veda, Phật giáo thâu thái đưa vào tín ngưỡng dân gian, kể cả những vị thần của Veda được đưa vào Phật giáo, như Minh vương, Bồ-tát, chư thiên, hoặc chân ngôn chú ngữ hộ thân (Paritta), Đà-la-ni (*Dhāraṇī*) v.v... Như phần trước đã nói.

Thuần mật: đến hậu bán thế kỷ thứ VII, Phật giáo lúc này hưng thịnh, Mật giáo chân chính khai triển, dùng chân ngôn, Đà-la-ni làm trung tâm để phát triển Phật giáo Đại thừa, lấy kinh *Đại nhật*, và kinh *Kim cang đỉnh* làm nền tảng. Đây là Mật tông thuần chính (Thuần mật).

Kinh *Đại nhật* được thành lập tại Ấn-độ, ở nửa sau thế kỷ thứ VII, lấy Đại Nhật Như Lai làm trung tâm, cùng các vị tôn trong kinh điển Tạp mật mà tập đại thành Thai tạng giới mạn-đồ-la.

Kinh *Kim cang đỉnh* xuất hiện muộn hơn, lưu hành tại Nam Ấn-độ, kế

---

[47] 大唐西域記 3, T51, no. 2087, p. 882, b10-21:「烏仗那國… 好學而不功，禁呪為藝業… 語言雖異，大同印度… 並學大乘，寂定為業，善誦其文， 未究深義，戒行清潔，特閑禁呪。律儀傳訓，有五部焉：一法密部，二化地部，三飲光部，四說一切有部，五大眾部。」

[48] Cf. 印順/Ấn Thuận – 印度佛教思想史, p. 395.

thừa học thuyết của phái Phật giáo Du-già.

Mật tông truyền đến Trung Quốc bắt đầu thời Tam quốc, khi ấy Chi Khiêm ở nước Ngô dịch nhiều kinh Mật giáo như: *Bát cát tường thần chú kinh, Vô lượng môn vi mật trì kinh* v.v... Đến thời Đông Tần, có ngài Bạch Thi-lê-mật-đa-la (Srimitra) dịch: *Đại quán đỉnh thần chú, Khổng tước vương.* Trúc Đàm-vô-lan (Dharmarakṣa?) dịch 25 bộ: *Đà-lân-bát chú kinh, Ma-ni-la-chiên thần chú* v.v... Đời Đường, ngài Nghĩa Tịnh cũng dịch 10 bộ: *Quán tự tại bồ-tát như ý tâm Đà-la-ni kinh, Mạn-thù-thất-lợi bồ-tát chú tạng trung nhất tự chú vương kinh* v.v... Giai đoạn này chỉ là những kinh thuộc Tạp mật được truyền dịch.

Đến khoảng năm Khai nguyên (713-741) đời vua Đường huyền tông, Thiện Vô Úy (Śubhakara-siṃha), Kim Cang Trí (Vajra-bodhi) hai vị đại sư Thuần mật, đến Trung Quốc ở Trường An, phiên dịch các kinh điển căn bản, thành lập đạo tràng Quán đỉnh. Mật tông Trung Quốc đến đây mới có hệ thống; ngoài ra còn có các ngài Bất Không (Amoghavajra), Nhất Hạnh, Huệ Quả v.v... Thời gian này đều truyền trì Thuần mật.

Sau cuối thời Đường suy loạn, việc truyền dịch đứt quãng một thời gian dài là 200 năm. Đến năm thứ 6, niên hiệu Khai bảo thời Triệu Tống (973 Tl.), Pháp Thiên người Trung Ấn-độ, cùng Thiên Tức Tai (sau đổi Pháp Hiền), Thí Hộ đến Trung Quốc lập Viện dịch kinh. Lúc này kinh điển Mật giáo được dịch ra rất nhiều, nhưng Mật tông thời này khác Mật tông thời Đường. Vì Mật tông thời Tống bị phân hóa thông tục, du nhập *Thời luân mật pháp* (kālacakra-tantra) của Mật tông Ấn-độ, lập nhiều vị Bổn tôn Minh vương uy mãnh, hung dữ.

Như vậy, kinh điển thuộc tạng Chú thuật của bộ phái Pháp tạng có thể đoán định là những kinh thuộc phần Tạp mật, và thời gian biên chép khoảng từ nửa thế kỷ thứ IV trở về trước. Còn những vị Tam tạng đến Trung Quốc phiên dịch kinh điển mật chú, dù một số vị xuất thân ở Udyāna nhưng không hẳn họ là "hậu duệ" từ những truyền nhân của Pháp tạng bộ.

Còn tiếp

*Nha Trang, chùa Long Sơn,
tiết Thanh minh, Pl. 2562 - 1/04/2018*
T.T.N.

THẦN CHÚ PHỔ AM
NGÔN NGỮ RƠI RỤNG CHO TIẾNG HẢI TRIỀU VÚT CAO

(Phục nguyên Phạn văn của thần chú Phổ Am)

- THÍCH THANH HÒA -

Phạm âm hải triều âm
Thắng bỉ thế gian âm...

jala-dhara-garjita brahma-susvaraḥ
svara-maṇḍala-pāramim gataḥ...

Dẫn nhập

Tiếng nói là dấu ấn của tâm thức, là giai điệu bồng bềnh của cuộc sống. Một thanh âm được phát ra, dù không được con người gắn cho nó một ý nghĩa quy chỉ nào thì tự thân nó cũng đã mang trong mình những giá trị siêu việt, bởi nó là kết tinh của một chuỗi kinh nghiệm từ vô lượng kiếp. Chính vì thế, nhiều khi ý nghĩa thực thụ của ngôn ngữ không nằm trong giới hạn của những khái niệm khuôn khổ mà con người ấn định. Thay vào đó, nó phá vỡ mọi cung bậc duy lý để đánh động những vùng u tối nhất và linh diệu nhất của tâm tư, gợi lên cho người nghe những cảm xúc không thể nào cầm nổi.

Người xuất gia mới bước vào cửa thiền, dù chưa hiểu sắc-không cũng đã thuộc làu Tâm Kinh Bát Nhã, dù chưa nói tròn tên mình cũng phải tập tụng chú Lăng Nghiêm. Đó là vì lẽ gì? Là vì sự huyền diệu của âm thanh vậy. Cho nên, ngài Nghĩa Tịnh mới đặt chân lên đất Ấn đã phải run lên trong niềm cảm khái thiêng liêng khi nghe tăng chúng tại tu viện Na Lan Đà tụng các bài tán kệ (Nance 2014, 16, Nghĩa Tịnh 2125, 227b):

> *Lời hay mà nghĩa cao vời*
> *Ngọt ngào chân thật tùy thời mở thâu*
> *Lúc ngắn gọn chỉ nửa câu*
> *Lúc thì phô diễn biển sâu diệu từ.*
> *Nghe rồi hoan hỷ tâm tư*
> *Mấy ai không cảm ngôn từ lạ thay!*
> *Dù ai ác ý sâu dày*
> *Cũng bị tuệ giác chuyển lay trong lòng.*
> *Lời lẽ thiện xảo thong dong*
> *Lúc cần cũng chuyển đổi dòng khác đi*
> *Mục đích ắt đạt mọi khi*
> *Đúng là chân thật diệu vi khôn lường.*
> *Nhuyễn nhu cùng với thô cường*
> *Tùy việc mà độ mười phương hữu tình*
> *Thánh trí lời lẽ diệu minh*
> *Chỉ đồng một vị đẳng bình mà thôi.[1]*

Tiếng nói của con người là một loại âm thanh sống động và sáng tạo. Nó không chỉ là tiếng kêu của một loài vật mà còn vượt lên trên để đưa loài người thoát ra khỏi cuộc sống mông muội, đưa giống loài trở thành những "con người". Trong các phương thức giao tiếp, âm thanh trở thành phương tiện thù thắng nhất, cho nên vị bồ-tát từ bi độ lượng và gần gũi với chúng sinh nhất mới có tên gọi là Quán Thế Âm. Âm

---

[1] Tác giả diễn thơ từ *Śatapañcāśatka*. Đây là những vần thơ Mātṛceṭa dành khen ngợi ngôn ngữ của Đức Phật. Nguyên tác (Bailey 1951, cũng xem Nghĩa Tịnh 1680):

> *supadāni mahārthāni tathyāni madhurāṇi ca |*
> *gūḍhottānobhayārthāni samāsavyāsavanti ca || 67*
> *kasya na syād upaśrutya vākyāny evaṁvidhāni te |*
> *tvayi pratihatasyāpi sarvajña iti niścayaḥ || 68*
> *prāyeṇa madhuram sarvam agatyā kim cid anyathā |*
> *vākyam tavārthasiddhyā tu sarvam eva subhāṣitam || 69*
> *yac chlakṣṇam yac ca paruṣam yad vā tadubhayānvitam |*
> *sarvam evaikarasatām vimarde yāti te vacaḥ || 70*

thanh ấy càng đặc biệt trở nên thù thắng hơn khi nó được phát ra từ sự kết hợp hài hòa giữa ngôn từ với một tâm trí trong sáng của những bậc giác ngộ.

Truyền thống Xướng trì tự mẫu (văn tự đà-la-ni môn)

Tiếng nói từ chỗ là nhịp cầu giao tiếp giúp con người thông hiểu nhau trong cuộc sống đời thường đã trở thành lời thơ tiếng nhạc cho những xúc cảm cao xa. Nhưng trong giới hạn của những tâm hồn tục lụy, tiếng nói thi ca cũng không thể nào chạm đến những đỉnh cao vòi vọi của cảnh giới siêu thoát nên các đấng giác ngộ phải khai thông giới hạn cuối cùng của ngôn ngữ bằng con đường trì tụng mật ngôn, còn gọi là thần chú hoặc chơn ngôn. Thần chú (*mantra*), chơn ngôn hay mật ngôn (*dhāraṇī*) tuy có khác nhau trên vài khía cạnh nhưng tổng quát có thể nói là đồng nhất bởi cách thức, ý nghĩa và mục đích của chúng là một—đưa hành giả đi vào cảnh giới của định, khai phóng những tiềm lực vốn có của bản thân cũng như của vũ trụ, đây cũng chính là ý nghĩa được Phật giáo hồi sinh cho truyền thống mật ngôn có từ lâu đời của Ấn-độ cổ xưa (Govinda 1975, 34tt).

Trì tụng mật ngôn trong Phật giáo đã có từ thời Đức Phật còn tại thế. Câu chuyện tỳ-kheo Vô Não tụng lời cầu nguyện giúp cho người sản phụ bên đường vượt cạn đã trở thành sự ấn chứng cho pháp môn hành trì mật ngôn giống như nụ cười "niêm hoa vi tiếu" của Đại Ca-diếp lưu truyền qua các thế hệ Thiền Tông. Hay như, Phật giáo Đại Chúng Bộ cũng sở hữu những bộ chơn ngôn hộ trì cho quá trình tu tập thiền định (Govinda 1975, 31). Điều đáng nói, Phật giáo Đại Thừa đã sử dụng ngôn ngữ một cách thượng thừa, dựng lên những giai điệu trầm hùng linh diệu từ những âm tiết rạc rời. Trong kinh Hoa Nghiêm (*Avataṃsaka Sūtra*), đồng tử Thiện Tài trải qua 53 cuộc tham vấn, trong đó học được pháp môn 'Xướng Trì' (*parikīrtayati*) mà đối tượng là bốn mươi hai mẫu tự của bảng chữ cái (BCC) với các pháp tùy hành của chúng. Pháp môn xướng trì tự mẫu này đã làm nên lịch sử vàng son một thời của Hoa Nghiêm Tông trên đất nước Trung Hoa rộng lớn mà dư vang của nó đến nay vẫn còn.

Dựa vào kinh điển chính thống để lập ra các pháp môn tu trì đặc thù là cách mà các tổ sư Đại Thừa tạo ra sự khác biệt. Đại sư Bất Không (*Amoghavajra*) đời Đường dựa vào 42 mẫu tự được nói trong kinh

Hoa Nghiêm soạn thành *Đại phương quảng phật hoa nghiêm kinh nhập pháp giới phẩm đốn chứng tì lô giá na pháp thân tự luân du già nghi quỹ* (xem Bất Không). Nghi thức này đã trở thành một trong những pháp tu đặc thù của các tự viện Hoa Nghiêm Tông ở Trung Hoa xưa, đặc biệt phương pháp 'Xướng trì tự mẫu' được sử dụng trong hai thời công phu sáng tối.

Kinh dạy rằng: "sự giáo hóa chân thật ở cõi này là do nghe mà được thanh tịnh; vì vậy, muốn đạt được định, phải từ con đường nghe pháp mà vào."[2] Trong Luật tạng, Đức Phật cũng dạy rằng: "Đạo nghiệp của người xuất gia nhìn chung có hai loại, đó là đọc tụng và thiền tư" (Đạo Tuyên, 407b). Nhưng đọc tụng mà đưa âm thanh đạt đến chỗ an tịnh, giải thoát, khiến cho tiếng đọc tụng trở thành một loại giác âm, dù đó chỉ là một bản khoa giáo vỡ lòng, làm được việc đó, ngoài chư Phật và Đại Bồ-tát, chỉ có thiền sư Phổ Am vậy.

Thiền sư Phổ Am

Thiền sư Phổ Am (1115-1169), họ Dư, húy Ấn Túc, thời Nam Tống, thuộc thế hệ thứ 13 dòng thiền Lâm Tế. Sư vốn tinh thông Hoa-Phạn, hiển mật viên dung, am hiểu giáo nghĩa Pháp Hoa, Hoa Nghiêm. Lại nữa, trong hành trạng có nhiều linh dị, tinh thông mật chú, ích lợi nhiều người nên sư nhiều lần được sắc phong, thậm chí nhiều triều đại về sau cũng gia phong thụy hiệu, như vua Thành Tông nhà Nguyên truy phong cho sư hiệu "Đại Đức Thiền Sư" (Vĩnh Mãnh 1995).[3]

Tiếp bước truyền thống "Xướng trì tự mẫu" của Hoa Nghiêm Tông, thiền sư Phổ Am căn cứ trên BCC Phạn ngữ, bố trí, kết hợp các phụ âm với nguyên âm thành một mô hình luân chuyển, và trì tụng theo một thể thức trầm bổng khoan nhặt tạo thành *Phổ Am Chú* (普庵咒), còn được biết đến với các tên gọi khác như *Phổ An Thần Chú* (普安神咒), *Thích-đàm Chơn Ngôn* (釋談真言), *Tất-đàm Chơn Ngôn* (悉曇真言), *Thích-đàm Chương Thần Chú* (釋談章神咒). Bộ thần chú này

---

[2] 此方真教體，清淨在音聞；欲取三摩提，實以聞中入 (Ban Lạt Mật Đế, 130c).

[3] Thụy hiệu đầy đủ của thiền sư Phổ Am: Phổ Am Chí Thiện Hoằng Nhân Viên Thông Trí Huệ Tịch Cảm Diệu Ứng Từ Tế Chân Giác Chiêu Huống Huệ Khánh Hộ Quốc Tuyên Giáo Đại Đức Bồ-tát (普庵至善弘仁圓通智慧寂感妙應慈濟 真覺昭貺慧慶護國宣教大德菩薩).

có công năng "phổ an thập phương, an định tùng lâm" nên nó nhanh chóng được trì tụng rộng rãi tại các tự viện và được đưa vào các bộ kinh nhật tụng dưới thời nhà Minh, Thanh.[4] Triệu Hoạn Quang đã từng đem thần chú này so sánh với pháp môn xướng trì tự mẫu trong kinh Hoa Nghiêm và tán thán rằng: "*Hai bộ chân ngôn này đều điều hợp âm vận, lấy âm thanh để giáo hóa. Mạn Thù nói tự mẫu, Phổ Am diễn thích-đàm, không có hai pháp vậy*" (Hoạn Quang, 751b).

Tất-đàm chương – bảng phối âm chữ cái Phạn ngữ

Điều đáng nói là bộ thần chú này được tạo dựng từ một bản khoa giáo vỡ lòng trong truyền thống học tập ngôn ngữ của người Ấn-độ—bảng phối các âm tiết, tiếng Phạn gọi là *dvādaśākṣarī*, hay còn được gọi là *bārākhaḍī* ở một số phương ngữ Ấn-độ khác như Marāṭhī hay Hindi ngày nay. Trong các tài liệu cổ đại của Trung Hoa, bảng phối âm này được gọi là *Tất-đàm chương*. Như ngài Nghĩa Tịnh ghi lại trong *Nam Hải Ký Quy Nội Pháp Truyện*, phần 'Phương pháp học tập của người phương Tây': "Thứ nhất (trong số năm loại sách thế tục của Ấn-độ) là *Tất-đàm chương* cho người sơ học... Đây gọi là chương vì cho cấp tiểu học, tất cả đều lấy thành tựu cát tường (*siddham*/tất-đàm) làm mục đích" (Nghĩa Tịnh 2125, 228b18-19). Ngài Huyền Trang cũng có đề cập đến phương pháp học tập văn tự của trẻ Ấn-độ qua những bảng chữ được gọi là "12 chương", tuy không giải thích gì thêm (Huyền Trang 2087, 876c16-17).

Như ngài Nghĩa Tịnh đã giải thích ý nghĩa của tên gọi "Tất-đàm chương" ở trên, bảng phối âm này thường được bắt đầu bằng một lời cầu nguyện dưới hình thức một câu thần chú "*OṀ NAMAḤ SIDDHAM*", và vì lý do này, ở một vài địa phương nó được gọi là "BCC khởi đầu bằng chữ tất-đàm (*siddhamātṛkā*)" (Bühler 1898, 30).

Tên gọi *dvādaśākṣarī* nói lên bản chất của bảng phối âm này. Đó là sự phối hợp các phụ âm (thông thường có 34 phụ âm) với 12 (*dvādaśa*) nguyên âm hay âm tiết (*akṣara*)—a, ā, i, ī, u, ū, e, ai, o, au, aṃ, aḥ—theo thứ tự *ka, kā, ki, kī, ku, kū, ke, kai, ko, kou, kaṃ, kaḥ; kha, khā, khi, khī, khu, khū, khe, khai, kho, khou, khaṃ, khaḥ*... Như thế, mỗi phụ âm sẽ được phát âm thành một chuỗi gồm 12 âm tiết (bảng B1).

---

[4] Thần chú Phổ Am được thiền sư Châu Hoằng đời Minh đưa vào cuốn *Chư Kinh Nhật Tụng*, dưới thời nhà Thanh lại được đưa vào cuốn *Thiền Môn Nhật Tụng*.

12 nguyên âm	a	ā	i	ī	u	ū	e	ai	o	au	aṃ	aḥ
Bảng dvādaśākṣarī gồm các phụ âm lần lượt chuyển kết hợp với 12 nguyên âm												
k	ka	kā	ki	kī	ku	kū	ke	kai	ko	kou	kaṃ	kaḥ
kh	kha	khā	khi	khī	khu	khū	khe	khai	kho	khou	khaṃ	khaḥ
... tiếp tục với các phụ âm còn lại												

B1: Hình thức phối âm của bảng Dvādaśākṣarī hay Tất-đàm chương

Cần phân biệt bảng phối âm chữ cái (*dvādaśākṣarī/ bārākhaḍī*) với BCC (*varṇamālā*) trong Phạn ngữ. Bảng phối âm là bảng phối hợp tuần tự các phụ âm với các nguyên âm trong BCC theo một trật tự ngữ âm học để giúp người học dễ nhớ BCC. Vì thế, số lượng chữ trong bảng phối âm lên tới con số rất lớn mà ngài Nghĩa Tịnh nói là hơn 10.000 chữ, trong khi đó BCC chỉ có 49 chữ, theo ngài Nghĩa Tịnh (Nghĩa Tịnh 2125, 228b). Giải thích về cách phối âm của BCC này, trong *Nhất Thiết Kinh Âm Nghĩa*, Huệ Lâm lấy con số 34 phụ âm phối hợp với 12 nguyên âm tạo thành 408 chữ gọi là một phiên, rồi đan xen thêm các phụ âm khác tạo thành tổng thể 12 *phiên*, con số này tương đương với con số 12 *chương* mà ngài Huyền Trang nói đến (Huệ Lâm, 471a). Về số lượng ký tự trong BCC Phạn ngữ, thực ra có sự khác biệt giữa các thời kỳ hoặc địa phương do vấn đề ngữ âm. Chẳng hạn, trong *Tây Vực Ký* ngài Huyền Trang ghi nhận có 47 chữ cái, Bühler tìm thấy 50 hoặc 51 chữ cái ở các BCC lâu đời nhất; trong các bộ kinh Phật Giáo, kinh Phổ Diệu bản Hán có 41 chữ cái, bản Phạn có 46, kinh Hoa Nghiêm có 42 chữ, kinh Niết Bàn có 50 chữ; trong khi Whitney liệt kê 49 ký tự trong bảng chữ cái hiện đại (Huyền Trang 2087, 876c, Bühler 1898, 28, Whitney 1955, 2-3). Một BCC Phạn ngữ tiêu chuẩn hiện đại có thể được thể hiện như bảng sau (B2):

	nguyên âm				5 loại phụ âm tắc					bán nguyên âm	âm xát	
	đơn		kép		âm câm		âm vang		âm mũi		câm	vang
	ngắn	dài	ngắn	dài	k. hắt	hắt	k. hắt	hắt				
â. thanh môn									ṃ		ḥ	ha
âm yết hầu	a	ā			ka	kha	ga	gha	ṅa			
âm vòm	i	ī	e	ai	ca	cha	ja	jha	ña	ya	śa	
âm lưỡi	ṛ	ṝ			ṭa	ṭha	ḍa	ḍha	ṇa	ra	ṣa	
âm răng	ḷ	ḹ			ta	tha	da	tha	na	la	sa	
âm môi	u	ū	o	au	pa	pha	ba	bha	ma	va		

B2: BCC Phạn ngữ hiện đại gồm 49 chữ cái

Có một điều khác biệt dễ dàng nhận ra đó là chỉ có 12 nguyên âm trong bảng phối âm *dvādaśākṣarī* so với con số 16 nguyên âm trong một BCC đầy đủ (trong phiên bản hiện đại, gồm 14 nguyên âm cộng với tùy âm ṁ và phóng âm ḥ). Bảng phối âm *dvādaśākṣarī* không đề cập đến bốn nguyên âm ṛ, ṝ, ḷ và ḹ mà chỉ có 12 nguyên âm. Trong các bản kinh Phật giáo đề cập đến BCC, kinh Phổ Diệu, Bát Nhã, Hoa Nghiêm liệt kê 12 nguyên âm, kinh Đại Bát Niết Bàn liệt kê 14 nguyên âm. Sở dĩ có sự khác biệt này là do sự hoàn thiện càng về sau của Phạn ngữ. Bốn nguyên âm lỏng ṛ, ṝ, ḷ và ḹ chỉ mới được phát triển về sau. Theo Bühler, cho đến thế kỷ thứ III ttl, BCC của người Ấn-độ không có bốn nguyên âm này (Bühler 1898, 31-35, Tuệ Sỹ 2009).

Đối chiếu một vài BCC Phạn ngữ trong kinh điển Phật giáo

Nói đến BCC Phạn ngữ trong môi trường Phật học tất nhiên không thể bỏ sót vị trí của nó trong truyền thống hành trì Đà-la-ni môn (*Dhāraṇīmukha*), một yếu tố mật của Phật giáo Đại Thừa. Đó là pháp môn xướng tụng và thiền quán trên chuỗi các chữ cái với mỗi chữ biểu trưng cho một pháp cần được quán niệm.[5] Hoa Nghiêm Tông đã phát triển hình thức này thành một pháp tu đặc thù của bốn môn gọi là 'Xướng trì tự mẫu'. Chuỗi chữ cái hay BCC (*varṇamālā*) trở thành đối tượng thọ trì như thế được gọi là "Tự luân" (*akṣara-cakra*).

Trong Phật giáo, có hai loại BCC được đưa vào làm đối tượng hành trì, loại 42 chữ và loại 50 chữ. Trong đó, loại 42 chữ được biết đến sớm hơn và bản kinh Phổ Diệu được xem là lần đầu tiên đề cập đến BCC này.[6] Pháp môn Xướng trì tự mẫu của Hoa Nghiêm Tông sử dụng bộ Tự luân này.

---

[5] Kinh Bát Nhã nói: "Văn tự đà la ni môn là gì? Đó là tính bình đẳng của ngôn ngữ (hệ thống văn tự), cửa ngõ của văn tự, lối vào của văn tự." (*akṣaranayasamatā akṣaramukham akṣarapraveśaḥ*/何等文字陀羅尼門？ 謂字平等性、語平等性入諸字門。(Dutt 1934, 212, Huyền Trang 220, 302b03))

[6] Kinh này hiện còn Phạn bản tên là *Lalita-vistara*, có hai bản dịch Hán lưu trong Đại Tạng, đó là *Phổ Diệu Kinh* do Trúc Pháp Hộ dịch năm 308 và *Phương Quảng Đại Trang Nghiêm Kinh* do Địa-bà-ha-la dịch năm 683. Có một điều thú vị, đó là các Phạn bản hiện còn cũng như bản dịch Hán sau, tức *Phương Quảng Đại Trang Nghiêm Kinh*, dùng BCC của Phạn ngữ tiêu chuẩn gồm 46 chữ cái, nghĩa là các chữ cái được sắp xếp theo thứ tự a, ā, i, ī..., trong khi bản kinh mang tên *Phổ Diệu Kinh* lại dùng BCC *arapanana* gồm 42 chữ (thực ra trong bản kinh này chỉ có 41 chữ cái). (Xem: Vaidya 1958, Địa-bà-ha-la, Trúc Pháp Hộ).

BCC 42 chữ

Các bản kinh như Phổ Diệu, Hoa Nghiêm, Bát Nhã nói đến phương pháp hành trì Tự luân gồm 42 chữ cái. Tuy nhiên, BCC mà các bộ kinh này nói đến không như bình thường, nó chỉ có một nguyên âm *a*, hơn nữa các phụ âm còn lại cũng không sắp xếp theo trật tự như ta thường thấy ở một BCC của Phạn ngữ tiêu chuẩn. Theo các nhà nghiên cứu cổ ngữ khắc trên các bia ký cũng như những di tích khảo cổ, thật ra đó là BCC của một loại chữ viết cổ của Ấn-độ phát triển ở vùng Afghanistan và Pakistan ngày nay—chữ viết Kharoṣṭhī của các triều đại Quý Sương (Kuṣāṇa). Loại chữ viết này có thể có trước hoặc cùng thời với chữ Brāhmī của vương triều Khổng Tước (Maurya) nhưng sau đó bị thay thế hoàn toàn bởi loại chữ viết của vương triều Khổng Tước này (Strauch 2012, 137, Salomon 1998, 46-47). Trong kinh Phổ Diệu, tên loại chữ viết này đề cập đến ở vị trí thứ hai sau chữ viết Brāhmī trong số 64 loại chữ viết mà vị hoàng tử trẻ (tiền thân của Đức Phật) kể ra. BCC này được các nhà nghiên cứu gọi là BCC *ARAPACANA* bởi năm chữ đầu trong BCC này sắp thành dãy chữ "*a-ra-pa-ca-na*". BCC này cũng liên hệ với bồ tát Văn Thù (Mañjuśrī) qua câu thần chú Bát-nhã (trí tuệ) của ngài "*oṃ a ra pa ca na dhīḥ*" (Jayarava 2011, 145).

Việc dùng BCC làm đề tài quán niệm có lẽ xuất phát từ thực tế dùng các chữ cái, hay đúng hơn, các ký hiệu, làm phương tiện ghi nhớ, trong hoàn cảnh Phật giáo đó là ghi nhớ các thể tài giáo lý quan trọng. Chẳng hạn trong *Kinh Phổ Diệu*, chữ *A* (*a*/無) được gắn với bốn pháp vô thường, khổ, không, và vô ngã, đây là bốn hành tướng của Khổ Đế; chữ *RA* (*jajas*/欲) đi với sự tham cầu ba pháp dâm, nộ, và si, tức là tam độc... (Trúc Pháp Hộ, 498c). Cũng nên lưu ý, riêng bản dịch *Phổ Diệu Kinh*, các chữ cái không đứng độc lập để làm thành mục từ như trong các kinh khác, thậm chí cả bản Phạn ngữ *Lalita-vistara* hay bản dịch *Phương Quảng Đại Trang Nghiêm Kinh*, mà chúng là các chữ cái đầu của mỗi mục từ tương ứng trong Phạn ngữ được chuyển dịch sang Hán ngữ, như *ra*, *pa*, *ca* là các chữ cái đầu của các từ *rajas*, *parama*, *caryā* tương đương với *dục* (欲), *cứu* (究), *hành* (行) trong bản Hán. Mặc dù cách phiên âm của các vị dịch sư xưa có những chỗ sai biệt do chưa có sự chuẩn hóa trong nguyên tắc phiên âm, nhưng khi đối chiếu các bản kinh trên đây với BCC do Salomon và Brough tái dựng, chúng ta có thể thấy được việc sử dụng bộ chữ cái *arapacana* này trong các bộ kinh Phật. Bảng (B3) dưới đây đối chiếu bảng chữ cái ARAPACANA (A) với các BCC trong *Phổ Diệu Kinh* do Trúc Pháp Hộ dịch (B), *Ma-ha bát-nhã-ba-la-mật Kinh* do Cưu-ma-la-thập dịch (C), *Đại Phương Quảng Phật Hoa Nghiêm Kinh* do Thật-xoa-nan-đà dịch (D); cột có đánh thêm số là phiên âm theo tiếng Trung Quốc hiện đại của cột đi trước (Salomon 1990, Brough 1977, Trúc Pháp Hộ, 498c, Cưu-ma-la-thập, 256a, Thật-xoa-nan-đà, 418a).[7]

TT	A	B	C	C1	D	D1	TT	A	B	C	C1	D	D1
1	a	無	阿	ā	阿	ā	22	dha	法	馱	tuó	柂	duò
2	ra	欲	羅	luó	多	duō	23	śa	歎	賒	shē	奢	shē
3	pa	究	波	bō	波	bō	24	kha	難	呿	qū	佉	qū
4	ca	行	遮	zhē	者	zhě	25	kṣa	盡	叉	cha	叉	cha
5	na	不	那	nà	那	nà	26	sta	處	哆	duō	娑	suō
6	la	亂	邏	luó	邏	luó	27	jña	慧	若	ruò	壤	rǎng
7	da	施	陀	tuó	柂	duò	28	rtha (ha, pha, ita)	是	拖	tuō	曷	hé
8	ba	縛	婆	pó	婆	pó	29	bha	有	婆	pó	婆	pó
9	ḍa	燒	茶	tú	茶	tú	30	cha	棄	車	chē	車	chē
10	ṣa	信	沙	shā	沙	shā	31	sma	己	摩	mó	娑	sē
11	va	殊	和	hé	縛	fú	32	hva	我	火	huǒ	訶	huǒ
12	ta	如	多	duō	哆	duō	33	tsa (sta)	垢	嗟	jiē	縒	cuò
13	ya	寂	夜	yé	也	yě	34	gha	數	伽	jiā	伽	jiā
14	ṣṭa	沒	咤	zhà	瑟	sè	35	ṭha	處	他	tā	吒	zhà
15	ka	作	迦	jiā	迦	jiā	36	ṇa	若	拏	ná	拏	ná
16	sa	智	娑	suō	娑	suō	37	pha	果	頗	pō	娑	sē
17	ma	魔	磨	mó	麼	mó	38	ska	除(陰)	歌	gē	娑	sē
18	ga	逝	伽	jiā	伽	jiā	39	ysa		醝	cuó	也	yě
19	tha	止	他	tā	他	tā	40	śca		遮	chē	室	shì
20	ja	生	闍	dū	社	shè	41	ṭa		咤	zhà	佗	chà
21	śva (sva)	意	簸	bò	鎖	suǒ	42	ḍha (sta)		荼	tú	陀	tuó

B3: Đối chiếu BCC ARAPACANA trong một số bộ kinh tiêu biểu

Ở bảng B3 này, cột BCC *Phổ Diệu Kinh* (cột B) sử dụng BCC được Brough tái dựng (Brough 1977). *Phổ Diệu Kinh* liệt kê 41 chữ, tuy

---

[7] BCC ARAPACANA thực ra vẫn còn một vài chỗ chưa hoàn thiện, có những khác biệt ở một vài chữ. (Xem: Salomon 1990, Konow 1933).

nhiên, Brough chỉ tái dựng được 38 chữ cái do không tìm ra từ tương đương Phạn – Hán. Cột này không phiên âm vì nó vốn được dịch nghĩa từ Phạn ngữ như đã nói ở trên. Các cột chữ Hán còn lại được phiên âm theo tiếng Trung Quốc hiện đại để độc giả dễ liên hệ sự tương đồng trong âm vị giữa Phạn ngữ và Hán ngữ. Tuy nhiên, bảng B4 so sánh 50 chữ cái dưới đây lại dùng phiên âm Hán-Việt để tạo thêm một nhịp liên hệ nữa.

BCC 50 chữ

Khoảng thế kỷ III CN, chữ Brāhmī dần dần thay thế hoàn toàn chữ Kharoṣṭhī, Phạn ngữ cũng theo đó được hoàn thiện. Những dấu tích của BCC *ARAPACANA* cũng mất hẳn trong truyền thống hành trì tự luân của Phật Giáo, thay vào đó là BCC của Phạn ngữ tiêu chuẩn. Kinh Đại Bát Niết Bàn có thể được xem là bộ kinh đầu tiên giới thiệu một BCC Phạn ngữ tiêu chuẩn. Qua vấn đề BCC này cũng thấy được rằng kinh Đại Bát Niết Bàn được kết tập muộn hơn so với các kinh nói về BCC 42 chữ nêu ở trên.[8]

Kinh Đại Bát Niết Bàn (*Mahāparinirvāṇa sūtra*) đại khái có hai phiên bản, Đại Thừa (văn hệ Phạn) và Tiểu Thừa (văn hệ Pāli). Phiên bản Tiểu Thừa không nói đến BCC. Phiên bản Đại Thừa nói đến phương pháp hành trì văn tự đà-la-ni môn gồm 50 chữ cái. Hiện tại Phạn bản của kinh này chỉ còn tản mác không đầy đủ, nhưng có nhiều bản dịch Hán và Tạng ngữ đầy đủ. Ở đây sử dụng bản dịch của Đàm Vô Sấm dưới tên gọi *Đại Bát Niết Bàn Kinh*.

Để làm rõ vai trò của BCC trong thần chú Phổ Am như ý định của tiểu luận này, một sự đối chiếu giữa bản thần chú với một bộ kinh tiêu biểu như Đại Bát Niết Bàn cũng như BCC Phạn ngữ lưu truyền tại các nước Đông Á là hết sức cần thiết.

Cũng cần nói qua BCC Phạn ngữ lưu truyền ở các nước Đông Á, đó là bộ chữ cái được An Nhiên ghi lại trong tác phẩm *Tất-đàm tàng* của ông, thâu tại Đại Tạng Kinh, phần Tất-đàm bộ. Phạn ngữ được truyền vào các nước Đông Á, đặc biệt Trung Hoa cổ đại, qua con đường truyền

---

[8] Kinh Đại Bát Niết Bàn có thể được kết tập vào khoảng sau thế kỷ thứ I CN, Phạn bản hiện còn không đầy đủ, bản dịch Hán sớm nhất được hoàn thành vào năm 418 bởi Pháp Hiển và Phật-đà-bạt-đà-la thời Đông Tấn dưới tên gọi *Phật thuyết đại bát-nê-hoàn kinh* (Pháp Hiển).

dịch các bộ kinh Phật. Vì nhu cầu nghiên cứu Phật Giáo, trong đó hai nhu cầu lớn nhất đó là phiên dịch kinh và hiểu được những khái niệm Phật học không thể phiên dịch, người Trung Quốc từ cuối thế kỷ IV bắt đầu chú ý học tập Phạn ngữ. Pháp Hiển (337-422) và Tạ Linh Vận (385-433) có thể là những người tiên phong trong việc học tập Phạn ngữ tại Trung Hoa (Chaudhuri 1998, 19). Kết quả, phong trào học tập Phạn ngữ dần dần được đề cao trong giới học thuật. BCC Phạn ngữ lưu hành trong học giới lúc đó được An Nhiên ghi lại trong *Tất-đàm Tàng* như sau (An Nhiên, tr. 407-408):

12 nguyên âm: *a, ā, i, ī, u, ū, e, ai, o, au, aṃ, aḥ*

39 phụ âm: *ka, kha, ga, gha, ṅa, ca, cha, ja, jha, ña, ṭa, ṭha, ḍa, ḍha, ṇa, ta, tha, da, tha, na, pa, pha, ba, bha, ma, ya, ra, la, va, śa, ṣa, sa, ha, kṣa, ṛ, ṝ, ḷ, ḹ, llaṃ.*

Sự đối chiếu được thể hiện qua bảng (B4) liệt kê theo thứ tự các chữ cái của BCC trong *Tất-đàm tàng* của An Nhiên, BCC trong *Đại Bát Niết Bàn Kinh* của Đàm Vô Sấm, cùng với các phần tương ứng của thần chú Phổ Am, sau mỗi cột chữ Hán là phiên âm Hán-Việt. (I: *Tất-đàm tạng* của An Nhiên; II: *Đại Bát Niết Bàn Kinh* của Đàm Vô Sấm; III: Thần chú Phổ Am; IV: Bảng phối âm tất-đàm chương (*dvādaśākṣarī*); IIa, IIIa: Phiên âm Hán-Việt tương ứng).

Qua bảng đối chiếu, trước tiên chúng ta có thể thấy thần chú Phổ Am chỉ sử dụng phần các phụ âm của BCC Phạn ngữ (đứng sau 12 nguyên âm theo thứ tự của *varṇamālā*), còn phần 12 nguyên âm thì lại được phối theo luật của bảng phối âm Tất-đàm chương như đã nói ở trên (phần chữ in nghiêng trong bảng này là một đoạn tiêu biểu). Thứ nữa, trong Phổ Am sự phân biệt giữa các phụ âm gần nhau bị xóa mờ, chẳng hạn *ca, ca, ca* tương đương với *ka, kā, ga*. Đây là sự biến tấu để dễ trì tụng, hơn nữa trong Hán âm, để phân biệt sự khác biệt giữa các âm như vậy cũng không phải là điều dễ dàng. Cụ thể như, khi phiên âm chữ *ka* và *ga* trong Phạn ngữ sang chữ Hán, ngài Cưu-ma-la-thập lần lượt dùng các chữ ca (迦), già (伽) mà thực chất chỉ cùng một cách đọc /jiā/ trong Hán ngữ. Sở dĩ như vậy bởi số lượng phụ âm cũng như nguyên âm trong Hán ngữ ít hơn so với trong Phạn ngữ rất đáng kể.[9] Đây cũng chính là giới hạn của loại chữ tượng hình, và điều này đã khiến Trung Quốc thất bại trong dự án La tinh hóa quốc ngữ dưới thời Mao Trạch Đông. Một điều đáng chú ý nữa, chữ *llaṃ* hiện diện trong bảng mẫu tự tất-đàm của An Nhiên nhưng không xuất hiện trong *Đại Bát Niết Bàn Kinh* và *Chú Phổ Am*. Thực ra, đây là một mẫu tự dạng kết hợp, hình thức giống như *kṣa*, thường được dùng trong các bộ mật chú chứ không phải là một chữ cái thực thụ. Bảng chữ cái đúng nghĩa chỉ dừng ở chữ cái thứ 50, chữ *ḹ*, dù chữ này cũng chỉ tồn tại trên lý thuyết chứ không có trong thực tế (Jayarava 2011, 210).

12 nguyên âm						5 loại phụ âm (25)					Phần còn lại				
TT	I	II	IIa	IV	III	IIIa	TT	I	II	IIa	III	IIIa	TT	I	II	IIa	III	IIIa
1	a	噁	ô	*ka*	迦	ka	13	ka	迦	ca	迦	ca	38	ya	蛇	xà	夜	dạ
2	ā	阿	a	*kā*	迦	ka	14	kha	佉	khư	迦	ca	39	ra	囉	la	蘭	lan
3	i	億	úc	*ki*	雞	kê	15	ga	伽	già	迦	ca	40	la	羅	la	訶	ha
4	ī	伊	y	*kī*	雞	kê	16	gha	伽	căng	姸	nghiên	41	va	和	hòa	阿	a
5	u	郁	úc	*ku*	俱	cu	17	ṅa	俄	nga	界	giới	42	śa	奢	xa	瑟	sắt
6	ū	優	ưu	*kū*	俱	cu	18	ca	遮	già	遮	già	43	ṣa	沙	sa	吒	trá
7	e	嘒	yên	*ke*	雞	kê	19	cha	車	xa	遮	già	44	sa	娑	sa	薩	tát
8	ai	嘢	dã	*kai*	俱	câu	20	ja	闍	xà	遮	già	45	ha	呵	hà	海	hải
9	o	烏	ô	*ko*	雞	kê	21	jha	膳	thiện	神	thần	46	kṣa	嗟	đồ	吒	trá
10	au	炮	bào	*kau*	俱	câu	22	ña	喏	nhạ	惹	nhạ	47	ṛ	魯	lỗ	漏	lậu
11	aṃ	菴	am	*kaṃ*	兼	kiêm	23	ṭa	吒	trá	吒	trá	48	ṝ	流	lưu	嚧	lô
12	aḥ	阿	a	*kaḥ*	喬	kiều	24	ṭha	佗	sá	吒	trá	49	ḷ	盧	lô	漏	lậu
							25	ḍa	茶	đồ	吒	trá	50	ḹ	樓	lâu	嚧	lô
							26	ḍha	祖	tổ	怛	đát	51	llaṃ	x		x	
							27	ṇa	拏	noa	那	na						
							28	ta	多	đa	多	đa						
							29	tha	他	tha	多	đa						
							30	da	陀	đà	多	đa						
							31	tha	彈	đàn	檀	đàn						
							32	na	那	na	那	na						

[9] Chẳng hạn trong cuốn Âm vị học của tiếng Trung Quốc phổ thông (*The phonology of standard Chinese*), Duanmu nói tiếng Trung Quốc chỉ có 19 phụ âm và 5 nguyên âm chính, kèm theo một ít biến thể cùng với dấu thanh âm (Duanmu 2007).

					33	pa	波	ba	波	ba
					34	pha	頗	pha	波	ba
					35	ba	婆	bà	波	ba
					36	bha	梵	phạm	梵	phạm
					37	ma	摩	ma	摩	ma

B4: Đối chiếu Phổ Am với BCC trong Tất-đàm tàng và Kinh Niết Bàn

Kết cấu của Thần Chú Phổ Am

Ngoài phần đảnh lễ và xưng tán ra, thần chú Phổ Am gồm có ba phần: thủ, thân, và vĩ. Cả ba phần này được cấu thành bởi các mẫu tự trong BCC Phạn ngữ và được đặt trong một mô thức quen thuộc của thần chú, đó là "Oṁ ... svāhā". Các bảng phân tích (B5...) dưới đây thể hiện song song Hán-Phạn để người đọc dễ theo dõi.

Chữ *OṀ* là sự kết hợp ba âm tiết *A-U-M* biểu trưng cho ba lớp tâm thức của con người, đó là sự nhận thức đối với thế giới ngoại tại, nội tại và cái tâm tĩnh lặng vô phân biệt ngã – pháp. Là một thể thống nhất, *OṀ* biểu trưng cho cảnh giới vượt ra ngoài mọi chấp trước, viên mãn tịch tịnh, vô não vô ngã, vô sanh vô tử. Âm thanh *OṀ* là tinh túy của mọi âm thanh nên nó được xem như là chủng tự (chữ hạt giống), là nền tảng của vạn hạnh bồ tát. Chính vì thế, trong Phật Giáo, khởi đầu một điều gì quan trọng, linh thiêng thường được bắt đầu bằng một chữ *OṀ* này (Govinda 1975).

Svāhā là hợp từ của bất biến từ *su* (tốt đẹp) với động từ căn *ah* (nói), nghĩa là "được nói một cách khéo léo" (Williams 1960). Mặc dù không phải là một chủng tự bởi nó gồm hai âm tố, nhưng trong các bộ thần chú của Phật Giáo, nó cũng giữ vai trò như một chủng tự và mang ý nghĩa cầu nguyện sự tốt đẹp cũng như biểu hiện niềm hạnh phúc tuyệt đối.

Phần 'thủ' là tổng hợp hai chiều thuận nghịch năm loại phụ âm hay 25 phụ âm:

âm yết hầu					âm vòm					âm lưỡi					âm răng					âm môi				
迦	迦	迦	妍	界	遮	遮	遮	神	惹	吒	吒	吒	神	那	多	多	多	檀	那	波	波	波	梵	摩
ka	kha	ga	gha	ṅa	ca	cha	ja	jha	ña	ṭa	ṭha	ḍa	ḍha	ṇa	ta	tha	da	dha	na	pa	pha	ba	bha	ma

B5-a: Phần thủ

Phần thân gồm ba 'hồi', mỗi hồi gồm 5 'chuyển' lần lượt đi qua hết 5 phụ âm đầu của 5 loại phụ âm đồng thời kết hợp với nguyên tắc phối âm của tất-đàm chương (*dvādaśākṣarī*), tức là *ka, ca, ja, ṭa, ta, pa* kết hợp với 12 nguyên âm. Tuy nhiên, phần cuối của mỗi chuyển đều có sự biến hóa không theo thứ tự cố định của bảng phối âm.

Hồi thứ nhất, gồm 5 chuyển theo thứ tự *ka, ca, ja, ṭa, ta, pa*. Trong đó mỗi chuyển gồm 16 âm, 12 âm đầu theo đúng tuần tự các nguyên âm trong bảng phối âm tất-đàm chương. Mỗi chuyển có cấu trúc như sau:

迦	迦	雞	雞	俱	俱	雞	俱	雞	俱	兼	喬	雞	喬	雞	兼
ka	kā	ki	kī	ku	kū	ke	kai	ko	kau	kaṃ	kaḥ	*ke*	*kaḥ*	*ke*	*kaṃ*

B5-b: Chuyển ka của hồi thứ nhất

Hồi thứ hai và thứ ba cũng tương tự như hồi thứ nhất, chỉ khác cấu trúc của các chuyển. Năm chuyển của hồi thứ hai có cấu trúc như sau:

迦	迦	雞	雞	俱	俱	雞	喬	兼	兼	兼	兼	兼	兼	驗	堯	倪	堯	倪	驗
ka	kā	ki	kī	ku	kū	ke	*kaḥ*	*kaṃ*	*kaṃ*	*kaṃ*	*kaṃ*	*kaṃ*	*kaṃ*	yaṃ	yaḥ	ye	yaḥ	ye	yaṃ

B5-c: Chuyển ka của hồi thứ hai

Cấu trúc năm lần chuyển của hồi thứ ba:

迦	迦	雞	雞	俱	耶	喻	喻	喻	喻	喻	喻	喻	喻
ka	kā	ki	kī	ku	kū	*ya*	*yo*	*yo*	*yo*	*yo*	*yo*	*yo*	*yo*

B5-d: Chuyển ka của hồi thứ ba

Giữa các chuyển là một lần đảo nghịch-thuận nhỏ gồm 5 phụ âm của loại tương ứng, giữa các hồi là một lần đảo nghịch-thuận lớn gồm cả 25 phụ âm của phần thủ. Chuyển chấm dứt ở đâu thì đảo bắt đầu từ loại đó. Như chuyển *ka* thì đảo sẽ là *ṅa, gha, ga, kha, ka* tiếp *ka, kha, ga, gha, ṅa* rồi tiếp qua chuyển *ca*...

Phần vĩ khởi đầu bằng chữ *OṂ*, kết thúc bằng *svāhā*; ở giữa là hai lần đảo 5 phụ âm đầu của 5 loại phụ âm (lần đầu đủ 5 phụ âm, lần cuối chỉ có 3 phụ âm), cùng với các phụ âm và nguyên âm còn lại trong BCC. Phần các chữ cái còn lại này bao gồm 4 bán nguyên âm *ya, ra, la, va*; 5 phụ âm *ṣa, śa, sa, ha, kṣa*; bốn nguyên âm ít dùng *ṛ, ṝ, ḷ, ḹ*. Trong phần vĩ này, ở cuối mỗi đoạn có đệm một chữ 'da' (*ya*), đây là một chữ cái trong BCC đồng thời cũng là hậu tố 'tặng cách' trong cấu trúc câu đảnh lễ, chẳng hạn như chữ 'da' trong câu "Nam mô Phật đà da" (*Namo Buddhaya*).

B5-e: Phần vĩ

Phục nguyên Phạn ngữ của Thần Chú Phổ Am

Để tiện lợi cho việc trì tụng cũng như nắm bắt, toàn bộ thần chú Phổ Am được phục nguyên Phạn ngữ và phối thành bảng dưới đây (B6). Bảng này mô phỏng theo cách phối trí của *Phổ Am Đại Đức Thiền Sư Thích Đàm Chương Thần Chú* trong *Thiền Môn Nhật Tụng*, mộc bản của Mặc Trì, Càn Long năm 57 (Phổ Am 1792). Song song với chữ Hán là Phạn ngữ phục nguyên được La tinh hóa.

Kết luận

Cùng là âm thanh tiếng nói, nhưng nghe lời than vãn của một người phiền muộn khiến cho ta rã rời, nghe câu chuyện vui nhộn lòng ta thêm phấn chấn. Âm thanh trầm hùng của những câu thần chú vượt lên trên hai phạm trù vui buồn đó, làm lắng dịu phiền não, khơi dậy những năng lực kỳ bí trong tâm khảm của con người. Bắt nguồn từ những tiếng ê a của trẻ thơ, thần chú Phổ Am giờ đây là âm thanh của những tâm hồn thanh tịnh, giác ngộ cho nên diệu lực cũng trở nên phi thường. Giai điệu bồng bềnh của thần chú Phổ Am cũng được các cầm thủ Trung Hoa phổ thành những cầm khúc nổi tiếng, đó là hai cầm khúc *Phổ Am chú* và *Tất-đàm chương* mà ngày nay thường thấy trong các chương trình cổ cầm.

Phải nhận rằng, dù không hiểu, cũng không nghe ra được lời tiếng rõ ràng, nhưng chỉ cần lắng nghe giai điệu trầm bổng của thần chú Phổ Am, chúng ta cũng đã có cảm giác lắng hồn và rung cảm tâm linh sâu sắc. Những làn sóng âm thanh như mơn man trên làn tóc da dựng đứng, phiền não cũng tiêu tan cho những cảm xúc cao vời trào dâng.

Hải Lạc, 29/10/2017
T.T.H.

南無佛陀耶。南無達摩耶。南無僧伽耶。南無本師釋迦牟尼佛。南無觀世音菩薩。
南無普菴祖師菩薩。南無百萬火首金剛王菩薩。

唵 OṀ

迦迦迦妍界					遮遮遮神惹					吒吒吒怛那					多多多檀那					波波波梵摩				
ka kha ga gha ña					ca cha ja jha ña					ṭa ṭha ḍa ḍha ṇa					ta tha da dha na					pa pha ba bha ma				
迦	ka	迦	ka	遮	ca	遮	ca	吒	ṭa	吒	ṭa	多	ta	多	ta	波	pa	波	pa		
迦	kā	迦	kā	遮	cā	遮	cā	吒	ṭā	吒	ṭā	多	tā	多	tā	波	pā	波	pā		
雞	ki	雞	ki	支	ci	支	ci	知	ṭi	知	ṭi	諦	ti	諦	ti	悲	pi	悲	pi		
雞	kī	雞	kī	支	cī	支	cī	知	ṭī	知	ṭī	諦	tī	諦	tī	悲	pī	悲	pī		
俱	ku	俱	ku	朱	cu	朱	cu	都	ṭu	都	ṭu	多	tu	多	tu	波	pu	波	pu		
俱	kū	俱	kū	朱	cū	朱	cū	都	ṭū	都	ṭū	多	tū	多	tū	波	pū	波	pū		
雞	ke	雞	ke	支	ce	支	ce	知	ṭe	知	ṭe	諦	te	諦	te	悲	pe	悲	pe		
雞	kai	雞	kai	昭	cai	昭	cai	耶	ṭai	耶	ṭai	多	tai	多	tai	波	pai	波	pai		
喬	ko	喬	ko	占	co	占	co	奴	ṭo	奴	ṭo	都	to	都	to	梵	po	梵	po		
雞	kau	雞	kau	占	cau	占	cau	奴	ṭau	奴	ṭau	都	tau	都	tau	梵	pau	梵	pau		
兼	kaṁ	兼	kaṁ	占	caṁ	占	caṁ	擔	ṭaṁ	擔	ṭaṁ	談	taṁ	談	taṁ	梵	paṁ	梵	paṁ		
喬	kaḥ	喬	kaḥ	遮	caḥ	遮	caḥ	多	ṭaḥ	多	ṭaḥ	都	taḥ	都	taḥ	波	paḥ	波	paḥ		
雞	ke	雞	ke	支	ce	支	ce	知	ṭe	知	ṭe	諦	te	諦	te	悲	pe	悲	pe		
兼	kaṁ	兼	kaṁ	占	caṁ	占	caṁ	擔	ṭaṁ	擔	ṭaṁ	談	taṁ	談	taṁ	梵	paṁ	梵	paṁ		
駿	yo	駿	yo	倪	yaḥ	倪	yaḥ	耶	ya	耶	ya	哪	naḥ	哪	naḥ	迷	pah	迷	paḥ		
堯	yo	堯	yo	堯	ye	堯	ye	奴	nu	奴	nu	哪	ne	哪	ne	摩	pe	摩	pe		
倪	yo	倪	yo	倪	ye	倪	ye	奴	nu	奴	nu	呢	ne	呢	ne	摩	pe	摩	pe		
駿	yaṁ	駿	yaṁ	驗	yam	驗	yam	喃	naṁ	喃	naṁ	喃	naṁ	喃	naṁ	梵	paṁ	梵	paṁ		

唵	多	吒	夜	蘭	訶	阿	瑟	吒	海	漏	嚧			吒	遮	伽	耶	娑	訶
Oṁ	pa	ta	ya	la	va	sa	ṣa	sa	ha	kṣa	r	ṝ	ḷ	ṭa	ca	ka	ya	svā	hā

無數天龍八部。百萬火首金剛。咋日方隅。普菴到此。百無禁忌。

B6: Thần chú Phổ Am phục nguyên Phạn văn

Thư mục tham khảo

An Nhiên, Sa Môn. *Tất-Đàm Tàng* [悉曇藏]. Đại 84, số 2702.

Bailey, D. R. Shackleton. 1951. *The Śatapañcāśatka of Mātṛceṭa*. Cambridge: Cambridge University Press.

Ban Lạt Mật Đế, Sa Môn. *Đại Phật Đảnh Như Lai Mật Nhân Tu Chứng Liễu Nghĩa Chư Bồ Tát Vạn Hạnh Thủ Lăng Nghiêm Kinh* [大佛頂如來密因修證了義諸菩薩萬行首楞嚴經]. Đại 19, số 945.

Bất Không, Đại Sư. *Đại Phương Quảng Phật Hoa Nghiêm Kinh Nhập Pháp Giới Phẩm Đốn Chứng Tì Lô Giá Na Pháp Thân Tự Luân Du Già Nghi Quỹ* [大方廣佛花嚴經入法界品 頓證毘盧遮那法身字輪瑜伽儀軌]. Đại 19, số 1020.

Brough, John. 1977. "The Arapacana Syllabary in the Old Lalita-Vistara." *Bulletin of the School of Oriental and African Studies* 40 (1): 85-95.

Bühler, Georg. 1898. *On the Origin of the Indian Brāhma Alphabet*. Strassburg: Karl Trübner.

Chaudhuri, Saroj Kumar. 1998. *Siddham in China and Japan*. Philadelphia: Department of East Asian Languages and civilizations, University of Pennsylvania.

Cưu-ma-la-thập. *Ma-Ha Bát-Nhã-Ba-La-Mật Kinh* [摩訶般若波羅蜜經]. Đại 8, số 223.

Đạo Tuyên, Sa Môn. *Tỳ-Ni Tác Trì Tục Thích* [毗尼作持續釋]. 卍 Tục 41, số 730.

Địa-bà-ha-la. *Phương Quảng Đại Trang Nghiêm Kinh* [方廣大莊嚴經]. Đại 3, số 187.

Duanmu, San. 2007. *The Phonology of Standard Chinese*. Oxford, New York: Oxford University Press.

Dutt, Nalinaksha. 1934. *Pañcaviṃśatisāhasrikā Prajñāpāramitā*. Calcutta.

Govinda, Anagarika. 1975. *Foundations of Tibetan Mysticism*. 7th ed. New York: S. Weiser.

Hoàn Quang, Triệu. *Khắc Phạm Thư Thích Đàm Ngôn Tiểu Dẫn*. Đại B34, số 193.

Huệ Lâm, Sa Môn. *Nhất Thiết Kinh Âm Nghĩa* [一切經音義]. Đại 54, số 2128.

Huyền Trang, Pháp Sư. *Đại Bát-Nhã-Ba-La-Mật-Đa Kinh* [大般若波羅蜜多經]. 200 quyển. Đại 5, số 220.

——— *Đại Đường Tây Vực Ký* [大唐西域記]. Đại 51, số 2087.

Jayarava. 2011. *Visible Mantra: Visualising and Writing Buddhist*

Mantras. Cambridge: Visible Mantra Books.

Konow, Sten. 1933. "The Arapacana Alphabet and the Sakas." *Acta orientalia* 12.

Nance, Richard F. 2014. *Speaking for Buddhas: Scriptural Commentary in Indian Buddhism*. New Delhi: Dev Publishers & Distributors.

Nghĩa Tịnh, Sa Môn. *Nam Hải Ký Quy Nội Pháp Truyện* [南海寄歸内法傳]. Đại 54, số 2125.

────── *Nhất Bách Ngũ Thập Tán Phật Tụng* [一百五十讚佛頌 (Śatapañcāśatka)]. Đại 32, số 1680.

Pháp Hiển, Sa Môn. *Phật Thuyết Đại Bát-Nê-Hoàn Kinh* [佛説大般泥洹經]. Đại 12, số 376.

Phổ Am, Thiền Sư. 1792. "Phổ Am Đại Đức Thiền Sư Thích Đàm Chương Thần Chú." Trong *Thiền Môn Nhật Tụng*, biên soạn bởi Tỳ Kheo Mặc Trì. Phản Bổn.

────── *Phổ Am Lục* [普菴錄]. 卍 Tục 69, số 1356.

Salomon, Richard. 1990. "New Evidence for a Gandhari Origin of the Arapacana Syllabary." *Journal of the American Oriental Society* 110 (2):255-273.

────── 1998. *Indian Epigraphy: A Guide to the Study of Inscriptions in Sanskrit, Prakrit and the Other Indo-Aryan Languages*. New York; Oxford: Oxford University Press.

Strauch, Ingo. 2012. "The Character of the Indian Kharosthi Script and the "Sanskrit Revolution": A Writing System between Identity and Assimilation." In *The Idea of Writing: Writing across Borders*, edited by Alex de Voogt and Joachim Friedrich Quack. Leiden. Boston: Brill.

Thật-xoa-nan-đà. *Đại Phương Quảng Phật Hoa Nghiêm Kinh* [大方廣佛 華嚴經]. Đại 10, số 279.

Trúc Pháp Hộ, Tôn Giả. *Phổ Diệu Kinh* [普曜經]. Đại 3, số 186.

Tuệ Sỹ, Thích. 2009. "Một Số Vấn Đề Ngữ Pháp Trong Các Bản Dịch Phạn Hán." *Tập San Phật Học* II.

Vaidya, Parashuram Lakshman. 1958. *Lalita-Vistara*. Darbhanga: Mithila Institute.

Vĩnh Mãnh, Ngô. 1995. "Phổ Am Thiền Sư Dữ Dân Gian Tín Ngưỡng." 佛教與中國文化國際學術會議論文集: 485-497.

Whitney, William Dwight. 1955. *Sanskrit Grammar*. Oxford: Oxford University Press.

Williams, Monier. 1960. A Sanskrit-English Dictionary. Oxford.

nước mắt & tánh không

- Pháp Hiền cư sĩ -

> *Bài viết, riêng quy kính thầy mình, bậc đã dạy cho tôi cách học, làm việc và trầm tư về những thiên hà uyên niệm và xa xôi trong vũ trụ Phật giáo. Những thiên hà mà còn lâu lắm nhân loại này mới có thể vươn tới được: thầy Tuệ Sỹ.*

[Tiếp theo Luận tập 3]

Ta nói đến tâm chứng như là yếu tố, thành tố tối quan trọng trong hành trình đến Phật, thậm chí, chính yếu tố "bất khả thuyết" này, một số người dựa vào đó để tuyên dương, để khẩu hiệu hóa "bất lập văn tự" như là tiêu chí của lập tông, phân phái. "Bất lập văn tự", phải hiểu là Phật giáo hay Thiền tông, không phải là một hệ thống ý thức hay ý thức hệ, như kinh *Lăng-già* dạy – Tổ Bồ-đề-đạt-ma, truyền kinh *Lăng-già* qua Trung Hoa, không thể là một bộ kinh "vô tự" được.

Nếu như hiểu "bất lập văn tự" liên hệ đến Tánh Không, thì sự liên hệ này, buộc phải là ngôn ngữ.

Bất lập văn tự là không lập thành lý thuyết – từ lý thuyết đến siêu lý là một quá trình ngôn ngữ, tâm chứng diệu viễn – tâm chứng SẮC-KHÔNG.

Lĩnh vực SẮC-KHÔNG là một lĩnh vực không dễ hiểu chút nào. Trong Phật giáo, Sắc (*rūpa*) có ngữ căn là √*rūp* – yếu tố cấu tạo hình thể hay yếu tố vật chất, chất liệu tạo nên vật chất, chất liệu tạo nên bóng dáng – chất liệu của hiển thể, chất liệu không thể "cân" bằng con số toán học. Yếu tố này, hầu như không liên hệ gì đến hạt cơ bản hay hạt của Chúa. Chính xác, nó là yếu tố di truyền trên mặt vật lý, và yếu tố di truyền trên mặt Tập khí (*vāsanā*), chỉ cho những ấn tượng của tâm thức, nói chính xác chúng là đối tượng của Dục.

Vāsanā, căn tố là √*vās*→ tạo hương, ướp hương, chỉ cho cái gì thuộc "khí hóa" và, nó đã trở thành "*tập khí*" hay "xông ướp" dưới tuệ nhãn của bậc Đại dịch sư.

Ta có thể hỏi rằng, cách đây hàng ngàn năm, khi mà mọi thứ "công cụ văn minh" như ngày nay ta biết, vẫn còn trong trứng của con gà – thế giới đã đẫm toàn máu lệ vì tiếng gáy, vì hình hiện nhị nguyên ẩn của nó, đến độ người ta đã xé toạc nó ra, mỗi một nhóm (tư tưởng) giành một nửa, để hậu sinh là chúng ta, không còn bất cứ món "trứng tráng" nào để có thể "mưu sinh", cho dù ta là những người "ăn chay" – có phải để tránh tranh giành "tiếng gáy" và "thịt gà" ấy mà nhiều tôn giáo trên thế giới chủ trương ăn chay chăng – vậy mà, Huyền Trang (viết tắt, HT), thậm chí là chư tổ của chúng ta, đã chuyển nó (*Vāsanā*) thành, một ngôn từ mang tính "siêu khoa học" như vậy – *Vāsanā* → túi năng lượng → một loại khí "sắc siêu hình" → "động chuyển hình" (*pariṇāma*), từ Thức-vô biểu (*vijñāna-avijñāna*) vô thể thành thế giới đa thể, hữu sắc (multiform/*bahurūpa*) này.

Nguyên lý của Thức (*vijñānasūtra*) làm cho những loại hình vật chất tối tăm, vô minh, hiện ra mọi con đường lệch hướng của chúng.

Những tố chất hay *vāsanā* đó, làm nên tư cách, đặc trưng cho mọi loại hữu tình cũng như vô tình. Nói cách khác, sự liên hiệp dành cho hữu và vô tình là sự liên hiệp trên Tập khí này: giàu sang (bẩm thụ tập khí của phước...) tất cả cộng hữu, biệt hữu thành "khí thế gian" hay môi trường sống của chúng ta. Tất nhiên, nghiệp báo tội phước, trí bi ngu độn... trong Phật giáo phải hiểu bằng một trạng thái siêu hình và tất nhiên cũng có thể được minh chứng bằng loại suy. Chẳng hạn, phá hoại môi trường. Môi trường, thực tế là một thế giới khách quan, không thể luận tội phước ở đây, thế nhưng thảm họa của hành vi ấy là khôn lường, bởi vì nó dẫn ta đến những suy đọa trong cuộc sống cộng đồng. Phá hủy một ngọn đồi nào đó mà không tuân thủ luật pháp (luật siêu hình [chỉ có thể cảm được bằng quá trình tích lũy đạo đức] và luật hữu hình), tức vi phạm Luật bản xứ và "công pháp quốc tế", thì hành vi ấy cũng có thể dẫn đến nguy cơ sụp đổ hành tinh, xét như là mức độ lan truyền của hiệu ứng con bướm – cho dù, ngọn đồi, khu rừng, sông biển... là chủ quyền của quốc gia đó – khái niệm độc lập tự chủ, nhân quyền... ngày nay phải song hành, duyên sinh, và trên hết là phải "nhập cảm – sympathy" theo chiều hướng Luật "Tục đế" cùng thế giới này.

Không hiểu chuyện "vụn vặt" ấy, tuy đơn giản, thế nhưng, nó sẽ biến tướng thành quyền lực độc quyết của cá nhân, như thể một cái gì đó "siêu vi" trong tâm của cơn bão, mà đấy sẽ là nội dung của những đợt cuồng nộ quét sạch vô số nhân tố sinh tồn cho nhiều thế hệ.

Do thế, duyên khởi, tính duyên sinh, ở một chừng mực, trên thế gian tương đối này, đã làm nên "luật" của Phật giáo và, nhờ thế người ta có thể an nhiên, yêu thương, diệu trí trên những khổ đau duyên tướng của cảnh đời và của, trong các biến thiên vũ trụ.

Trong khi đó, KHÔNG hay TÁNH KHÔNG (*śūnyatā*), ngữ nguyên của nó là √*śvi* (*śvā*) *làm phồng ra, căng phồng, trương ra*, như vết bỏng, bên trong không có gì cả. Từ ngôn liệu này, các nhà truyền pháp cho rằng, vũ trụ hiện giờ mà sự hình thành của nó không bắt nguồn từ một nguyên nhân độc nhất nào. Tất cả là một sự liên hợp, Phật ngữ gọi là Duyên Khởi (*pratītya-samutpāda*). Trong tiếng Phạn, *pratītya*, có nghĩa là "ngữ tố, duyên tố", bao hàm cả tiền và hậu tố – khi đưa vào một ngữ tố nào đó vào *saṃjñā*, thì *saṃjñā* sẽ biến nghĩa theo tính đa hướng của danh xưng đó.

Chẳng hạn, khi ta nói *śīdhra* (con thỏ – sự nhanh nhẹn), ta thêm *a-śīdhra* (không phải thỏ – chậm như rùa) hoặc *abhiśīdhra* (siêu tốc, vận tốc đặc thù). Chỉ cần thêm, hay bớt một ngữ tố (theo một định luật nào đó của ngôn ngữ, nhất là tiếng Phạn), thì lý duyên khởi sẽ xuất hiện như một khái niệm có tác dụng "hóa hình" cụ thể hoặc "thật tướng hóa" trên mặt ngôn ngữ.

Nghĩa là, sự vật hay tất cả pháp xuất hiện, hình thành và hư hoại đều do các điều kiện hay duyên – cộng sinh, cộng thành, cộng trụ và cộng hoại. Luận chứng ấy còn cho ta một khái niệm nữa là, từng sự vật trong cái toàn thể, ngay bản thân nó vẫn mang đủ bốn yếu tố vừa nêu – khi tách sự vật ra đến mức độ không còn tách được nữa, ta sẽ không gặp được gì như chính kỳ vọng của ta là phải nắm bắt được một nguyên nhân chủ yếu nào đó đã làm ra nó. Tất nhiên ở phương diện luận lý là như vậy, thế nhưng truy xét về lực hấp dẫn, trạng thái xô đẩy hay quán tính của "chư pháp" lại là vấn đề của khoa học – những tương quan của trường thực tại trên lý thuyết rộng-hẹp-thống nhất. Hơn thế, đó lại là "sự sống uyên mặc" của những hành giả Phật giáo – *đắc* Duyên khởi là *đắc* Phật, tức là "thấy được" các pháp (do) duyên sinh là "kiến" Phật.

Những liên hệ giữa môi trường khách quan hay khí thế gian và môi trường tâm thức là những liên hệ DUY THỨC. Nó là điểm mà một người hành trì Phật giáo phải khám phá theo cách của riêng mình.

DUY THỨC trọng yếu tố *vāsanā* hơn tham tố (parameter/*vistareṇa*) của thế giới khách quan. Nói theo một cách văn chương, thì *vāsanā* là định mệnh của vũ trụ này. Từ đây, trạng thái hay từ phổ cảnh môi trường đó, Phật giáo dạy đạo đức, chính xác là những thực hành Pháp, công đức và tối hậu là lòng tin. Bởi vì, "sự phá hủy một ngọn đồi" trong cục bộ của một quốc gia nào đó, dẫn đến sự hoại diệt của hành tinh này là điều không thể tin được. Thế nhưng đó là một hiệu ứng dây chuyền mà còn lâu lắm con người mới minh định, dù là ở khía cạnh thống kê. Hành vi nào dẫn đến nghiệp xấu và ác trong tương lai (kể cả những nghiệp tinh tế nhất), theo Phật dạy, thì hành vi đó, một Phật tử cần phải tinh lọc, quán chiếu, nếu có thể. Cái cách "duy tâm tạo", ở mức phổ thông là như vậy.

Tuy nhiên, nơi thượng tầng của Duy Thức, câu hỏi được đặt ra là, vì sao mà đời sống *guṇa* lại có thể trở thành là đời sống *vṛddhi*, nói cách khác, là vì sao mà một đời sống đức hạnh, tập hợp những đức hạnh lại có thể trổ sanh những hạnh phúc an lạc tối thắng, đặc thù với những yếu tính tùy hành, thậm chí là *Niết-bàn* trên phương diện quả cho những ai đã thực hành phẩm tính *guṇa* ấy? Thế giới của sự tăng thắng hạnh phúc. Nếu đấy là một thực thể, "một chút Sắc", thế thì, yếu tố để tạo thành vũ trụ này chính là tâm thức. Tâm thức hàm dung mọi yếu tố để khởi sinh vạn pháp. Một sự thể từ A đến A', thì đấy là một tiến trình vật lý, cho dù A ở dạng siêu sắc đi nữa. Nói cách khác, nếu ta cho rằng, đời sống của chúng ta hết 99 phần trăm là vật chất, và một phần trăm còn lại tạm cho là cảnh giới của thức và, theo vấn đề đặt ra ở trên, một phần trăm hay ít hơn thế nữa, thì đấy là nguồn sinh ra vật chất, phải thế không? Tiến trình tạo sắc như thế có thể được khám phá, nếu như người ta chứng minh, chính các *vāsanā* là bản chất và tiềm năng hình thành thế giới.

Tuy nhiên, cái cảnh giới của giây phút đầu tiên để tâm thức có những *vāsanā* này hay để tâm thức "chế biến" thành những ấn tượng [thành thế giới] là gì?

Câu hỏi của ta, lại chẻ thế giới ra nhiều mảnh nữa chăng? Hay ta lại khởi trình cho một nguyên nhân đệ nhất, xét như là một đối tượng bất khả thuyết?

Duy Thức trả lời rằng, chỉ khi nào ta rời hẳn cái **Tục Thức** của chúng ta, thì lúc đó, ta sẽ "đắc" thế giới khách quan là gì.

Thật ra, Duy Thức chưa từng cho rằng Thức là nguyên tố tạo nên vũ trụ. Trần cảnh đối với thức là duyên cảnh. Nó đánh thức ta dậy và nhận chân được "kịch bản" vô tự tính của thế giới.

Phật giáo không đi tìm nguyên nhân sáng thế. Sáng thế là sự tịnh hóa tâm và bằng một cách nào đó lắng diệt ngôn từ. Vũ trụ của Phật giáo, xã hội của Phật giáo xuất sinh từ đó, và đây là một xã hội tuyệt đối vô nhiễm, một vũ trụ động trong bao dung và sáng tạo.

Duy Thức Tam Thập Tụng, đã dùng thuật ngữ *pariṇāma* để phúc đáp vấn đề này – *chu cảnh luân khởi của thức*, tức vô thủy chuyển lưu.

Pariṇāma có ngữ căn là *pari* √*nam* (chuyển thành, ẩn dụ về, hóa hiện...)
Lấy thí dụ, khi ta "tưởng" – do tác động của thị quan, chuyển vào thế giới tập khí – và, do công năng của tịnh sắc (công năng siêu tuyến tính hay công năng của *tâm bất tương ưng hành [citta-viprayukta-saṃskāra]*) - tới một khu rừng, một chiều dài của một vật thể, một đám mây...thì ta có thể đo những hình ảnh ấy bằng trí tưởng xác suất, thế nhưng, ta không thể "cân" những hình ảnh ấy là nặng nhẹ bao nhiêu. Nguyên nghĩa của *pariṇāma* là như vậy. Thế Thân đã dùng nó, tuy trừu thế, nhưng trên mặt "thức" thì nó là Hữu Thể thống kê. Nói chính xác, trên siêu thể tuyến tính của, được gọi là *tâm bất tương ưng hành* mà ta liên

kết, định vị, định danh, thống kê được một cách nhanh chóng về một-đa đối thể nào đó và tại đây thế giới lượng tử xuất hiện xét như là điểm đánh giá bằng hành ngôn, không có con số đo. Do vậy, *parimāṇa*, căn tố là *pari√mā* (đo lường. Khi người ta dùng nó trong một tiểu cú nào đó, thì nó thuộc về hợp từ *tatpuruṣa*)[1], tương đương với thuật ngữ vật lý quantium (lượng tử). Lượng tử là quá trình hậu kiến từ *pariṇāma*, sinh ra do thức. Đo lường phân tích, đánh giá...là công việc của thức gắn chặt cùng *parimāṇa*. *Parimāṇa* tức là *manas* (*manana*) – *tư lượng*, trong đoạn kệ tiên khởi của Tam Thập Tụng. Tất nhiên, những khái niệm vừa nêu đều mang tính chủ quan, để từ đó ta mở rộng ra những nghiên cứu của mình trên cơ sở thức, nhằm tách thế giới khách quan vào vùng duyên khởi, được xét như là "ảnh tợ" (Tuệ Sỹ – *Thành Duy Thức Luận*) của thức.

Chúng ta biết rằng, tư lượng (quantium) – lượng tử – được chuyển hiện từ *Pariṇāma* với nhiệm vụ là phân hóa hình ảnh và các đối thể tập khí, lồng trong cái bóng của Ngã và Pháp. Vậy thì, thức của ta, nó sẽ có hai mặt: sóng và hạt (ánh sáng, khi ẩn dụ cho nhận thức trí năng – kiến phần). Nếu như, ta làm thí nghiệm về ánh sáng có khuynh hướng sóng, thì ánh sáng sẽ là sóng và ngược lại. Đây là một hiện tượng "kỳ bí" của lượng tử mà hiện giờ ta chưa có một lý giải thỏa đáng nào trên cơ sở khoa học cả. Tất cả chỉ là Thức.

> "*Vậy, theo tôi, "thức" hoàn toàn khác biệt với tâm, bởi vì cái thức đó thuộc về thế giới (lãnh vực) huyền bí, chủ quan và ở ngôi thứ nhất, hình như thâm nhập nó là điều bất khả đối với toàn bộ chúng ta. Song, khi tách rời khỏi tâm, nó sẽ được gắn liền cùng những khái niệm về nhân cách và gắn liền cùng chính bản thân nó – cái thức tự thân, cái tự thức. Trên mặt phổ niệm, điều đáng ngạc nhiên là văn bản chứng minh nhân cách con người (văn bản chứng minh điều kiện làm người) là phải dùng đến tâm để mở rộng (chính nó) ra đến phi thường hoặc thu nó lại đến vô cùng nhỏ nhập suốt đất trời (the day) nhằm lý giải thế giới quanh ta. Ta phải đi cho đến cùng tận những thực nghiệm để "tiếp cận chuỗi tâm mình" hoặc "làm chuỗi tâm ấy khai hoa" và điều đó là có thể. Nếu như ta cho rằng, tâm và thức hoàn*

---

[1] Ngôn luật 3.2.33 Pāṇini" *parimāṇe pacaḥ: parimāṇe karmany upapade paceḥ'khaś pratyayo bhavati.*

toàn tách biệt, thì đấy mới là căn bản hóa toàn diện trong trí óc vật lý của mình, nhờ thế mà ta có những nội quán mới, và có thể nghĩ đến những đạo trình mới, và tiến trình này không chỉ xử lý những hỗn độn của tâm lý mà còn liên quan đến những vấn để nan giải của hạnh phúc loài người – chỉ cần cách biến nước thành rượu – chỉ cần cách đập mạnh và nghiền nát – chỉ cân cách co giãn của những bộ tập hợp biến thành kinh nghiệm nội quan thật sự như thế nào, và quả vậy, đấy là câu chuyện hoàn toàn khác."[2]

Song, đi tìm nguyên lý của "kịch bản" chuyển lưu, hiện thế đó xét như là quá trình "trình hiện" thế giới khách quan hay trần cảnh, lại là niềm đam mê của những nhà khoa học.

Quá trình đó, xét trên mặt ngôn ngữ học từ hệ thống phái sinh phức và đa hợp của Pāṇini, thì ta mới thấy rằng, *Pratītya-samutpāda* (duyên khởi), hoặc gia tố đã đưa ta tới những nhận thức rộng hơn về *pariṇāma*.

Hệ thống phái sinh của Pāṇini được biểu thị như sau:

---

[2] ('Consciousness' then, I suggest, can be differentiated from 'mind' in that it is the mysterious, subjective, first-person world as it seems to you, one that no one else can hack into. It can, however, be dissociated from the 'mind', which also, in turn, could be related closely to the concepts of personality and self-consciousness. What is surprising is that normally the hall-mark of the human condition is to use the mind to a greater or lesser extent throughout the day to interpret the world around us: we have to go to very extreme examples to 'lose our minds' or 'blow our minds', but it is possible. If we view mind and consciousness as completely distinct but completely rooted in the physical brain, it may be that we have new insights and can think of new ways not just of treating mental disorders but also of reaching towards the most elusive questions concerning human happiness. Just how the water is turned into wine — how the bump and grind of the neurons and the shrinking and expanding of assemblies actually translate into subjective experience — is, of course, another story completely. - SUSAN GREENFIELD.)

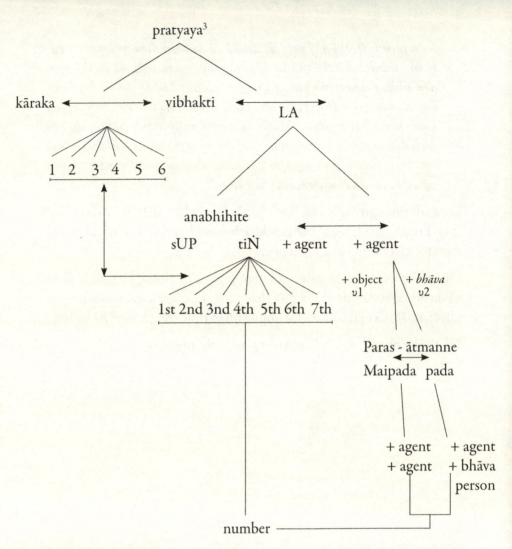

Ở đây, như đã đề cập, *pratyaya*, là gia tố, được hiểu như là *duyên khởi* trong Phật giáo. Trên mặt hình học phẳng, ta có *kāraka* [khí cụ để tạo nghiệp hay gọi là *nghiệp khí*] giao thoa cùng *vibhakti* [*biến thể* hay biến cách] – biến thể hay thoát rời tính thể [*ly thể tính*], giao thoa cùng LA, tức các gia tố, như vậy với biểu đồ:

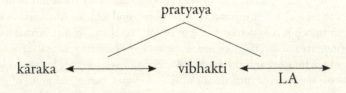

---

[3] Rama Nath Sharma. Volum 1. p. 172.

Cấu trúc hình học này sẽ tương ứng cùng chủ luận của Thế Thân trong cú đoạn mở đầu của *Thành Duy Thức Luận* – ātmadharmopacāro hi vividho yaḥ pravartate / vijñānapariṇāme' sau pariṇāmaḥ sa ca tridhā ∥ vipāko mananākhyaś ca vijñaptir viṣayasya.([HT]: 由假說我法有種種相轉彼依識所變此能變唯三謂 異熟思量及了別境識.)

Thầy Tuệ Sỹ dịch:

Ngã pháp do giả thuyết
Chuyển biến nhiều hình thái
Chúng y thức sở biến
Năng biến ấy chỉ ba

(*Thành Duy Thức Luận*, chương 1 Ngã và Pháp, p. 66).

Pratyaya (thức, căn vị từ, nguyên nhân tác khởi, nhân cộng khởi) → **kāraka** (công cụ, khí năng đưa tới nghiệp, hiện thực hóa khái niệm. Hoa dịch: động 動, phẩm loại 品類) **vibhakti** (bộ phận hóa, tách phân, chuyển biến, biến hình, tách lớp. Hán dịch: sai biệt 差別) ⟵⟶ **LA** (các gia tố).

Ở đây, những tuyến tính liên kết hay những phạm trù khái quát hóa nền tảng văn pháp của Pāṇini, hầu như tương ứng triệt để với chuỗi vận hành-Thức – được thế Thân tuyên bố: **Pratyaya = pravartate (pra√vṛ** – *tương chuyển* 相轉 [HT]) (tương thoa) **kāraka = vijñānapariṇāma** (Hán: thức sở biến 識所變 [Huyền Trang HT]

Vibakhti = vividha (H: chủng chủng 種種 [HT]) **LA = vipāko manyanākhyaś ca vijñaptir viṣayasya** (*dị thục tư lương* và *thức liễu biệt cảnh* 異熟思量及了別境識).

Trở lại với phần âm thanh, được xem là nhân tố quyết định của Phạn văn với tiêu danh Aṣṭādhyāyi (Hệ Thống Bát Chuyển Thanh) của Pāṇini. Âm thanh, qua một số nghiên cứu có tính khoa học đương đại, nó vốn chứa đựng hai yếu tố: âm ba (sóng) và quang phổ ảnh (ánh sáng mang tính hình học), cả hai là cội nguồn của tri thức và những gì được đo lường trong bản chất cộng hưởng, cộng sinh của Thức.

Âm học ngôn âm (acounstics of speech sounds – những âm hưởng của ngôn âm)

Theo Peter Roach: "Khi chúng ta tiếp chuyện với bất kỳ ai khác, thì âm thanh của chúng ta sẽ phát ra từ miệng mình đến tai người nghe đó. Cho dù ta cùng nhau nói trực tiếp hay là qua những cuộc điện đàm cách hàng trăm cây số, thì tiếng nói của ta sẽ là một sự thật không thể phủ nhận. Điểm trọng yếu mà ta nhắm đến trong việc nghiên cứu về tiếng nói (ngôn âm), chính là ký hiệu âm học (acountic signal – ký âm học), bởi vì hiện tượng này có thể hoàn toàn quan sát được; tức là ta có thể nắm bắt tất cả những gì mà người nghe đã nghe dưới hình thức ghi chép (viết thành chữ hoặc mã hóa bằng máy) và rồi, nếu ta muốn lĩnh hội nó, ta có thể đo lường bất cứ bình diện nào của ký hiệu ấy. Việc thẩm định đáng nói ở đây là, chúng ta nhận dạng được mỗi một lớp (loại) âm vị của âm thanh mà nhờ thế, ta có thể minh định những mô hình âm thanh học.

Tuy nhiên, nếu ta đã khởi sự bằng cách nghiên cứu các kiểu mẫu của (mô hình) âm thể này mà không biết người nói tạo ra chúng bằng cách gì, như vậy, có lẽ ta sẽ phải tiến hành phân loại chúng theo một đường hướng hoàn toàn sai biệt. Do đó, phân loại âm thể học là khởi điểm cốt lõi để ta thấy cách làm này thích hợp với cách phân loại âm vị ngôn âm theo truyền thống như thế nào.

Hình thái sóng âm thanh học (acoustic waveforms – Dạng sóng của âm hưởng, âm thanh dạng sóng)

Thành quả đa dạng từ độ nén của không khí khiến ta có thể nghe được mọi âm thanh và, sự dao động sóng là sản phẩm của độ nén này. Trong dao động, khi độ nén ở một vị trí đặc thù nào đó, (chẳng hạn, bên trong lỗ tai) thì nó đã trở thành từng đợt sóng nhấp nhô – âm ba. Hiện tượng ấy thường được mô tả là sự di chuyển sóng, sự di chuyển nhấp nhô như vậy có thể được đồ thị hóa (bằng máy), mặc dù chúng không giống như sóng biển. Minh họa xác suất nhất về chúng, không gì bằng những đợt sóng xung động từ một vụ nổ xa nào đó được thực hiện trên máy đo. Ta có thể trưng chứng một mô hình dao động đặc thù bằng cách đồ thị hóa **hình thái sóng** của nó. Nếu như sự rung (dao động) xảy ra quá nhanh, ta gọi nó là **tần số** cao và ngược lại, ta gọi đó là tần số thấp. Nếu như độ rung lập lại đều đặn, thì ta gọi nó là âm thanh **tuần hoàn** hay âm thanh có nguyên tắc và ngược lại ta gọi âm thanh đó là âm bất nguyên tắc hay phi tuần hoàn. Nếu như âm thanh chứa đựng một đại lượng năng lực (âm lượng lớn), ta gọi rằng, nó có tính **khuyếch đại** (amplitude). Ở đây qua máy đo, chẳng hạn, hình thái sóng của từ *see*; ta thấy bộ phận hay ngữ tố thứ nhất /s/ là một âm tố (phụ âm) bất định hay **phi tuần hoàn** (aperiodic), bất nguyên tắc, nói đúng hơn, nó là một mô hình hỗn độn, còn nguyên âm /i:/ là một ngữ tố tuần hoàn, có nguyên tắc; và ta còn có thể thấy trong độ dao động của nó một mô hình có nguyên tắc hơn thế nữa.

Đây là nguyên lý cơ bản trong việc phân tích âm thanh học, tuy rằng, nó phức tạp, thế nhưng, ta có thể tách lớp hình thái sóng này ra thành những dạng sóng đơn giản thuộc các tần số khác nhau. Cách thao tác của công việc ấy, được gọi là **phân tích quang phổ** (spectral analysis – quang phân) mà trong một vài trường hợp, sự phân tích đó hoàn toàn giống với ánh sáng trắng trong mô hình cầu vồng đa sắc bị tách ra, và như thế quang phổ của nó được hình thành. Trong khi nêu ra dữ liệu phân tích âm học về ngôn âm, ta có thể có nhiều khám phá bằng cách quan sát hệ quả phân tích quang phổ hơn là quan sát hình thái sóng căn bản qua khí cụ khuyếch âm (microphone). Hình ảnh, đồ thị qua máy đo, cho biết là nó có kết quả từ việc phân tích quang phổ của từ *"see"* mà ta đã khảo sát. Mẫu của hình ảnh này được gọi là **ảnh quang phổ** (spectrogram) hay quang phổ đồ. Lúc này ta có danh xưng là "các bản in âm thanh – voice-prints" được rút ra từ hình ảnh như thế, tuy nhiên, "khắc bản thanh chứng" đó dẫn đến những yêu cầu hết sức phi lý là qua âm thanh người ta có thể định được *nhân dạng* một ai đó nhằm phục vụ cho những mục đích pháp luật, và cái danh xưng ấy, giờ đây đã không được dùng, nhưng (thỉnh thoảng) vẫn xảy ra với những nhà báo non tay nghề (gullible journalist).

Trong một ảnh quang phổ[4], trục đứng của hình ảnh trên, cho ta biết đấy là thang tần số; những tần số thấp nhất nằm dưới đáy. Từ trái qua phải là trục thời gian, bên trái dưới đáy âm thể được phân tích ở thời điểm ban đầu. Độ tối của các vạch hiển thị (marking – biểu kiến) cho biết sự khuyếch đại ở các tần số khác nhau chính xác qua tín hiệu trên một thời điểm đặc thù. Bạn có thể thấy, hàm lượng âm tố /s/ tuy được

---

[4] Xem *Phonetics* by Peter Roach, p. 45-46.

trải rộng ra trong phạm vi tần số này, thế nhưng nó lớn dần lên trên các tần số cao và hầu như không hiện hữu trong các tần số thấp. Ở nguyên tố /i/, năng lượng được cô động trong ba hay bốn dải hẹp, (được gọi là các **thành tố** "formants") trong bộ phận thấp hơn của quang phổ. Hiện giờ, một số khí cụ ghi quang phổ (spectrographic – khí cụ phân tích quang phổ, phân quang khí) hiển thị các mức độ năng lượng, thay vì hiển thị những màu sắc khác nhau, cho dù chúng in dáng vẻ mỹ quan trên vách tường của bạn đi nữa, thế nhưng hầu hết mọi người đều cho rằng, chúng khó lý giải hơn là các ảnh quang phổ với thang màu xám đã có từ thập kỷ 1940.

Lý thuyết chung mà hiện giờ ta có, vốn được dựa trên cơ chế phát âm của chúng ta (**nguồn** – source) và cái cách **biến âm** (bộ lọc – filter); sở dĩ ta gọi là lý thuyết bộ lọc nguồn (source-filter), bởi vì mọi âm thanh (khi phát âm) đều có thể được biến đổi. Lý thuyết này được đại đa số chấp nhận xét như là khái niệm cơ bản trong các lý thuyết âm học phát âm. Hãy lấy nguyên âm làm dẫn dụ, nguồn cho một nguyên âm là độ dao động của **chuỗi thanh âm giao thoa** (vacal folds – những cuộn âm thanh); khi *lưu trình dao động* (vibration flow) của khí băng qua cơ chế phát âm, thì cơ chế này hoạt động như là một bộ lọc, làm yếu đi một số tần số, trong khi đó, ở các tầng số khác, lưu trình dao động này vẫn duy trì độ mạnh một cách tương đối. Hình thể của cơ chế phát âm (lệ thuộc vào các yếu tố), chẳng hạn, hình thái lưỡi (tongue-shape), tư thế của đôi môi và tư thế vòm họng, các nhân tố này quyết định những đặc trưng của bộ lọc sao cho một nguyên âm được sản sinh. Nếu như bạn thay đổi hình thể của cơ chế phát âm (hay cơ chế phát âm bị tổn thương), thì nguyên âm bản vị bị thay đổi.

Âm thanh học và cách phân loại cấu âm của ngữ âm

Giờ đây, ta đã biết rằng, âm thanh thuộc về các tính đặc trưng của vật lý – nó thuộc về vật lý. Tính đặc trưng này tương ứng cùng nhiều phả hệ và với nhiều phạm trù âm vị học truyền thống hơn. Ta có thể cho rằng, ngôn âm với tính chất âm học của chúng, chỉ có thể thể hiện bằng bốn kiểu mô hình như sau:

Âm tuần hoàn

Âm phi tuần hoàn (âm bất định, phi nguyên tắc)

Âm phức hợp giữa nguyên tắc và phi nguyên tắc

(Âm) câm hay yên lặng không phát âm

1 – Các nguyên âm. Như ta vừa nêu, các nguyên âm luôn là các âm tố tuần hoàn theo một mô hình dao động có tính nguyên tắc. Khi quang phổ của chúng được phân tích, thì ở những tần số khác nhau, các đỉnh của năng lượng thuộc về biểu kiến giống như âm hình trong một bản hòa âm. Đối với từng nguyên âm, thì các đỉnh năng lượng (được gọi là các **thành tố**) đều hoàn toàn khác biệt, và các nhà âm vị âm thanh học đã phân tích các tần số của nhiều nguyên âm khác nhau để chúng ta biết một loạt hay một **tổng thể** (lot) mà các thành tố gắn liền với tính đặc chất (của) nguyên âm như thế nào. Người ta có thể thấy trên các ảnh quang phổ, các thành tố này tương tợ như là các **vạch giới hạn chân trời tối** (dark horizontal bar), thí dụ nguyên âm /i/ trong hình 6.2. Mặc dù sự liên hệ này không được xác thực cho lắm, song, thành tố mà người ta thấy thành tố có tần số thấp nhất, tức tần số thành tố I (formant I) tương ứng rõ với chiều đóng/mở theo truyền thống của các nguyên âm, một formant I thấp sẽ tương ứng với một nguyên âm **đóng**, chẳng hạn, nguyên âm [e] hay [u]. Formant 2 có tần số cao hơn formant I sẽ tương ứng rõ (correcponds rouhgly) với chiều (kích) trước/sau của các nguyên âm; một nguyên âm có một Formant 2 cao, rất có thể là một nguyên âm trước (tiền nguyên âm – front vowel), chẳng hạn, nguyên âm [e] hoặc nguyên âm [a], còn một nguyên âm có một Formant 2 thấp, thì nó rất có thể là nguyên âm sau (back vowel – hậu nguyên âm), chẳng hạn, nguyên [o] hay [a]. Sở dĩ các thành tố sai biệt không thể được nêu ra chính xác, là do chúng chuyển biến từ người nói đến người nghe, thế nhưng, đồ thị thể hiện ở hình 6.3, đã định vị được một số nguyên âm tiếng Anh do phụ nữ trưởng thành nói ra theo các trục chỉnh thể để cho chúng được định vị trên đồ thị nguyên âm truyền thống, nếu ta quan sát bất cứ loại sách giáo khoa nào mô tả về âm thanh học của nguyên âm, chúng ta sẽ luôn quan ngại như thế nào, khi các nhà soạn sách kết luận rằng, âm thanh của người nam trưởng thành là "bình thường", còn âm thanh của người nữ hoặc trẻ em là "chuyện nhỏ" hoặc không có chi tiết nào đáng kể.

2 – Các phụ âm xát (Fricatives) các phụ âm xát vô thanh, bao giờ cũng là các phụ âm bất định, chẳng hạn phụ âm [s] và phụ âm [ʃ] và chúng không có những thanh tố theo khuynh hướng mà các nguyên âm thực hiện. Tuy nhiên, hoạt thể của chúng là cô đọng năng lượng trong các tần số khác biệt. Nếu bạn luân phiên phát âm phụ âm [s] và [ʃ], bạn sẽ nghe các âm thanh của [s] có âm vực cao nhiều hơn âm vực [ʃ]. Trong tiếng Anh, âm tố này rất đặc trưng, bởi vì người nói tiếng Anh sẽ mở tròn môi khi phát âm, thậm chí, tư thế tròn môi ấy khiến cho phụ âm [ʃ] xát có âm vực thấp hơn. Dùng gương để kiểm tra, bạn sẽ thấy mình có tròn môi hay không khi phát âm phụ âm [ʃ] xát tiếng Anh đó. Do vậy, những phụ âm xát như [f], [s], hoặc [ʃ] sẽ có khí âm (âm hơi) xì (hissing) vô thanh, được kết nối với cách dao động hay độ rung của các chuỗi thanh âm giao thoa. Độ rung của các chuỗi giao thoa âm thanh này xảy ra theo một cách rất trình tự, cho ta biết rằng, âm ba (buzzing sound – âm thanh rì rào) xuất sinh từ thanh quản là thuộc về độ rung tuần hoàn.

3 – Âm bật (L: explodo) hay phá liệt âm (E: plosive – âm tắc). Âm bật hay phá liệt âm, có nghĩa là âm thanh được xé toạc ra sau khi bị đóng kín, do vậy, plosive được hiểu là **âm bật**, **âm tắc** hay **âm đóng**. Những âm bật (âm tắc, sở dĩ gọi nó là âm tắc, vì nó bị chận lại trước khi bật ra) này xuất hiện trong một vài hình thái âm học khác nhau. Khi quan sát, ta thấy chúng thuộc loại vô thanh, chẳng hạn, những âm như [p], [t] hoặc [k]. Có một điểm thật quan trọng mà ta ít biết, đó là tính câm hay thành tố (component) câm của tự thể chúng. Âm vô thanh này xuất hiện vào lúc bắt đầu một từ, chẳng hạn, từ ("pin" /pin/) và nó bị "đóng" hoàn toàn nơi miệng của chúng ta, tới mức mà không có một chút hơi nào thoát ra được và suốt quá trình đó, đôi môi ta luôn mím chặt lại để âm [p] không thoát ra ngoài. Nếu bạn nghĩ đến một từ nào đó, chẳng hạn, từ 'upper'/ʌpə/, lúc này bạn sẽ hình dung được rất rõ, trong khoảng giữa của từ ấy có một âm câm ngắn, nếu ở đó, người nghe nghe được âm /p/. Khi âm đóng này được thoát ra, thì một số dữ kiện diễn tiến rất nhanh, chạm đến môi trường liên kết các dữ kiện âm thanh học. Sự thoát hơi này làm bật lên một âm nhỏ và âm này được gọi là âm bất định hay phi tuần hoàn – nó giống như âm thanh từ một sự ma sát (va chạm) cực ngắn, và người ta gọi nó, trên mặt thuật ngữ âm học, là *đoản âm tạm trú* (transient), bởi vì nó "phai" cực nhanh. Nếu âm xát này là một khí âm (aspirate), thường trong tiếng Anh là các âm như: /p/, /t/ và /k/, loại âm 'bùng thoát – release burst' này được một âm khác biệt cận hành – khí âm đó nẩy sinh từ cơ chế phát âm. Trong thuật ngữ âm học, nó chính là **âm bật hơi** (aspiration – khí âm) và âm bật hơi này thuộc về loại bất định (nó gần giống với phụ âm [h] vậy).

Những phụ âm xát hữu âm, chúng có tính tuần hoàn, trong giai đoạn diễn ra phát ngôn, người ta có thể thấy tính tuần hoàn này khi cơ chế phát âm bị đóng – ta nghe được độ dao động (rất ngắn) của các chuỗi âm thanh giao thoa hình thành từ thanh quản, thay vì là âm câm trong các âm xát vô thanh. Mặc dù, ta phân loại các phụ âm /b/, /d/ và /g/ của tiếng Anh là các phụ âm xát, thế nhưng âm thanh của chúng phát ra rất là tinh tế, để minh họa thật sự về các âm đóng này, cách tốt nhất là ta có thể lắng nghe từ những ngôn ngữ khác, chẳng hạn, tiếng Pháp, tiếng Tây-ban-nha hoặc tiếng Ý.

4 – Âm mũi (Nasal) Các âm mũi (tỵ âm) trong tiếng Anh, như âm /m/ và /n/ có độ dao động giống như các nguyên âm, thế nhưng, ở các tần số cao, chúng rất ít năng lượng. Do vậy, để nhận dạng các thành tố trong quang phổ của chúng là một điều vô cùng khó. Khó, chủ yếu là do hầu hết âm tố này được phát âm trong thanh quản bởi độ dao động của các chuỗi giao thoa âm đã không thể thoát ra bằng miệng, như chúng ta thấy trong trường hợp các nguyên âm, cho dù chúng phải đi qua khoang mũi và thoát ra qua mũi bạn. Nếu như bạn ấn những ngón tay vào hai lỗ tai mình, và bạn phát âm một loạt nguyên âm và các âm tố mũi, chẳng hạn, /ma:ma:ma:ma/, lúc bấy giờ bạn có thể nghe được độ rền của các âm tố này ở tần số thấp do âm hưởng mũi tạo ra trong suốt quá trình bạn phát âm /m/.

5 – Âm tắc-xát (affricate) Trên phương diện âm thanh học, đây là các âm tố phức hợp – các âm tắc xát phức hợp. Các âm tắc xát vô thanh, chẳng hạn âm /tʃ/ lúc bắt đầu phát âm, nó giống như là các âm đóng, do vậy, bộ phận bên trong của chúng vốn là âm câm. Sau đó, âm tắc trong cơ chế phát âm thoát ra và ta nghe được một âm xát bất tuần hoàn. Các âm tắc-xát hữu thanh (nếu chúng được phát âm *nhanh*, như âm j /dʒ/), thì kết quả là chúng được "giao hưởng" cùng độ rung của chuỗi âm thanh giao thoa. Âm tố đầu là âm tố tuần hoàn và âm tố thứ hai là âm tố phức hợp giữa tuần hoàn và phi tuần hoàn – định âm và bất định âm tố → 'cách cấu âm' (manner of articulate).

6 – Xấp xỉ âm xát (sát) (Approximant)

Như đã mô tả ở chương 3, các xấp xỉ âm xát hay các âm tiếp cận này đều hoàn toàn giống với các nguyên âm trong cách cấu âm của chúng. Thật vậy, trên mặt âm thanh học, chúng rất giống với các nguyên âm – qua cách phát âm. Các âm tố như [l], [r], và [j] là những âm tố có tính tuần hoàn và sở hữu các thành tố có thể định hình được (thế nhưng, với âm tố [l]) là ngoại lệ, bởi vì ở đây, đôi khi các thành tố muốn định hình được là rất khó).

Giờ đây, hầu như ta đã nắm bắt mọi lớp chủ yếu của ngôn âm và tri nhận mỗi một lớp đều có thể được liên hệ với các dạng cơ bản của âm hình (acoustic pattern). Nhóm duy nhất của các âm tố, the **trills** (âm đọc uốn [cong] lưỡi), flaps (âm vỗ nhẹ) và taps (âm vỗ nặng) có thể còn khảo sát được. **Taps** và **Flaps** (như [ɾ] và [r]) luôn là những âm tố hữu thanh và do vậy, chúng được cho là các âm bật. Các âm thuộc âm Trills, chẳng hạn âm cong đầu lưỡi (tongue-tip trill – quyển thiệt âm) [r] và đầu tiểu thiệt âm (uvular trill) cũng là các âm tố hữu thanh (hay âm vang – voiced). Chúng ta sẽ thấy rằng, đây là các âm tố khác thường vì khi phát âm chúng có trạng thái tuần hoàn [một cách] *nhị bội* (doubly periodic): chúng là những âm tuần hoàn với tư cách là quả từ độ rung của chuỗi âm giao thoa, và sở dĩ chúng là âm tuần hoàn, là do độ dao động (mặc dầu tần số thấp nhiều hơn) có nguyên tắc của một trong những cách cấu âm như là âm phát từ đầu lưỡi. Hình 6.4, thể hiện với chúng ta về một hình thái sóng âm học (ba động âm học) và một ảnh quang phổ của một ngữ đoạn (quán dụng ngữ tiếng Anh – phrase) ("cô ấy mang đến một cái bàn và một số ghế") chứa đựng các biểu tượng của nhiều âm tố nêu trên.

Âm thanh học về các đặc trưng siêu chiết đoạn (Acoustics of suprasegmental)

Phân tích những đặc trưng siêu chiết đoạn là bình diện khác của các âm vị âm thanh học mà ta đã giới thiệu ở chương 5. Khi chúng ta nghe những âm (điệu – tone) của một ngôn ngữ nào đó, hoặc ngữ (điệu) của một phát ngôn, thì chúng ta nghiệm được cảm giác về **âm vực** (pitch). Điều này chỉ xảy ra trong trường hợp của các âm tố hữu thanh. Cảm giác về âm vực như vậy gắn liền cùng tần số của độ dao động chuỗi âm giao thoa, được gọi là **tần số cơ bản** (fundamental frequency – *tần số cơ âm*). Điều này cho biết rằng, ta sở hữu một từ (âm vực nào đó) cho một cảm giác chủ quan và cho (tần số cơ bản, hoặc gọi là F0 khách quan) khác, nghĩa là, ta có thể đo lường âm thể một cách khách quan trên cảm tính. Cũng vậy, ta có thể tiếp nhận âm thế (loudness) của một âm tố hoặc âm tiết, và ta còn có thể dùng đến các khí cụ để đo lường **cường độ** (intensity) của nó, ở đây, trường độ (length) của một âm tố được nhận chân và **thời lượng** (duration) của nó, ta có thể đo. Khi dùng máy tính để đo lường tần số cơ bản và thời lượng (của âm thanh – âm lượng), thì lúc này, những bình diện của phát ngôn như ngữ điệu, độ nhấn và còn có cả thi luật nữa cũng được khám phá." (*Phonetics* by Peter Roach. P. 39-46.)[5]

Với các yếu tính từ việc phân tích diễn ngôn siêu chiết đoạn do Peter Roach đề xướng dưới đây, ta sẽ hiểu vì sao, khi kết thúc một phần pháp, các nhà biên tập lặp lại bằng thi kệ. Thi kệ, ngoài việc tóm tắt giáo chỉ Phật, mà yếu tính của nó phát sinh bằng trạng thái trầm tư siêu ngôn luật và siêu ngữ đoạn như Peter Roach đã nói ở trên.[6]

*a. **Năng biến hay sở biến***

Nơi chương 1 – Ngã và Pháp – của *Duy Thức Tam Thập tụng*, cũng vẫn một từ là *pariṇāma*, khi thì HT dịch là *năng biến* (*pariṇāma*) và khi là *sở biến* (*pariṇāme*).

Sự khác biệt này, một vài học giả về Duy Thức, dựa trên hậu tố của nó là *–a* và *–e*. Hậu tố *–a*, thể hiện chức năng danh cách ([nominative] (the category of nouns serving as the grammatical subject of a verb – phạm trù quy cho các danh từ hàm năng chủ từ). Và hậu tố *–e*, thể hiện chức năng vị trí cách, chỉ cho vị trí hay một hoạt động giới hạn được động từ minh định ở một nơi nào đó ([locative] the semantic role of the noun phrase that designates the place of the state or action denoted by the verb).

Tuy nhiên, khi qua tiếng Hán, thì dịch ngữ có vẻ khác biệt. Theo ngữ pháp phổ thông của tiếng Hán, *sở* là thụ động cách, còn *năng* là danh cách hay năng động cách. Ở văn bản của Ngài Thế Thân, ta thấy, khi *pariṇām* với hậu tố *– a*, thì nó mang chức năng danh cách (nominative), giống đực, và khi *pariṇām* với hậu tố *– e,* thì nó thuộc chức năng vị trí *pariṇāme* và gắn liền cùng *vijñānapariṇām* (–e) –(a); nghĩa là nếu *pariṇāme* được cho là biến cách vị trí, thì *vijñāna* cũng sẽ mang hình thái vị trí – *nơi sự biến hóa trong tự thân của thức*. Rõ ràng, khoảng

---

[5] Các hình ảnh đồ thị, cụ thể xin thỉnh xem Peter Roach: *Phonetics*.

[6] Peter Roach: *Phonetics*. Suprasegments, p. 31.

cách giữa bị thế (passive – thế bị động) và vị trí cách là khoảng cách xa, không có gì là tương đồng cả.

Vậy, HT đã dịch sai chăng? Chắc chắn và tuyệt đối là không rồi.

Thế thì, ẩn ngôn hay nguyên nghĩa của [*sở*] **biến** được Ngài trình hiện là gì?

Có một số học giả đã đặt vấn đề về **năng biến** và *sở biến* và họ cho rằng trong biến cách nguyên bản của Phạn văn, thì Huyền Trang dịch không chuẩn dễ tạo nên những lầm lẫn cho người đọc.

Chẳng hạn, trong dịch phẩm An Huệ [*Tam Thập Duy Thức thích*, 三十唯識釋] của Hoắc Thao Hiểu [霍韜晦], ở phần cước chú của mình, ông cho rằng, HT, khi dịch *vijñānapariṇām* (–e) là *thức sở biến*, thì vô hình trung, HT đã làm lệch đi nguyên nghĩa của tụng văn. Hoắc Thao Hiểu cho rằng, tụng văn thuộc về "ư cách – cách vị trí" số ít (於格 loc. sing.) và theo chủ điểm của luận bản, thì Thức là nơi quy nhập mọi thi thiết về Ngã và Pháp *vào trong* thức biến. Trong khi đó, HT đã dịch đảo lại, nghĩa là "thức biến là do tác động của Ngã và Pháp, *"chính vì thế mà HT đã tạo một khoảng cách (về nghĩa) khá xa so với nguyên điển."*[7]

Hơi khác một chút với Hoắc Thao Hiểu, trong chương thứ 16 của tác phẩm *Buddhist Phenomenology* (*Hiện Tượng Luận Phật Giáo*), Dan Lusthaus trình bày chi tiết về hai đoạn tụng khởi sơ của *Duy Thức Tam Thập* như sau:

> "Ta thấy, khi HT dịch tụng văn **pariṇāma** sang Hán văn, xét trên mặt văn phạm, dịch từ của Ngài có hai hình thái sai biệt: *sở biến* và *năng biến*. Ở đây, **năng biến** có nghĩa là khả năng biến hóa, chuyển biến, di chuyển, biến hình (metamorphosis – ẩn dụ hóa), ... nói chung, nguyên nghĩa của pariṇāma là chuyển động, chuyển thành v.v... Trong Hoa ngữ, năng–sở được phân lập một cách rõ ràng. Năng, thuộc chủ động, sở thuộc bị động – chủ thể và khách thể. Thế nhưng so với nguyên điển, thì **pariṇāma** được Thế Thân dùng hai hình thái: vị trí cách và danh cách (danh cách, trong Phạn văn luôn làm nhiệm vụ chủ cách. Tuy nhiên, sở biến cũng có nghĩa là vị trí. Sở dĩ HT, sử dụng hình thái đối kháng năng–sở khi dịch sang Hoa ngữ là để ta dễ tiếp cận hơn là nguyên điển Phạn

---

[7] [使落在識境對列的意味上與原典意略有距離. P.21.]

văn trình hiện với vị trí và danh cách." [8]

Thật vậy, xét về cấu hình của đoạn kệ, ở mức độ văn phạm phổ thông, thì *pariṇāme*, là biến cách vị trí và Huyền Trang dịch là [*bỉ y thức*] *sở biến*, nếu được hiểu "bị động" thì đây là chỗ ngộ nhận của Hoắc Thao Hiểu [霍韜晦 – thức biến là do tác dụng của Ngã và Pháp]. Song, nếu ta cho rằng, *pariṇāme* (vị trí cách), chỉ cho phẩm chất nội tại của chính nó, làm chỗ dựa biến hóa của "chủng chủng" – *tính đa dạng ở trong sự biến hóa*, tức tính đa dạng *được chuyển hóa* (sở biến – là nơi) trong thức, thì đây là cách hiểu của Dan Lusthaus. Ta sẽ tự hỏi rằng, cái gì khiến cho tính đa dạng được chuyển hóa, đó là do thức. Như vậy, chuỗi liên kết *vijñānapariṇāme* với biến cách vị trí, thì *vijñāna* cũng là biến cách vị trí → trong sự chuyển hóa nơi thức → thức sở biến → *thức là nơi những gì được sanh xuất bằng chính bản chất biến dịch của nó*. Như vậy, "*vividha* ở trong *pariṇāme* mà biến hóa – sở biến. Vì thế, Vi Đạt (韋達) trong *Doctrine of Mere-Conciousness*, đã xem Thức (Consciousness) có khả năng tự biến hay (được biến) qua cái nhìn của người quan sát – (Consciousness capable of unfolding or manifesting themselves may be grouped in three general categories – thức tự chúng có khả năng biểu lộ hay biểu kiến có thể được phân thành ba phạm trù.)[9] Ở đây, may be grouped...chỉ cho đối tượng quan sát là chúng ta, chớ không phải chỉ cho sở biến. Đây là cách hiểu của Vi Đạt (韋達).

Pariṇāma, HT dịch là **sở biến**. Sở biến của HT, được nhìn từ góc độ đa chiều của "ngữ pháp" chớ không là góc độ một chiều của "văn phạm".

Biểu đồ *tiên khởi thức vận hành*

---

[8] Chapter Sixteen. Alterity: pariṇāma. P. 426 by dan lusthus.

[9] *Doctrine of Mere-Conciousness*. p. 9.

Xét nơi biểu đồ này, ta thấy, nếu, *vividha* là chủ cách, thì *pariṇāma* sẽ làm nhiệm vụ vị trí cách, tức *làm chỗ biến* cho vividha (được biến cho) và, nếu nó làm nhiệm vụ chủ cách, thì nó là *năng biến* (khả năng biến sinh) hay tạo sinh cho *vividha*. Thật vậy, *pariṇāma* đã mang yếu tố tác dụng kép, trên hiển thể và tiềm thể; nghĩa là hoạt thể và nghiệp và mũi tên hai chiều này nói lên tính vô ký của thức A-lại-da. Nó làm nhiệm vụ vận chuyển những hình thái bên trên nó "hiện thân" một cách trung thực mà thôi. Như thế, theo Thế Thân, *pariṇāma* với đặc trưng châu biến của và trong thức, thức chứa đựng tính biến hóa, tức *thức biến* (*vijñānapariṇāma*) – trường hợp này là thức sở biến, ở trường hợp kia là thức năng biến – thức là thức của tác dụng kép trong đa thể.

Chứng nhập-nhập cảm đa chiều của đạo tâm mình và ở đây, không có một hình thái nào để so sánh và ở đây, ta mới thấy được "bản lãnh" của một bậc đại dịch sư khi "quán" một từ mà xâu suốt được tánh-tướng đa phức nghĩa của nó và đấy là cái mà Ngài để lại cho chúng ta tu và học. Tuyệt đối, không có bất cứ dấu vết nào của học thuyết và văn phạm cả. Văn phạm chỉ dành cho một số người "mới học" tiếng Phạn thôi.

Hơn thế nữa, hầu như những ai "đọc-học" Duy Thức từ Ngài HT đều chú trọng vào những dịch ngữ mang tính giáo chỉ Phật, nói cách khác, người ta chỉ chú trọng đến các giáo triết Phật giáo mà quên đi một số "hư từ" mà Ngài HT đã dùng. Cụ thể trong văn bản *Thành Duy Thức*, bài kệ Ngã và Pháp nơi chương đầu, ta thấy có hai "hư từ" quan yếu. Và chúng đã lập nên tòa kiến trúc của Kệ Tụng Duy Thức sơ khởi – *Y* (依), *Sở* (所) (tôi viết hoa các từ này như là điểm tập trung).

Y (依) là gì? Và ta sẽ tìm thấy nó ẩn tàng trong tư tưởng của Ngài HT ra sao và cứu cánh của nó, của những hư từ ấy tồn tại ở đâu trong Phạn bản? Nếu như, xét ở góc độ "thường nghiệm" của tiếng Phạn *Duy Thức Tam Thập tụng*, thì chữ Y này, như đã nói, nó là biểu thân của biến cách vị trí – Y, nương vào phẩm chất nội tại, nương vào cái bên trong của một phẩm tính nào đó – vị trí cách. Sở (所), rõ ràng là bản thân nó cũng là vị trí cách, chỉ cho một nơi chốn nào đó mà một cái gì đó *Y cứ* (Y-Sở). Thật vậy, Ngài HT đã quan sát sự vận hành chức năng của Phạn văn để lập nên những *hư từ* của mình nhằm hiển minh giáo chỉ "nghĩa" của Thế Thân. Như vậy, tức là, **chủng chủng** y trên bản chất chuyển hóa nội tại trong thức **mà** chuyển thành ba dạng (*bỉ y thức sở biến thử năng biến duy tam* 彼依識所變此能變唯三).

Khi dịch *pariṇāme* theo chức năng ngữ pháp thường nghiệm là vị trí cách (tương tợ như cách sở y hay xuất xứ cách), thì HT đã xử lý giáo ngữ này theo hai hướng – sở y và vị trí (*y trên bản chất chuyển hóa **nội tại trong thức***) – *y* và *trong* như đã bàn luận ở trên. Và phần còn là, tính ngữ, *duy* (唯), HT đã tìm gặp, "dịch" ở đâu trong Phạn bản ra?

Trong lý thuyết dịch, người ta chỉ cho phép anh hay cô ấy (người dịch) được quyền "chèn" thêm hay làm hiển nghĩa của một ngôn bản (corpus) hay ngữ nguồn nào đó mà người dịch chứng thực rằng, bản ngữ của mình tương ứng với ngữ nguồn ẩn ngữ kia. Thế thì, ngữ nguồn ẩn ngữ của Thế Thân là gì và nó tồn tại ở đâu, khi HT chèn vào tính ngữ *duy* (唯) và *duy* này liên quan như thế nào với *Y* (依), *Sở* (所), xét như là những hư từ?

Sở, tuy là một hư từ chỉ nơi chốn y cứ, nhưng nó lại hàm tàng chức năng đại từ quan hệ – **mà** – [sự] **năng biến** chỉ (*duy* 唯) ba (*tam* 三) – *y trên bản chất chuyển hóa nội tại trong thức* **mà** [sự chuyển hóa] *chuyển thành ba dạng* – **mà**, ở đây là đại từ quan hệ đại diện cho *sự chuyển hóa* (*pariṇāma*). ***Duy***, tính ngữ này trở vào thành quả tuyệt đối của thức là ***vipāko mananākhyaś ca vijñaptir viṣayasya*** (*Là dị thục, tư lương và thức liễu biệt cảnh.* TS) và **thành quả tuyệt đối** hay **tối hậu** của thức là ***pariṇāme***.

Theo Böhtlingk, *pariṇām*-**a** khi chuyển thành *pariṇām*-**e**, thì nó là một từ bất biến hay làm nhiệm vụ trạng ngữ[10] – *một cách tối hậu*. Nếu nó chỉ cho thời điểm, thì nó có nghĩa là "vào thời điểm tối hậu (zum Schluss)"; còn theo M. Williams, nếu hiểu theo mặt văn học, *pariṇāme*, có nghĩa là *tối hậu*, hay *một cách rốt ráo*. Như vậy, *pariṇāme* là *thành quả tuyệt đối của... những gì mà nó liên hệ cùng theo hệ quy chiếu*[11]. Tóm lại, nếu *vijñānapariṇāme* xét như là tiểu cú tính ngữ, thì nó có nghĩa là: *thành quả tối hậu của thức*; còn xét nó là một tiểu cú trạng ngữ thì nó có nghĩa là: *một cách tối hậu* hay *một cách tuyệt đối*.

Hơn thế, qua Phạn bản, tiểu cú *pariṇāmaḥ sa ca tridhā* được tiểu cú tính ngữ *vijñānapariṇāme* nếu (xét nó là tính ngữ cú) bổ nghĩa,

---

[10] Schliesslich, zum Schluss [*Sanskrit Wörterbuch*, p. 39], Böhtlingk.

[11] *Một dạng văn ngôn hay thi luật mà các thuộc tính của bất kỳ đối tượng nào đều có thể y cứ dễ được đối chiếu...* (-*me*, ind. finally, at last, in the end) Kāv • [in rhet.] a figure of speech by which the properties of any object are transferred to that with which it is compared. P. 599).

pariṇāmaḥ làm nhiệm vụ danh cách, còn *tridhā* [trạng ngữ bất biến] bổ nghĩa cho một vị từ ẩn (*bhū, as*) - *pariṇāmaḥ sa ca tridhā*¹².

Như vậy thì, (*duy* 唯) là một tính ngữ sở thuộc tuyến tính giữa *Y* và *Sở*. Nói cách khác, *duy* của HT chỉ vào tự thể tuyệt đối của thức mà thành quả tối hậu của nó là (*dị thục, tư lương và thức liễu biệt cảnh*) – DUY THỨC – là vậy. Nói thế, có nghĩa rằng *mātra* tức là *vijñānapariṇāme* và *vijñānapariṇāme* là DUY THỨC.

Như vậy, *vijñānapariṇāme*, dù hiểu theo tiểu cú tính ngữ hay trạng ngữ đều được quy hướng hay làm hiển nghĩa của *Duy*. Tức là, HT muốn nhấn mạnh đến quả-thức.

Hiểu đoạn khai kệ này theo khuynh hướng "ngôn ngữ học" vừa nêu, thì ta mới hiểu được giáo triết của nó và Ngã và Pháp hay những hiện tượng khách quan hoặc ngay cả sự biến chuyển của thức, của DUY THỨC, chỉ là giả danh, ẩn dụ và phi thực. Sự chuyển biến hay *pariṇāme*, là một thực thể, một sản phẩm tuyệt đối của thức trên mặt phổ quát, thường nghiệm tục thức và nó chuyển tải tính tương đối phổ quát thường nghiệm này – bản chất của nó là THƯỜNG chuyển và hiện tượng khách quan là ĐOẠN chuyển hay VÔ thường chuyển và, tất cả sẽ lắng diệt khi TỒN TẠI và THỜI GIAN được quán chiếu, xét như là nghiệp tận, Niết-bàn minh.

Hiểu đoạn khai kệ này theo khuynh hướng "ngôn ngữ học" vừa nêu, thì ta mới nhìn thấy được một phần nào trong toàn thể "thiên tài" dịch thuật của một bậc đại sư – Ngài đã quán chiếu thức thành một chuỗi duyên sinh trên cơ sở ngôn ngữ và ngôn ngữ học một cách nghiêm xác và thuần tịnh.

Như thế, *Sở* (所), hoàn toàn không phải là bị động cách, đối xứng với *Năng* (能). Cả ba, *Y* (依), *Sở* (所) và *Năng* (能) là tuyến tính của *duy* (唯) chỉ cho dòng tương tục, chính xác là chỉ cho tính tuyệt đối luân chuyển của thức, tức là *vijñānapariṇāme → mātra* (唯) *vijñānapariṇāma*, trên mặt tục thức.

Hiểu đoạn khai kệ này theo khuynh hướng "ngôn ngữ học" vừa

---

[12] *Năng biến ấy chỉ ba.* [TS]. May be grouped in three general categories 韋達 [*thức năng biến ấy có thể được phân loại thành ba phạm trù.* [Vi Đạt], CH'ENG WEI-SHIH LUN *Doctrine of Mere-Conciousness.*

nêu, thì ta mới hiểu được đôi phần về phép ẩn dụ ngôn ngữ học (*upacāra*) của Thế Thân khi đưa tất cả vào thức mà thành quả tuyệt đối (matrā 唯) của thức là ***vipāko mananākhyaś ca vijñaptir viṣayasya***. Giáo chỉ của một bậc đại tông sư phải được một đại dịch sư thể hiện, đó luôn là lẽ nhi nhiên, "thường trú" của Phật giáo. Cái lẽ siêu thường nhi nhiên ấy, không cần bất cứ lý thuyết dịch thuật nào cả và đây cũng là một loại đường truyền ánh sáng, mà ta gọi một cách thơ mộng là hệ thống truyền đăng, trong Phật giáo.

(còn tiếp)

P.H.

CƠ SỞ TƯ TƯỞNG MẬT TÔNG TÂY TẠNG

Qua huyền nghĩa của Đại thần chú
OṀ MAṆI PADME HŪṀ

OṀ
Con đường phổ quát tính

LAMA A. GOVINDA
DỊCH VIỆT: HẠNH VIÊN

1.

MÃNH LỰC CỦA NGÔN THUYẾT VÀ MA LỰC CỦA NGÔN TỪ

'Cái có thể thấy bám vào cái không thể thấy,
Cái có thể nghe bám vào cái không thể nghe,
Cái có thể xúc bám vào cái không thể xúc:
Có lẽ, cái gì có thể tư duy bám vào cái bất khả tư duy.'

(Novalis)

Ngôn từ là những dấu ấn của tâm, những kết quả – hay đúng hơn, những trạm dừng – của một chuỗi vô tận các kinh nghiệm, vươn đến từ một quá khứ xa xôi mơ hồ cho đến hiện tại, và dò dẫm tiến vào một tương lai cũng xa xôi không kém. Chúng là *cái nghe được bám vào cái không thể nghe*, những hình thái và năng lực tiềm tàng của tư tưởng, lớn dần lên từ chỗ siêu việt tư tưởng.

Bản chất cốt lõi của ngôn từ do đó vừa không bị cạn kiệt vì ý nghĩa hiện tại của nó; tầm quan trọng của nó cũng không bị giới hạn trong tính hữu dụng hàng ngày như các phương tiện truyền đạt tư tưởng hay ý nghĩ – cũng như một giai điệu, tuy nó có thể được gắn kết với một ý nghĩa thuộc khái niệm, nhưng không thể diễn tả được bằng ngôn ngữ hay bất cứ hình thức truyền thông nào khác. Và chính phẩm chất phi lý này đã khơi nguồn các cảm nhận sâu sắc nhất của chúng ta, thăng hoa tính tồn tại thầm kín nhất trong chúng ta, và làm cho nó rung động trước các tồn tại khác.

Cũng nhờ phẩm chất này, kết hợp với tiết nhịp của nó, mà thi ca có được cái ma lực kỳ diệu đối với chúng ta. Nó mạnh hơn những gì từ ngữ chuyển tải một cách khách quan – mạnh hơn cả lý trí với tất cả tính lôgic của nó mà ta tin tưởng một cách chắn chắn. Thành công của những diễn giả lớn không chỉ vì cái họ nói, mà còn ở cách họ nói. Nếu mọi người có thể dễ dàng bị chinh phục bởi tính lôgic và các chứng minh khoa học, thì các triết gia đã thành công từ lâu trong việc thu hút phần lớn nhân loại ngã về các quan điểm của họ rồi.

Trên bình diện khác, các thánh điển của những tôn giáo quy mô toàn cầu sẽ chẳng bao giờ gây ra được ảnh hưởng rộng lớn đến vậy, vì những điều chúng chuyển tải dưới hình thức tư tưởng là rất ít so với các tác phẩm của những học giả và triết gia lỗi lạc. Do vậy chúng ta có quyền nói rằng, sức mạnh của các thánh điển này nằm ở cái ma lực kỳ diệu của ngôn ngữ, tức cái sức mạnh thiêng liêng của nó, vốn là cái được khải thị cho Hiền triết của quá khứ, những người vẫn còn gần cận với cội nguồn của ngôn ngữ.

Sự khai sinh ngôn ngữ cũng chính là sự khai sinh nhân loại. Mỗi từ là phần đồng thanh tương ứng của một kinh nghiệm, nối liền với một tác nhân nội hay ngoại tại. Quá trình này đòi hỏi một nỗ lực sáng tạo vĩ đại trải qua khoảng thời gian vô cùng; và chính nhờ nỗ lực này mà con người đã có thể vượt lên trên loài vật.

Nếu nghệ thuật có thể được gọi là sự tái sáng tạo, sự diễn đạt hình thức về thực tại bằng phương tiện truyền đạt kinh nghiệm nhân loại, thì sự sáng tạo ra ngôn ngữ có thể gọi là thành tựu vĩ đại nhất của nghệ thuật. Mỗi từ nguyên ủy là một tiêu điểm các năng lực, ở đó sự chuyển biến thực tại thành các rung động của tiếng nói con người – sự thể hiện sinh động của tâm hồn – diễn ra. Bằng các sáng tạo thanh âm này mà con người đã chiếm hữu thế giới, và hơn thế: nó còn khám phá một chiều kích mới, cái thế giới bên trong chính nó, mở ra viễn cảnh về một hình thái sống cao cấp hơn, vượt xa hiện trạng của nhân loại cũng như ý thức của một người văn minh vượt xa ý thức của một con vật.

Linh cảm về một tình trạng tồn tại cao cấp hơn có liên quan với một số kinh nghiệm nhất định, hết sức cơ bản đến mức không thể giải thích hay miêu tả. Các kinh nghiệm này tinh tế đến mức không gì có thể so sánh với chúng, không có gì để tư tưởng hay trí tưởng tượng có thể bám vào. Tuy thế những kinh nghiệm như vậy lại thực hơn bất cứ gì chúng ta có thể nhìn thấy, nghĩ đến, chạm xúc, nếm, nghe hay ngửi được, vì chúng có liên quan đến cái diễn ra trước đó và bao hàm toàn bộ các cảm xúc khác, cái mà vì thế không thể đồng nhất với bất cứ lý trí nào. Do đó chỉ có thể dùng các biểu tượng để diễn tả hàm nghĩa của các kinh nghiệm này, và các biểu tượng này đến phiên chúng không thể được sáng tạo một cách tùy hứng, mà là các diễn đạt tự phát, bùng vỡ ra từ những miền sâu thẳm của tâm thức nhân loại.

'Các hình thái của đời sống thần linh trong vũ trụ và trong thiên nhiên bộc phát từ người nhìn là cảnh sắc, từ người hát là âm thanh, và chúng (*những đời sống ấy*) tồn tại ở đó trong mị lực của cảnh sắc và âm thanh, thuần khiết và nguỵ trang. Sự hiện hữu của chúng là đặc trưng của đạo lực của *thi sĩ-thấu thị* (của *kavi* – thi sĩ, là *drashtar* – người nhìn). Những gì phát ra từ miệng ông không phải là từ ngữ thông thường, cái *shabda* (thanh âm hay ngữ âm), mà ngôn thuyết hay chương cú được hợp thành.[1] Nó là *mantra*,[2] sự bức bách phải sáng tạo một hình ảnh tâm linh, cái sức mạnh bao trùm cái đang LÀ, là cái thật sự trong tận căn để của nó. Như vậy nó là tri thức. Nó là chân lý của tồn tại, vượt ngoài cái đúng sai, là cái *chân thực hữu* vượt ngoài tư duy và phản tỉnh. Nó là "tri thức" thuần khiết và đơn giản, tri thức về Yếu tính, *Veda* (tiếng Hy lạp 'oida', Đức 'wissen', Anh 'to know'). Nó là sự cảnh giác trực tiếp và đồng thời về người biết và cái được biết. Chính vì nó là một xung lực tinh thần mà *thi sĩ-thấu thị* bị khống chế bởi nhãn giới và ngôn từ, cho nên bất cứ đâu và khi nào có người biết cách sử dụng các chú ngữ *mantra* này thì họ sẽ có được quyền năng pháp thuật có thể chiêu hồn thực tại hiện tiền – dù trong hình thức các thần linh hay trong màn diễn các thế lực.

Từ *mantra*, ngữ căn *man* nghĩa là 'tư duy' (Hy lạp 'menos', La-tinh 'mens') kết hợp với *tra*, là tố từ công cụ, do đó *mantra* có nghĩa là 'công cụ để tư duy', 'cái tạo ra một bức ảnh tâm lý'. Cùng với thanh âm của nó nó biến hóa nội dung của nó thành một cảnh trạng của thực tại trước mắt. *Mantra* là quyền lực, không chỉ là ngôn thuyết mà tâm có thể phản bác hay lẩn tránh. Cái gì mantra diễn tả bằng thanh âm của nó, cái đó hiện hữu, xuất hiện. Ở đây, hoặc bất cứ ở đâu, ngôn từ là hành động, thực thi một cách trực tiếp. Chính cái đặc tính dị thường của chân thi sĩ đó mà từ ngữ của ông sáng tạo nên hiện thực, gọi ra và vén mở một cái gì đó hiện thực. Từ của ông không nói, nó làm!'[3]

Như vậy từ ngữ trong sát-na thác sinh chính là tâm điểm của lực và hiện

---

[1] Danh thân (*nāmakāya*), bộ phận các từ ngữ, hợp thành cú thân (*padakāya*), chương cú, phát biểu một ý nghĩa. Cf. *Câu-xá 5*, tr. 29a11. – ND.

[2] chân ngôn, thần chú, hay mật ngữ... – ND.

[3] H. Zimmer: *Ewiges Indien*, tr. 81 f.

thực; chỉ vì tập quán đã biến nó thành sáo ngữ, thành môi giới thuần ước lệ để diễn đạt. Mantra đã phần nào tránh được số phận này, vì nó không có nghĩa cụ thể nào và do đó không thể được chế tạo để làm sa đọa những cứu cánh thực dụng.

Nhưng trong khi các mantra vẫn tồn tại, truyền thống của chúng gần như đã tiêu vong, và ngày nay chỉ còn vài người biết cách sử dụng chúng. Nhân loại ngày nay thậm chí không thể tưởng tượng được năng lực kỳ diệu của ngôn từ và ngôn thuyết đã được thể nghiệm một cách sâu sắc như thế nào trong các nền văn minh cổ xưa, và ảnh hưởng bao trùm của nó trên toàn bộ cuộc sống, đặc biệt trong các lĩnh vực tôn giáo.

Trong thời đại truyền thanh truyền hình và báo chí ngày nay, khi ngôn từ được nói và viết được nhân lên gấp triệu lần và được ném vào công cộng bất kể đen trắng, giá trị của nó đã xuống thấp đến mức khó đem lại một ý tưởng tôn kính nào dù mơ hồ; bằng sự tôn kính ấy mà các dân tộc của những thời đại có tâm linh hơn hoặc có nền văn minh tín ngưỡng cao đã tiếp cận ngôn từ, cái đối với họ là phương tiện biểu lộ truyền thống thiêng liêng và là hiện thân của linh thức.

Tàn dư cuối cùng của những nền văn minh như vậy nay chỉ có thể tìm thấy ở những quốc gia Đông phương. Nhưng chỉ một quốc gia duy nhất đã thành công trong việc gìn giữ truyền thống chân ngôn này sống động đến tận ngày nay, đó là nước Tây Tạng. Ở đây không chỉ là ngôn từ mà mọi ngữ âm hợp thành nó, mọi chữ cái (mẫu tự), đều được coi là những biểu tượng linh thiêng. Mặc dù có thể nó chỉ được dùng cho những mục đích thế tục, nguồn gốc nguyên thủy của nó sẽ không bao giờ bị quên lãng hay coi thường. Chữ viết do đó luôn được kính trọng và không bao giờ bị vứt bỏ cẩu thả vào những nơi mà người hay thú vật có thể giẫm đạp lên. Còn nếu đó là một ấn phẩm hay kinh điển tôn giáo, dẫu là một mẩu nhỏ, cũng sẽ được đối xử kính cẩn như đối với một di vật quý báu, sẽ không bị tiêu hủy ngay cả khi nó không còn hữu dụng, mà sẽ được đặt vào những nơi tôn nghiêm được xây dựng riêng, hay những hang động, là nơi nó sẽ tự phân hủy theo tự nhiên.

Điều này đối với người ngoài thoạt trông có vẻ là sự mê tín hoang dã, là người quan sát những hành vi như vậy bị phân ly khỏi các quan hệ tâm lý của chúng và bối cảnh tâm linh của chúng. Người Tây Tạng không hoang sơ đến mức tin vào 'đời sống' độc lập của một mẩu giấy hay những chữ viết trên đó (như người theo thuyết vật linh ngây thơ), mà họ gán cho thái độ tâm thức tầm quan trọng hết mức; cái tâm thái tự biểu lộ trong mỗi hành vi như thế và đặt nền tảng cơ sở của nó trong sự nhận thức về một thực tại cao hơn thường trực hiện tại, cái thực tại được chiếu với và gây hiệu quả trong chúng ta bởi từng mỗi sự tiếp xúc với các biểu tượng của nó.

Cho nên biểu tượng đó không bao giờ bị xuống cấp thành một thứ vật dụng tiện ích nhất thời, cũng không phải chỉ được dành riêng dùng cho Thánh tiết hay những dịp lễ bái, nó là một hiện tại sống động mà mọi thứ vật chất và phàm tục và các nhu cầu thiết yếu trong cuộc sống đều phụ thuộc. Tất nhiên, cái chúng ta gọi là 'phàm tục' và 'vật chất' đều bị tước bỏ tính cách thế tục và vật chất của nó, trở thành vật tiêu biểu của một thực tại đằng sau mọi hiện tượng – cái thực tại mang đến ý nghĩa cho những hành vi và cuộc sống của chúng ta, kết hợp mọi sự vật dù nhỏ nhoi vô nghĩa nhất vào các liên hệ trọng yếu của các biến cố ngẫu phát trong vũ trụ.

'Trong cái nhỏ bé nhất bạn có thể tìm thấy một chủ nhân, kẻ mà cái sâu thẳm nhất trong bạn có thể không bao giờ làm hài lòng.' (Rilke). Nếu thái độ tinh thần này bị ngăn chặn ở bất cứ đâu, nó sẽ đánh mất tính đồng nhất căn bản của nó và kéo theo cả tính vững chắc cùng sức mạnh của nó.

Vị thấu thị,[4] thi sĩ và ca sĩ, về tinh thần là người sáng tạo, về tâm lý là người tiếp thu và nhạy cảm, là thánh giả, tất cả họ đều biết rõ bản chất cốt yếu của hình sắc nơi ngữ và thanh, nơi cái khả kiến và khả xúc. Họ không xem thường những thứ xem ra nhỏ bé hay vô nghĩa vì họ có thể nhìn thấy cái cực đại trong cái cực tiểu. Thông qua họ, từ ngữ trở thành mật ngữ (*mantra*), âm thanh và ký hiệu tác thành nó trở thành phương tiện chuyển tải các năng lực huyền bí. Thông qua họ, cái khả kiến khoác bản chất của các biểu tượng, cái khả xúc trở thành công cụ sáng tạo của tinh thần, và sự sống trở thành một dòng sâu trôi từ vĩnh hằng đến vĩnh hằng.

Đôi khi cũng nên nhớ, rằng quan điểm này của Đông phương cũng rất quen thuộc với Tây phương, rằng truyền thống về ngôn ngữ nội tâm hay 'tâm linh' và về tính hiện thực của biểu tượng cũng có các nhà tiên tri của nó ngay trong thời đại chúng ta. Ở đây ta có thể trích dẫn quan

---

[4] The *seer*, thường dịch từ Skt. *ṛṣi*, Hán dịch phổ thông là "tiên nhân". – ND.

niệm đầy tính chất *mantra* của Rainer Maria Rilke[5] về 'ngôn từ', biểu lộ tinh hoa cơ bản của quyền năng mật ngữ:

'Wo sick langsam aus dem Schon-Vergessen,
Einst Erfahrenes sich uns entgegenhebt,
Rein gemeistert, milde, unermessen
Und im Unantastbaren erlebt:
Dort beginnt das Wort, wie wir es meinen,
Sein Geltung übertrifft uns still –
Denn der Geist, der uns vereinsamt, will
Völlig sicher sein, uns zu vereinen.'

Dù sự phiên dịch có thể không chuyển tải được nét đẹp của bài thơ nguyên ngữ, bản dịch sau đây hy vọng cũng giúp ích được độc giả không biết tiếng Đức:

'*Nơi mà, chậm chạp, từ quên lãng xa xưa,*
Lịch nghiệm trỗi dậy trong ta,
Tự chủ, dịu dàng và cực độ,
Được thể nghiệm trong cái Chí Linh:
Nơi đó, ngôn ngữ khởi đầu, như ta mường tượng,
Mà chân nghĩa lặng lẽ vượt lên ta –
Vì tâm hồn vốn khiến ta cô đơn,
Muốn rằng chúng ta hiệp nhất.'

2.

NGUỒN GỐC VÀ TÍNH PHỔ QUÁT CỦA LINH TỰ OṀ

Ý nghĩa được gán cho ngôn từ ở cổ Ấn độ có thể được tìm thấy trong trích đoạn sau:

'*Tinh hoa của vật thể là đất,*
Tinh hoa của đất là nước,

---

[5] Nhà thơ Đức, sinh ngày 4.12.1875 tại Prague, sống lang thang qua Đức, Nga, Ý, Tây Ban Nha, Ai Cập, Pháp, và cuối cùng mất tại Switzerland vì bệnh bạch cầu, vào năm 1926, để lại một di sản thi ca thượng thừa. – ND.

Tinh hoa của nước là dược thảo,
Tinh hoa của dược thảo là con người
Tinh hoa của con người là lời,
Tinh hoa của lời là Ṛgveda,
Tinh hoa của Ṛgveda là Sāmaveda,
Tinh hoa của Sāmaveda là Udgīta (cũng là OṀ).
Udgīta này là tinh hoa của mọi tinh hoa, cái tối thượng
Xứng đáng là chỗ tối cao, bậc thứ tám.'[6]

(*Chāndoya Upaniṣad*)

Nói cách khác, phẩm chất và năng lực tiềm tàng của đất và nước cô đọng và biến đổi thành quan năng cao cấp hơn là cỏ cây; năng lực của cỏ cây biến đổi và cô đọng trong con người; năng lực của con người cô đọng trong khả năng tư duy và biểu hiện bằng các thanh-tương ứng, thông qua sự kết hợp mà tạo ra các hình thái nội tại (khả niệm) và ngoại tại (khả văn) của ngôn thuyết, nhờ đó con người khác với mọi hình thức sinh tồn khác.

Sự diễn đạt có giá trị nhất của thành tựu tinh thần này, sự tóm lược các trải nghiệm của nó, là *thánh trí* (*veda*) trong hình thức thi ca (*Ṛgveda*) và âm nhạc (*Sāmaveda*). Thơ tinh tế hơn văn xuôi, vì tiết tấu của nó cho ta một nhất thể cao hơn và giải tỏa bớt các ràng buộc câu thúc tâm trí ta. Nhưng âm nhạc còn tinh tế hơn thơ, vì nó đưa ta ra ngoài ý nghĩa của ngôn từ để đến thẳng sự cảm thụ bằng trực giác.

Cuối cùng, cả tiết tấu và giai điệu tìm được sự tổng hợp và giải pháp (mà đối với trí năng phàm phu thì có vẻ là sự giải tán) trong một thứ rung động sâu xa bao trùm tất cả trong tiếng OṀ thiêng liêng. Đây là chóp đỉnh của kim tự tháp, đi lên từ mặt phẳng của sự khu biệt và vật chất hóa căn cơ nhất (trong các 'yếu tố phổ quát': *mahābhūta - đại chủng*) đến đỉnh điểm của sự thống nhất tối hậu và tâm linh hóa cơ bản nhất, chứa sẵn trong nó các đặc tính tiềm tàng của các cấp bậc trước đó, như hạt giống hay chủng tử (*bīja*). Trong ý nghĩa này, OṀ là tinh chất, là chân ngôn chủng tử (*bīja-mantra*) của vũ trụ, đệ nhất chân ngôn huyền nhiệm (ý nghĩa nguyên thủy của từ *brahman*), sức mạnh phổ biến của thức bao trùm vạn hữu.

---

[6] Theo thứ tự: đất (*pṛthivī*), nước (*apas*), dược thảo (*oṣadhī*), con người (*puruṣa*), ngữ (*vāk*)... cho đến *Ugīta* là thứ tám. Cf. Chandogya. i. 1. – ND.

Thông qua sự đồng nhất mật ngữ đó với toàn thể vũ trụ, khái niệm *brahman* tương ứng với tâm châu biến, quyền năng thường trực của thức là cái mà con người, thần linh và súc vật cùng tham dự, dù chỉ có thể được chứng nghiệm bởi Thánh nhân và Đại Giác.

OṀ đã được sử dụng một cách song hành trên mức vũ trụ trong các nghi lễ tế tự Vệ-đà, và đã trở thành một trong các mẫu tự quan trọng nhất của *yoga*. Sau khi thoát khỏi tấm màn huyền bí và ma thuật của các phép hiến tế, cũng như các suy đoán triết học của tư tưởng tôn giáo buổi sơ kỳ, nó mang ý nghĩa cốt lõi của việc thực hành thiền định và hợp nhất nội tâm (vốn là ý nghĩa thực sự của thuật ngữ *yoga*). Như vậy, từ một biểu tượng siêu hình OṀ đã trở thành một loại công cụ hay phương tiện tâm lý cho tập trung tư tưởng.

'Như con nhện đu mình leo lên bằng sợi tơ của nó mà thoát đi, hành giả yoga leo dần đến giải thoát bằng mẫu tự OṀ.' Trong *Maitrâyana Upaniṣad* OṀ được sánh như mũi tên với *manas* (ý) là đầu nhọn của nó, được đặt lên cánh cung là thân thể con người, và, sau khi xuyên thủng màn đêm vô minh, nó bay đến ánh sáng của Siêu Giới.

Trong *Muṇḍaka Upaniṣad* có đoạn văn tương tự:

'Lấy vũ khí tối thắng của Áo Nghĩa *Upaniṣad* làm cây cung
Ta nên đặt vào mũi tên được mài bén bằng định.
Rồi kéo căng bằng tâm sung mãn Kia (Brahman)
Hãy xuyên thấu, Ôi tuổi trẻ xinh đẹp, đích nhắm là sự Bất tử.
Praṇava (OṀ) là cung, tên là tự ngã;
Brahman là đích.
Nó cần được hướng đến bằng tất cả tâm trí;
Ta phải trở thành một với Nó, như mũi tên nằm trong đích.'[7]

Trong *Māṇḍūkya Upaniṣad* các ý nghĩa âm thanh của từ OṀ và giải thích về mặt biểu tượng của chúng được mô tả như sau: 'O' là sự kết hợp của 'A' và 'U'; do đó, toàn thể âm tiết bao hàm ba yếu tố, là A-U-M. Vì OṀ là sự biểu hiện của quan năng cao nhất của thức, ba yếu tố này được giải thích tương đương ba tầng ý thức: 'A' là thức khi thức (*jāgrat*), 'U' thức trong mộng (*svapna*), và 'Ṁ' thức trong giấc ngủ sâu (*suṣupti*). Toàn thể từ OṀ như vậy tiêu biểu cho thức vũ trụ bao hàm vạn tượng (*turīya*) trên tầng thứ tư, vượt ngoài ngôn ngữ và khái niệm

---

[7] Bản dịch Anh của Sri Krishna Pren, trong tác phẩm *Yoga of the Bhagavta Gīta*.

– thức của chiều thứ tư.

Tuy nhiên ta không nên hiểu sự giải thích ba tầng tâm thức trên theo nghĩa đen, mà đó là: 1/ ý thức chủ quan về thế giới ngoại tại, tức ý thức thông thường của chúng ta; 2/ ý thức về thế giới nội tại tức những tư tưởng, cảm thọ, mong muốn và khát vọng, mà chúng ta có thể gọi là ý thức tâm linh; và 3/ ý thức về nhất thể vô phân biệt, không còn phân chia chủ hay khách thể, chỉ y trên chính nó. Phật giáo mô tả trạng thái đó là tánh Không vô tướng (*sūnyatā*).

Tầng thứ tư tâm thức cao nhất (*turīya*) được mô tả khác nhau theo các trường phái tư tưởng khác nhau, tùy theo quan niệm của họ về cứu cánh hay lý tưởng tối hậu. Một số cho rằng đó là trạng thái độc ly (*kevalatva*), tự hữu thuần túy, số khác cho đó là sự hòa mình vào một bản thể cao hơn (*sāyujyatva*) hay trạng thái vô nhân ngã của đại ngã Brahman, lại có số khác cho rằng đó là sự tự do và độc lập tuyệt đối (*svātantrya*), v.v... Nhưng tất cả đều thừa nhận đó là trạng thái bất tử, vô ưu não, không còn sanh lão; và càng tiến gần đến quan niệm của Phật giáo, ta càng thấy rõ mục tiêu này không thể đạt được nếu không từ bỏ mọi thứ gì làm thành cái mà ta gọi là tự ngã.

Như vậy OṀ gắn liền với giải thoát, hoặc là phương tiện để đạt đến, hoặc là biểu tượng của sự thành tựu đó. Dù giải thoát được tìm cầu hay quan niệm theo nhiều cách khác nhau, OṀ không bao giờ trở thành đặc tính riêng của bất cứ trường phái tư tưởng nào. Nó luôn trung thực với tính chất biểu tượng của nó, được gọi tên để diễn đạt cái vượt ngoài tên gọi và hình tướng, vượt ngoài mọi giới hạn và phân loại, mọi định nghĩa và giải nghĩa: kinh nghiệm về cái vô hạn trong mỗi chúng ta, mà chúng ta có thể cảm thấy nó là mục tiêu xa vời, một linh cảm, một khát vọng – hay cái được biết như một chân lý không ngừng tiến triển, được nhận chân khi các giới hạn và câu thúc đều sụp đổ.

Có bao nhiêu vô hạn thể thì có bấy nhiêu chiều kích; có bao nhiêu hình thức giải thoát thì có bấy nhiêu tính khí, nhưng tất cả đều chung cùng một dấu ấn. Những người trong vòng câu thúc và giam hãm sẽ cảm thấy giải thoát là sự mở ra cánh cửa vô cùng. Những người trong tăm tối sẽ thấy đó là ánh sáng bất tận. Những người rên siết dưới gánh nặng của tử thần và tính ngắn ngủi nhất thời sẽ thấy đó là sự vĩnh cửu. Còn những người luôn thao thức sẽ tận hưởng nó như niềm an lạc và sự hòa điệu bất tận.

Nhưng tất cả các đề mục này, dù không mất đặc tính riêng của chúng, vẫn mang chung một dấu hiệu: 'vô hạn'. Điều này rất quan trọng vì nó cho ta thấy ngay trong những sở đắc tối cao vẫn có thể còn lại ít nhiều hương vị riêng tư – cái hương vị của vùng đất nơi chúng phát triển – và do đó không làm tổn hại đến giá trị phổ quát của chúng. Cả trong tình trạng tuyệt đối tâm thức này cũng không có tính đồng nhất cũng như bất đồng nhất theo nghĩa rốt ráo. Chỉ có mối liên hệ sâu xa giữa chúng với nhau, nhưng không phải sự bình đẳng u ám, là có thể không bao giờ là kết quả của sự sống và sinh trưởng, mà chỉ là một sản phẩm của chủ nghĩa cơ giới vô hồn.

Do đó kinh nghiệm về cái vô hạn được trình bày trong các kinh *Vệ-đà* sơ kỳ trên bình diện vũ trụ, trong *Phạm thư* qua nghi thức thần bí, trong các *Upaniṣad* qua sắc thái duy tâm nhất nguyên luận, trong Kỳ-na giáo qua phạm vi sinh học, trong Phật giáo qua phương diện tâm lý học (căn cứ trên các kinh nghiệm tu định), trong học thuyết Phệ-đàn-đà (Vedantism) là siêu hình học, trong Vi-nựu giáo (Vaishnavism, tín ngưỡng thần Viṣṇu. – ND) là thuật ngữ *bhakti* (tình yêu và sùng bái huyền bí), trong đạo Shaiva (Shaivaism, tín ngưỡng thần Shiva. – ND) là 'bất nhị' (*advaita*) và khổ hành, trong Mật tông Ấn độ giáo là năng lực sáng tạo nữ tính của vũ trụ (*śakti*), và trong Mật tông Phật giáo (Buddhist Tantrism) qua sự chuyển hóa các năng lực và hiện tượng tâm lý-vũ trụ bằng cách thấm nhuần chúng với ánh sáng của trí tuệ bát-nhã (*prajñā*).

Điều này không tát cạn các khả năng diễn đạt khác nhau cũng như không cự tuyệt khả năng kết hợp và tương nhập lẫn nhau của chúng. Trái lại, nói chung nhiều đặc trưng này thường kết hợp với nhau, và các hệ thống tư tưởng và tu trì khác nhau thường không hoàn toàn tách biệt mà thẩm nhập nhau hoặc nhiều hoặc ít. Tuy nhiên việc xem trọng mặt này hay mặt kia của các đặc trưng làm cho mỗi hệ thống có tính cách và 'phong vị' riêng của nó.

Cho nên OṀ đối với người này là biểu tượng của một vũ trụ thần linh, với người kia là biểu tượng của quyền năng vô hạn, với người khác là không gian vô tận, với người khác nữa lại là sự hiện hữu vô biên hay cuộc sống vĩnh cửu. Với một số người nó tượng trưng cho ánh sáng châu biến khắp nơi, với số khác nó có nghĩa là quy luật phổ quát, lại có người giải thích nó như là ý thức toàn năng, là thần tính trùm khắp, hay bằng phương diện tình yêu bao dung, tiết tấu vũ trụ, tính sáng tạo thường hằng, tri thức vô giới hạn, đại khái vô số như vậy.

Như mặt gương phản chiếu mọi hình sắc một cách trung thực, OṀ phản chiếu bóng dáng của mọi khí chất và hình thành các lý tưởng cao hơn, không tự hạn chế vào bất cứ lý tưởng riêng biệt nào. Nếu âm vận bí mật này được đồng nhất với bất cứ ý nghĩa khái niệm nào, hoàn toàn nhường bước trước bất cứ lý tưởng cá biệt nào, không bảo trì tính chất phi lý và khó hiểu của nó, nó sẽ không bao giờ có thể biểu tượng cho trạng thái siêu thức của tâm thức, là nơi mọi khát vọng cá nhân tìm thấy sự tổng hợp và hiện thực hóa của chúng.

(còn tiếp)

HV *dịch*

LỊCH SỬ PHIÊN DỊCH TẠNG ABHIDHAMMA VIỆT NGỮ

- NGUYỄN QUỐC BÌNH -

Giới thiệu

Tiếp theo bài viết *Lịch Sử Phiên Dịch Kinh Tạng Pāli Việt Nam* của Nguyễn Anh Tú, chúng tôi có bàn để viết cho hoàn chỉnh về đề tài lịch sử phiên dịch Đại Tạng Nam Truyền Việt Ngữ. Đây là một đề tài quan trọng trong việc nhận thức về sự lưu truyền của văn học Pāli tại Việt Nam cũng như đặt cơ sở cho việc định hướng phát triển tiếp theo của chúng.

Theo truyền thống kết tập của văn hệ Pāli, khái niệm Tam Tạng (Tipiṭaka) được dùng nhập nhằng, một nghĩa chỉ cho 3 phần chánh tạng gồm Luật (Vinaya), Kinh (Sutta) và Abhidhamma, gọi phân biệt là Tipiṭaka (Mūla); một nghĩa khác chỉ cho ba phần chánh tạng trên và cả các văn bản hậu kì, theo phân nhóm của kì kết tập thứ sáu tại Miến-điện gồm Aṭṭhakathā, Ṭīkā và Anya.[1] Sự nhập nhằng này phần nào

---

[1] Xem văn bản Tam Tạng Chaṭṭha Saṅgāyana CD (CSCD) do Vipassana Research Institute phổ biến ở http://tipitaka.org/romn/. Phiên bản mới nhất là Chaṭṭha Saṅgāyana Tipitaka Version 4.0 (CST4). Lẽ ra phiên bản của Pali Text Society (PTS) sẽ có giá trị hơn về mặt lịch sử, tuy nhiên, điểm quan sát trong đoạn này đang là về mặt cấu trúc của Tam Tạng.

cũng cho thấy thẩm quyền của các văn bản chú sớ trong truyền thống này. Ở đây chúng tôi mượn các khái niệm trong truyền thống kết tập của Hán văn để phân biệt, dùng Tục Tạng chỉ cho các văn bản hậu kì kể trên và Đại Tạng chỉ cho nghĩa rộng hơn của khái niệm Tam Tạng.

Phần nội dung được giới thiệu trong bài viết lần này chúng ta sẽ giới hạn trong vấn đề lịch sử phiên dịch sang Việt ngữ tạng thứ ba, tức Tạng Abhidhamma, của Chánh Tạng Pāli. Tuy nhiên, quá trình truyền bá văn hệ Abhidhamma Theravāda tại Việt Nam cũng như trên thế giới không tách rời một văn bản quan trọng khác là Abhidhammatthasaṅgaha. Do đó, theo dòng lịch sử, chúng ta cũng sẽ xét luôn cả văn bản này cùng với 7 bộ chánh tạng Abhidhamma. Các văn bản chú giải và sớ giải liên quan, bao gồm luôn cả luận thư Visuddhimagga (Thanh Tịnh Đạo) nổi tiếng tuy có ảnh hưởng không nhỏ trong truyền thống Abhidhamma nhưng không có liên quan trực tiếp trong quá trình triển khai chánh tạng của văn hệ này ở Việt Nam nên không nằm trong phạm vi khảo sát ở đây.

1. Sơ lược về Abhidhamma Tipiṭaka

1.1. Tên gọi và ý nghĩa

Abhidhamma (Pāḷi) hay Abhidharma (Sanskrit) âm là A-tỳ-đàm hay A-tỳ-đạt-ma tương ứng; được cấu thành bởi 2 yếu tố: Abhi+dhamma. Tiếp đầu ngữ Abhi, theo từ điển Pāḷi-Anh của PTS, có 2 nghĩa chánh:

1. Đối diện và xâm lấn (facing and aggressing): "Hướng đến, nghịch lại, đến nơi, hay tiến vào (towards, against, onto, at)";

2. Chế ngự (mastering): "Bên trên, dọc theo bên trên, ngoài phía trên, trên đỉnh của (over, along over, out over, on top of)".

Trong cách giải thích của Hữu bộ và Thượng Tọa bộ, tiếp đầu ngữ *Abhi* nối vào động từ hay danh từ, hàm 2 nghĩa chánh:

1. Đối hướng (hướng đến, liên quan đến)

2. Vô tỷ (tối thắng, tăng thượng, ưu việt, cao tột, sâu thẳm, quý hơn, tinh vi hơn). [2]

Dựa theo nghĩa thứ nhì, Abhidhamma được dịch thành Thắng pháp,

---

[2] Tuệ Sỹ, *A-tì-đạt-ma Câu-xá Luận* tập I, Hương Tích, 2004.

Vi diệu pháp hoặc Vô tỷ pháp; còn theo nghĩa thứ nhất là Đối pháp. Trong đó, nghĩa đầu khả dĩ có trước, còn nghĩa sau được phổ biến khi tạng Abhidhamma được hình thành vào thời kỳ Phật giáo bộ phái.

Tạng Abhidhamma được kết tập là tạng thứ ba trong cấu trúc Tam Tạng. Tạng này âm là Tạng A-tỳ-đàm, tuy nhiên, Truyền thống Nam Tông (Theravāda) Việt Nam thường dịch theo nghĩa thứ hai nêu trên là Tạng Vi Diệu Pháp,[3] hay là Tạng Thắng Pháp. Điều này phù hợp với quan điểm thượng tôn Tỳ-đàm hơn Kinh và Luật của Phật giáo bộ phái, và truyền thuyết chính đức Phật đã thuyết tạng này tại Tam Thập Tam Thiên (Tāvatiṃsa) của Thượng Tọa Bộ (Theravāda),[4] cũng như sự nhập nhằng về các khái niệm nguyên thủy, bộ phái, Tiểu Thừa, Đại Thừa khi triển khai tại Việt Nam.[5,6] Ngoài ra, có lẽ cộng hưởng với mâu

---

[3] Thuật ngữ này thường phổ biến hơn, dù không liên quan nhưng đôi khi nhập nhằng với bài kệ tương truyền của Võ Tắc Thiên để tựa cho bản Hán dịch kinh Hoa Nghiêm:
Vô thượng thậm thâm Vi Diệu Pháp
Bá thiên vạn kiếp nan tao ngộ
Ngã kim kiến văn đắc thọ trì
Nguyện giải Như Lai chơn thiệt nghĩa.
Xem chẳng hạn Giác Chánh, *Vi Diệu Pháp Nhập Môn*, tr.5, Sālā, Sài Gòn, 1974.

[4] Chi tiết này không được tìm thấy trong chánh tạng Pāli mà chỉ thấy trong văn học chú giải, cụ thể là ở Atthasālinī, chú giải của bộ Dhammasaṅgani. Tuy nhiên, việc đức Phật lên cõi trời này thuyết pháp cho mẫu thân lại được tìm thấy trong Tạp A-hàm Hán dịch. Chỉ có truyền thống Thượng Tọa Bộ cho rằng chính đức Phật đã thuyết Abhidhamma tại Tam Thập Tam Thiên. Xem thêm Analayo, *Đức Phật thuyết pháp cho thân mẫu tại Tam Thập Tam Thiên*, Nguyễn Quốc Bình dịch, Nam Phương 2, Truyền Đăng, 2016.

[5] Chẳng hạn: *"Thế nên trong kinh Tăng nhứt A Hàm (Anguttanikāya) Phật dạy..."* Tịnh Sự, *Thất vụ sinh mạng (upamā)*, kinh thẻ.

[6] Chẳng hạn:
"Luận Câu Xá và Luận Thành Thật của Tiểu Thừa. Luận Duy-Thức của Đại Thừa. Nhưng Luận Câu Xá và Luận Duy-thức do Ông VASUBHANDU (Thế Thân) tạo. Luận Thành thật do Ông HARIVARMAN (Tàu âm là Ha-Lê-Bạt-Ma). Còn ABHIDHAMMA do PHẬT thuyết. Như vậy ai muốn tu học theo Đại thừa hay Tiểu thừa thì học các môn luận trên, còn muốn tu học theo giáo lý của Đức Phật Tổ THÍCH CA (SAKKYĀMUNI) thì học Abhidhamma."
Giác Chánh, *Vi Diệu Pháp «Abhidhamma» tập 1*, tr.4, Ban Diệu Pháp Giác Quang ấn hành, 1974.

thuần với truyền thống Phật giáo Đại Thừa lâu đời trong nước,[7] hệ phái này, trong Việt ngữ, có xu hướng phản đối việc dịch tạng này là Luận Tạng như truyền thống Hán văn vì cho rằng từ 'Luận' chỉ chỉ cho sự luận bàn, diễn giải của người sau.[8]

1.2. Cấu trúc tạng Abhidhamma

Tạng Abhidhamma bao gồm các văn bản được định hình chính thức sớm nhất của văn hệ này theo mỗi truyền thống bộ phái. Nội dung đi sâu về việc định nghĩa, hệ thống hóa, phân tích và phân tích thêm những pháp được đức Phật giảng dạy trong tạng Kinh theo tôn chỉ bộ phái của mình. Theo truyền thống, chánh tạng Abhidhamma của phái Theravāda gồm 7 bộ với thứ tự như sau:

1. Dhammasaṅganī (-saṅgaṇi hay -saṅgaṇī): liệt kê, mô tả, phân loại chư pháp (các hiện tượng cơ sở) hình thành nên kinh nghiệm nhân sinh.

2. Vibhaṅga: phân tích các chủ đề giáo pháp khác nhau bằng nhiều phương pháp

3. Dhātukathā: luận giải các tương tác giữa các pháp khác nhau theo các giới

4. Puggalapaññatti: liệt kê các chế định về hạng người

---

[7] Chẳng hạn: *"Những người học Phật dù chưa biết gì về Abhidhamma, nhưng nếu có học hiểu về "Duy Thức Học" thì cũng có thể lãnh hội được, mặc dù Abhidhamma là giáo lý nguyên thủy và siêu việt hơn Duy Thức Luận. Nhưng... Duy Thức Luận do Ngài Thế Thân (Vasubhandu) tạo ra cũng xuất phát từ Abhidhamma. Nhìn về lịch sử Phật giáo thì chúng ta thấy Duy Thức Luận là hậu tác phẩm của Ngài Thế Thân trong việc chế biến kinh sách, còn "Câu Xá Luận" là tiền tác phẩm, cũng đều xuất phát từ bảy bộ Abhidhamma..."*
    Giác Chánh, *Vi Diệu Pháp tập II*, Giác Quang Tự, 1974.

[8] *"... Nhưng tiếng Abhidhamma không thể dịch là Luận được. Bởi danh từ Luận không hề có ý nghĩa gì đối với từ ngữ ABHIDHAMMA. Vì tiếng Abhi có nghĩa là cao hơn, thù thắng hơn, hay thâm sâu, vi Diệu. Tiếng Dhamma là Pháp hay giáo lý. Còn tiếng Luận là suy xét đoán định hay phê bình. Hơn nữa tiếng Luận theo kinh sách của Đại thừa đã định nghĩa. Lời Phật nói gọi là «Kinh», sách Bồ Tát viết gọi là «Luận» (Duy-Thức học trong 33 của Tuệ-Quang). Nên các Bộ Luận của Đại thừa và Tiểu thừa đều do các vị Tổ sư của Đại chúng bộ tạo ra. Còn Abhidhamma chính Đức Phật thuyết nên không gọi là Luận."*
    Giác Chánh, *Vi Diệu Pháp «Abhidhamma» tập 1*, tr.5,
    Ban Diệu Pháp Giác Quang ấn hành, 1974.

5. Kathāvatthu: các điểm tranh luận về giáo pháp

6. Yamaka: biện luận các chủ đề giáo pháp theo các cặp câu đảo đi đảo lại

7. Paṭṭhāna: trình bày hệ thống duyên (*paccaya*)

Trong đó, phân tích của các bộ 2, 3, 6, 7 dựa trên sự phân loại theo mẫu đề (*mātika*) của bộ thứ nhất. Trên thực tế, thứ tự hình thành các bộ này có thể khác. Puggalapaññatti, mang hình thái gần với Kinh Tạng nhất, có lẽ là văn bản được định hình đầu tiên. Kathāvatthu, gắn liền với sự kiện của kì kết tập thứ ba kể theo truyền thống Theravāda, có lẽ là văn bản được định hình trễ nhất. Tuy nhiên từng phần riêng lẻ trong bộ thứ nhất và thứ hai cũng có thể có niên đại sớm hơn giai đoạn bộ phái.[9] Trong phần này chúng ta sẽ đặt trọng tâm khảo sát việc phiên dịch sang Việt ngữ 7 bộ chánh tạng này.

1.3. Tác phẩm Abhidhammatthasaṅgaha

Ngoài ra, trong truyền thống pháp học Abhidhamma, nổi tiếng còn có tác phẩm Abhidhammatthasaṅgaha, do luận sư Acariya Anuruddha trước tác vào khoảng thế kỷ 11 hay 12 Tây lịch. Đây là một bộ giáo khoa thư, tóm lược, kiêm chú giải cho bảy bộ chánh tạng này. Theo cấu trúc kết tập lần thứ sáu, bộ Abhidhammatthasaṅgaha được xếp vào phần Sớ Giải (Tīkā).[10] Tuy nhiên theo truyền thống Theravāda, văn bản này được coi là chìa khóa để mở tạng Abhidhamma mà các môn sinh của truyền thống này đều phải học qua trước khi tiếp cận chánh tạng. Giáo trình này, hay cấu trúc 9 chương của nó, vẫn còn được xem là quy chuẩn cho đến hiện nay. Quá trình truyền bá ở Việt Nam cũng không nằm ngoại lệ. Việc phiên dịch chánh tạng song hành và có tương tác với việc phiên dịch văn bản này, nhất là trong quá trình hình thành hệ thuật ngữ phiên dịch. Do vậy, trong bài viết này, ta sẽ nói rộng phạm vi khảo sát cho cả bộ Abhidhammatthasaṅgaha để thấy được toàn cảnh phiên dịch.

Abhidhammatthasaṅgaha được phân tách thành *Abhidhamma + attha + saṅgaha*. Trong đó *Abhidhamma*, như đã nói, là A-tỳ-đàm, Vi Diệu

---

[9] Xem thêm lời nói đầu của Rhys Davids trong bản dịch tiếng Anh của Kathāvatthu là *Points of Controversy*, Nguyễn Quốc Bình dịch Việt, Nam Phương 2, Truyền Đăng, 2016.

[10] Xem CST4.

Pháp, Thắng Pháp; *attha* thường có nghĩa là ý nghĩa, nghĩa lý, nhưng trong trường hợp này có lẽ là chỉ cho chư pháp; *saṅgaha* nghĩa đen là sự gom tụ, nghĩa bóng là bản toát yếu. Theo đó, ngài Tịnh Sự dịch là Diệu Pháp Lý Hợp, ngài Minh Châu dịch là Thắng Pháp Tập Yếu Luận, Phạm Kim Khánh dịch là Vi Diệu Pháp Toát Yếu.

1.4. Đặc điểm thuật ngữ văn phong Abhidhamma

Văn hệ Abhidhamma nói chung, tức là bao gồm cả một số văn bản cận chánh tạng, có sự kiến giải chi tiết và chặt chẽ hơn so với Kinh Tạng. Do vậy, văn hệ này cũng hình thành cho mình một hệ thống thuật ngữ chi tiết và chặt chẽ hơn. Các văn bản này thường nhấn mạnh ở tính chuẩn xác, câu cú gãy gọn. Việc phiên dịch văn học Abhidhamma không quá đặt nặng ở văn phong mà thay vào đó lại quan trọng ở hệ thuật ngữ và tính logic.

1.5. Về ảnh hưởng truyền bá Abhidhamma tại Việt Nam

Phật giáo Việt Nam chịu ảnh hưởng lâu dài của truyền thống Phật giáo Trung Quốc. Trong các tông phái chính của Phật giáo Trung Quốc, chỉ có một số tông phái như Câu-xá Tông và Tam Luận Tông là chịu ảnh hưởng của văn hệ A-tỳ-đạt-ma; tuy nhiên đây lại là Abhidharma mang hơi hướng Hữu Bộ. Việt Nam chủ yếu chỉ tiếp nhận ảnh hưởng của Thiền Tông và Tịnh Độ Tông nên Abhidhamma của Thượng Tọa Bộ là một đề tài tương đối mới lạ với người trong nước. Sự tiếp nhận và lan tỏa Abhidhamma bắt đầu khá muộn, đến nay chưa được 100 năm.

Xét về chủ thể truyền bá, ta có thể phân chia ảnh hưởng của Abhidhamma thành hai luồng chính.

> » Luồng thứ nhất xét trên cách tiếp cận truyền thống. Mặc dù Abhidhamma đã được nhiều vị trưởng lão nhắc tới trước đó, chẳng hạn, ngài Hộ Tông với *Vi-Diệu-Pháp Vấn Đáp* (1954), nhưng ảnh hưởng chính thức của văn hệ này bắt đầu từ sự phiên dịch và truyền bá của ngài Tịnh Sự (~1958). Sự hoằng pháp của ngài Tịnh Sự chủ yếu tập trung ở các chùa Siêu Lý (Vĩnh Long), Viên Giác (Vĩnh Long) và Siêu Lý (Sài Gòn), lại gọi môn Abhidhamma là Siêu Lý Học, nên ta có thể gọi rộng nhóm này là nhóm Siêu Lý, thuộc trong nội bộ hệ phái Theravāda. Nhóm này chuyên về văn hệ Abhidhamma, đào sâu về chi tiết kĩ thuật. Đóng góp lớn nhất của nhóm này là

đã dịch đủ 7 bộ chánh tạng Abhidhamma và tu chỉnh 6 trong số đó (trừ bộ Ngữ Tông – Kathāvatthu). Các đại đệ tử của ngài Tịnh Sự, như các ngài Giác Chánh, Giác Giới..., đóng vai trò chính thức trong việc xiển dương Abhidhamma. Sư Giác Chánh đã dịch bản kinh *Đạo Vô Ngại Giải*, có các tác phẩm như *Siêu Lý Học, Vi Diệu Pháp Nhập Môn*... Sư Giác Giới có dịch các tập đầu của tạng Luật; ngoài các tập *Vi Diệu Pháp Sơ Cấp, Giáo Trình Duyên Hệ* được lưu hành nội bộ thì còn có các tác/dịch phẩm khác như *Pāli Hàm Thụ, Học Tiếng Pāli, Luật Nghi Tổng Quát, Kho Tàng Pháp Học*... Sư Giác Nguyên có dịch phẩm như *Giáo Tài A-tỳ-đàm, Triết Học A-tỳ-đàm Của Phật giáo Truyền Thống, Giáo Lý Duyên Hệ, A-tỳ-đàm Hữu Bộ*... Sư Giác Tuệ (Giác Huệ, Nguyễn Đức Tài) soạn *Pháp Thực Tính, Cư sĩ Giới Pháp, Tự Học Vi Diệu Pháp (6 tập), Pháp yếu tri*...Sư Chánh Minh được biết đến với những tác phẩm như *Đường Vào Thắng Pháp, Vấn đáp: Đại cương Vi Diệu Pháp và Tâm, Quy trình Tâm pháp, Tâm Vấn Đáp, Tâm Sở Vấn Đáp (3 tập), Khái lược về Duyên hệ, Đọc Luận Điểm*,... Sư Khải Minh dịch các tập *Giáo trình thắng pháp, Giáo trình vấn đáp tiểu học (sơ cấp + trung cấp), Giáo trình trung học thắng pháp (sơ cấp + trung cấp), Mẫu đề tam, Thắng pháp tập yếu luận - Hậu sở giải, Chú giải bộ Vị Trí*,... Còn sư Pháp Chất thì có cuốn *Thắng Pháp Lý Nhiếp Luận*. Gần đây, cư sĩ Pháp Triều Nông Đình Hùng cũng cho ra mắt các dịch phẩm *Cẩm Nang Nghiên Cứu Thắng Pháp (3 tập), Lộ trình Tâm và Sắc Pháp, Duyên Hệ trong đời sống bình nhật*... Ngoài ra, có thể kể đến sư Hộ Pháp với *Vi-Diệu-Pháp Hiện Thực Trong Cuộc Sống*, sư cô Tâm Tâm thuộc Phật giáo Khất Sĩ cũng chuyên xiển dương về môn này. Nhìn chung, ta có thể phân luồng ảnh hưởng này thành hai nhánh đánh giá trên từng tác phẩm/dịch phẩm: nhánh chính chịu ảnh hưởng trực tiếp từ ngài Tịnh Sự, nhánh phụ chịu ảnh hưởng gián tiếp hoặc không chịu ảnh hưởng nhưng vẫn trong cách tiếp cận truyền thống. Cách tiếp cận truyền thống có lợi thế trong việc hoằng truyền dựa trên cơ sở hệ phái đã được thiết lập. Tuy nhiên, luồng ảnh hưởng này vẫn chưa đạt được sự quy chuẩn, cụ thể có thể thấy sự triển khai không thống nhất được một hệ thống thuật ngữ tiếng Việt, một bộ giáo khoa chuẩn cho môn Abhidhamma. Ngoài ra, khi đi vào chi tiết, thì mỗi vị đôi khi lại có một cách lý giải ít nhiều theo tri kiến riêng của mình...

» Luồng thứ hai xét trên phạm vi học thuật, khởi xướng là bản dịch *Thắng Pháp Tập Yếu Luận* (1966) của ngài Minh Châu, ảnh hưởng trong môi trường học thuật, trước nhất là ở Đại học Vạn Hạnh. Một số dịch phẩm, tác phẩm xuất hiện trong giai đoạn sau, xuất phát từ các tác phẩm học thuật trên thế giới hay mang tinh thần học thuật có thể kể đến Tâm An và Minh Tuệ với *Những điểm dị biệt, Bộ Chất Ngữ Chú Giải,* hay các tập *Nam Phương*... Trong hướng tiếp cận này, tính khách quan tương đối đảm bảo, tuy nhiên do thiếu về nhân lực theo chuyên môn này và thời gian thẩm thấu, nên các vấn đề kĩ thuật chưa được đào sâu thích đáng như tiếp cận truyền thống.

Về không gian ảnh hưởng, cũng như Theravāda nói chung, Abhidhamma tại Việt Nam được khởi xướng ở miền nam, quy tụ tại Sài Gòn, duy trì ở Vĩnh Long, cũng có ở Vũng Tàu và rải rác các nơi khác. Ảnh hưởng sau đó lan tỏa theo sự phát triển của hệ phái ra miền Trung, nhưng nhánh Theravāda ở đây không đặt nặng xiển dương Abhidhamma. Mãi đến gần đây phái này mới ít nhiều được giới thiệu ra miền Bắc. Một số tăng, ni, cư sĩ cũng mang môn này truyền đạt cho cộng đồng người Việt ở nước ngoài, chủ yếu là trong những khóa tu ngắn. Do vậy, nhìn chung, sự truyền bá của văn hệ Abhidhamma vẫn chủ yếu tập trung ở miền Nam.

Để tiện theo dõi, trong bài viết này, ta sẽ đi khảo sát chi tiết về lịch sử phiên dịch các tài liệu kinh điển Abhidhamma sang tiếng Việt theo thời gian. Theo phân kì giai đoạn ảnh hưởng và truyền bá Abhidhamma, ta xác lập hai thời kì dịch như sau:

» Thời kì đầu tiên trong khoảng 1968-1977, gọi là thời kì khởi dịch. Đây là giai đoạn mà các văn bản lần đầu tiên được chuyển ngữ sang Việt văn và văn học Abhidhamma được truyền dạy trong người Việt. Thời kì này sẽ khảo sát bản dịch 7 bộ chánh tạng của ngài Tịnh Sự và 2 bản dịch Abhidhammatthasaṅgaha là Diệu Pháp Lý Hợp của ngài Tịnh Sự và Thắng Pháp Tập

Yếu Luận của ngài Minh Châu.

» Thời kì thứ hai kéo dài từ 1978 đến nay, gọi là thời kì tu chỉnh và bổ sung. Tu chỉnh là sự hiệu đính các bản dịch cũ, bổ sung là thêm vào các bản dịch mới. Công trình khảo sát trong thời kì này sẽ gồm các văn bản chánh tạng được tu chỉnh và các bản dịch khác của các bộ Kathāvatthu, Dhātukathā và Abhidhammatthasaṅgaha.

2. Thời kì khởi dịch

Trong thời kì này, có hai nhân vật đóng vai trò tiên phong và đặt nền móng cho sự phiên dịch các điển tịch Abhidhamma là ngài Tịnh Sự và ngài Minh Châu. Đối với cuộc đời và đạo nghiệp ngài Minh Châu, ta đã khảo sát trong bài về lịch sử phiên dịch kinh điển Pāli sang tiếng Việt. Ở đây xin chỉ nêu về ngài Tịnh Sự.

2.1. Hòa thượng Tịnh Sự

Sự phiên dịch và truyền bá tạng Abhidhamma ở Việt Nam gắn liền với tên tuổi ngài Tịnh Sự (Santakicco). Tuy nhiên, không có nhiều sử liệu sơ cấp về hành trạng của ngài, nhất là giai đoạn trước khi chuyển hướng tu tập và lúc đi tu học ở nước ngoài.[11] Di tích nổi tiếng nhất về ngài có thể kể đến bảo tháp đặt giữa sân chùa Viên Giác tỉnh Vĩnh Long. Tháp này được xây theo kiểu Thái-lan, trên có bia mộ ghi tên Thích Huệ Lực, là pháp danh cũ của ngài thưở còn tu học theo Đại Thừa Việt Nam. Vào khoảng năm 2013, khi sư Giác Giới tiếp nhận chùa, tháp này được di dời và xây lại thành khu nhà với phần đỉnh dạng tháp, khu vực để cốt ngài bên ngoài ghi là Tháp Sơ Tổ.

---

[11] Chúng tôi hiện chưa có đủ điều kiện để thực hiện điền dã để tìm lại gia đình ngài trước đây, các ngôi chùa ngài trải qua trong khi còn tu trong nước, các nơi học tập, trú ngụ và thọ giới ở nước ngoài. Những tài liệu này có thể sẽ cung cấp nhiều thông tin hơn về cuộc đời của ngài Tịnh Sự.

Hình 1: Thông tin ngài Tịnh Sự trong sổ tăng tịch.

Hình 2: Tháp cốt ngài Tịnh Sự trước khi di dời

Hình 3: Tháp cốt ngài Tịnh Sự sau khi di dời

Các nội dung về cuộc đời và đạo nghiệp của ngài được phổ biến một cách chính thống trong cộng đồng Theravāda Việt Nam từ tập *Kỷ yếu đức Tịnh Sự* được ấn hành vào năm 1984 do Ban Tổ Chức tang lễ của ngài biên soạn, gồm bài *"Tiểu sử Đức Tịnh Sự"* so dư Giác Chánh soạn; bài *"Từ sử Đức Tịnh Sự"* do các đệ tử ngài phóng tác dạng thơ; phần *"Tưởng niệm Đức Tịnh Sự"* do chư tăng ni đề cảm trong buổi tang lễ; phần *"Nghĩ về Đức Tịnh Sự"* do các đạo hữu truy niệm sau tang lễ; bài văn điếu *"Đức Tịnh Sự"* do các các hiếu đồ pháp tử đồng soạn và đọc trong tang lễ; chương trình tang lễ; một số bài thơ gửi về sau; những mẩu chuyện về Đức Tịnh Sự thu thập từ nhiều người. Sau lời Phi Lộ còn có di ảnh của ngài mang y áo Đại Thừa, đầu đội mão hiệp chưởng. Đây là tài liệu chính thức đầu tiên nghiên cứu về tiểu sử ngài Tịnh Sự. Theo phần Tiểu Sử trong tài liệu này thì:

> "Ngài TỊNH SỰ, thế danh là VÕ VĂN ĐANG, sanh năm 1913 tại xã Hòa Long, quận Lai Vung, tỉnh Sa Đéc (Đồng Tháp).

Thân phụ của Ngài là cụ Ông VÕ VĂN TỎ, thân mẫu của Ngài là cụ Bà TRẦN THỊ THÔNG.

Ngài được sanh trong một gia đình Nho giáo, với bản chất thông minh, nên vừa bảy (7) tuổi, Thân phụ Ngài cho học vỡ lòng chữ Nho. Ngài tiếp thu rất lẹ, lãnh hội rất mau. Những người thân tộc vui tánh gọi Ngài là "thần đồng Lê Quí Đôn".

Khi Mười Hai (12) tuổi, Ngài vào Chùa Bửu Hưng (cùng xã Hòa Long) tu và học kinh luật Sa di thuộc hệ phái Phật giáo Bắc Tông. Thấy Ngài thông minh, thầy của Ngài bấy giờ đặt pháp danh cho Ngài là HUỆ LỰC.

Lúc hai mươi (20) tuổi, Ngài sang chùa Kim Huệ (tại Sa Đéc) tu và học kinh Luật Tỳ Kheo.

Đến hai mươi lăm (25) tuổi, Ngài về trụ trì Chùa Phước Định ở chợ Lách.

Khi ba mươi (30) tuổi, Ngài sang trụ trì chùa Viên Giác tại Long Hồ, Vĩnh Long.

Lúc ba mươi lăm (35) tuổi, Ngài sang nước Campuchia (Cao-Miên) thọ giới Sa di tại chùa Kùm-pung (Treyloko) ở Trà Pét, trong truyền thống Phật giáo Nam Tông.

Đến Ba Mươi Tám (38) tuổi, Ngài lại sang nước Thái Lan, thọ giới Tỳ Khưu tại chùa Pakknam ở Bangkok. Vì thấy Ngài chuyên tâm hành đạo, nên vị thầy tế độ đặt pháp danh cho Ngài là TỊNH SỰ (Santakicco). Nơi đây, Ngài đi Đầu Đà, hành Thiền Chỉ (Samatha), tu Thiền Quán (Vipassana) và học Luận A-Tỳ-Đàm (Abhidhamma) đến sáu (6) năm, bảy (7) tháng mới trở về Việt Nam.

Khi Bốn Mươi Lăm (45) tuổi, Ngài về trụ trì chùa Viên Giác lại như trước, nhưng bây giờ, Ngài thay đổi hoàn toàn từ hình thức lẫn nội dung đều theo truyền thống Phật giáo Nam Tông. Thời gian trụ trì tại chùa Viên Giác, Ngài dịch Tạng Luật, các bộ Kinh Tạng, dạy Pháp Học Siêu Lý và Pháp Hành Tứ Niệm Xứ.

Lúc Năm Mươi Chín (59) tuổi, Ngài về trụ trì chùa Siêu Lý tại Sàigòn. Tại đây, Ngài mở trường Phật Học – chuyên dạy môn Abhidhamma và dịch các sách giáo khoa Phật học như: Vô Tỷ

Pháp sơ đẳng, trung đẳng, cao đẳng và Tạng Luận.

Đến Bảy Mươi (70) tuổi, Ngài mới hoàn thành các dịch phẩm nói trên.

Qua năm Bảy Mươi Mốt (71) tuổi, Ngài thọ bệnh tại chùa Siêu Lý ở Thành phố Hồ Chí Minh, rồi về chùa Viên Giác ở Vĩnh Long dưỡng bệnh.

Đêm mùng 6 tháng 5 Giáp Tý, Ngài thọ bệnh kiết lỵ. Đến nửa đêm, Ngài gọi Chư Tăng đến ban lời di huấn và gởi lời sám hối phổ thông đến toàn thể Chư Tăng trong Giáo Hội, rồi gom tâm an trú trong Chánh điện Tĩnh giác. Lúc 6 giờ 15 phút, sáng ngày mùng 7 tháng 5 ÂL (nhằm ngày 5 tháng 6) năm 1984, Ngài đang ngồi với sư Giác Tâm, bỗng Ngài ngước lên nhìn trần nhà và mỉm cười rồi tịch.

Sự nghiệp Đạo pháp của Ngài có thể kể tóm lược như sau:

A. DỊCH PHẨM

1. Bộ Pháp Tụ (Dhammasaṅgini)
2. Bộ Phân tích (Vibhaṅga)
3. Bộ Chất Ngữ (Dhàtukàthà)
4. Bộ Nhơn Chế Định (Puggalapaññatti)
5. Bộ Ngữ Tông (Kàthà Vaṭṭhu)
6. Bộ Song Đối (Yamakaṃ)
7. Bộ Vị Trí (Paṭṭhāna)
8. Diệu Pháp Lý Hợp (Abhidhammaṭṭhasaṅgaha)
9. Vô Tỷ Pháp Sơ Đẳng
10. Vô Tỷ Pháp Trung Đẳng
11. Vô Tỷ Pháp Cao Đẳng
12. Thanh Tịnh Đạo (Visuddhimagga)

B. TẠO TỰ

- Chùa Viên Giác,
- Chùa Long Linh,
- Chùa Giác Phước,
- Chùa Thiền Quang I
- Chùa Thiền Quang II
- Chùa Tứ Phương Tăng

- Chùa Pháp Độ,
- Chùa Trúc Lâm,
- Chùa Siêu Lý

C. TẠO TĂNG

Ngài cho xuất gia hằng trăm Vị Tăng Sư. Vị đệ tử đầu tiên là Sư Hòa Thiện; vị đệ tử cuối cùng là Sadi Chánh Tâm.

Sự ra đi của Ngài đã để lại cho toàn thể Tăng Tín đồ một niềm kính tiếc vô biên.

Hình 4: "Kỷ yếu đức Tịnh Sự" được ấn hành vào năm 1984.

Phần *Tử Sử* của bản này viết bằng thể thơ song thất lục bát, tuy nói là viết dựa trên phần tiểu sử trên nhưng cung cấp thêm một số chi tiết bổ sung mà trong phần tiểu sử này không nêu. Phần này dài đến 15 trang trong bản gốc, chúng tôi sẽ dẫn lại trong phần phụ lục, giữ nguyên theo bản đầu tiên, kể cả chính tả. Phần thơ này mang nhiều yếu tố huyền thoại, không có độ chính xác cao, kể lại thứ tự hoằng truyền tạng Abhidhamma theo thứ tự truyền thống, nêu tên gọi, tóm lược ý nghĩa cũng có nhiều nhầm lẫn, nhập nhằng. Trong cách mô tả cũng dùng nhiều khái niệm Phật học lẫn lộn. Do vậy, sự xác tín của tài liệu này nói riêng và toàn bộ bản *Kỷ yếu* nói chung có phần bị suy giảm.

Đến năm 2012, sư Giác Chánh cho in lại tập này bổ sung thêm phần kinh thẻ do đạo hữu Lý Minh Long sưu tập. Năm 2013, in lại tập *Kỷ yếu* ấy, chỉ còn 2 phần: 1. Cuộc đời ngài Tịnh Sự, gồm từ sử (ghi là giữ nguyên bản đã có, tuy nhiên vẫn có chỉnh sửa một ít) và tiểu sử (được viết lại); 2. Đạo nghiệp ngài Tịnh Sự, gồm bảng liệt kê các tác phẩm, dịch phẩm kinh điển (không in nội dung) và sưu tập kinh thẻ (có bổ sung và xếp loại chủ đề).[12]

Các chi tiết tiểu sử được thay đổi đáng kể trong lần tái bản này gồm có:

- Cho biết thêm gia đình ngài cũng có truyền thống sùng mộ đạo Phật, chi tiết này cũng có trong *Từ Sử*.

- Cho biết thêm trụ trì chùa Bửu Hưng khi ấy là bác của ngài, chi tiết này cũng có trong *Từ Sử*.

- Không nói về gốc tích của các pháp danh, chi tiết này cũng không có trong *Từ Sử*.

- Kể về hành trạng, thành tích của ngài khi tu học tại Thái. Cho rằng ngài là tác giả của bảng nêu chi pháp, chi tiết này cũng có trong *Từ Sử*:

Sau khi thọ Đại giới, Ngài đã tham học chuyên sâu giáo lý A-tỳ-đàm (Abhidhamma), học 5 năm Ngài đã hoàn tất chương trình học với thành tích thủ khoa, khiến Thầy và bạn của Ngài kinh ngạc và khâm phục. Họ đặt cho Ngài danh hiệu là "Thợ Suy Nghĩ" vì Ngài luôn suy luận về những điều đã học. Ngài đã suy nghĩ và làm ra bảng nêu chi pháp tóm lược nội dung Luận Tạng A-tỳ-đàm, Ngài trình lên hội đồng Tăng-già Thái về công trình nghiên cứu nầy và được Chư Tăng công nhận là sự thành tựu mỹ mãn.

Học xong Phật học rồi, Ngài sang pháp hành sống ở núi rừng, thọ trì các hạnh Đầu-đà (dhutaṅga) và tu thiền quán.

- Nêu việc ngài xiển dương Abhidhamma ngay từ đầu, không nói tới việc hoằng truyền kinh và luật như bản cũ, Từ Sử cũng không thấy nhắc tới và trong danh sách tác phẩm để lại cũng không có tác phẩm nào chuyên về Kinh hay Luật. Phần nêu trong bản này có nhắc tới nhóm Siêu Lý thời gian đầu:

Trở về quê hương, Ngài tiếp tục trụ trì chùa Viên Giác, Vĩnh Long. Ngài bắt đầu phiên dịch Abhidhamma từ Thái ngữ sang Việt ngữ và

---

[12] *Cuộc đời và đạo nghiệp của đại lão hòa thượng Tịnh Sự*, nxb Hồng Đức, 2014.

soạn ra các giáo trình Vi Diệu Pháp sơ cấp, trung cấp và cao cấp để dạy Chư Tăng và Phật tử ưa thích bộ môn giáo lý này.

Để xiển dương Tạng Vi Diệu Pháp rộng rãi nên đến năm 1972 Ngài rời Vĩnh Long về Sài Gòn, tại đây Ngài dạy giáo trình A-tỳ-đàm có học trò khoảng 15 người gồm vài vị Sư, mươi cư sĩ, lớp học nhóm luôn dời đổi địa điểm. Thế rồi trong số học trò cư sĩ ấy, có một bà Tín nữ giàu niềm tin tức bà bảy Vĩnh Phúc, pháp danh Định Tri đã phát tâm bỏ tiền mua đất xây cất một ngôi chùa hiến cúng cho Ngài làm chỗ trú chân và làm nơi trường dạy Luận A-tỳ-đàm. Chùa ấy có tên là Giảng Đường Siêu Lý, nay là chùa Siêu Lý, toạ lạc phường 11, quận 6, TP Hồ Chí Minh.

- Nhắc tới sự tham gia của ngài trong giáo hội

Thời gian này, Giáo Hội Phật giáo Tăng-già Nguyên Thủy đã thỉnh cử Ngài làm chức vị cố vấn Giáo Hội Tăng-già, kiêm Trưởng Ban Phiên Dịch Tam Tạng.

- Đặt mốc thời gian hoàn tất căn bản các dịch và soạn phẩm của ngài là vào lúc 66 tuổi (1979)[13] thay vì nói chung là 70 tuổi (1983) như bản cũ.

Ngài đã hoàn tất các dịch phẩm và soạn phẩm về Luận Tạng Abhidhamma vào năm 1979, lúc ấy Ngài 56 tuổi.

Mặc dù đã hoàn tất các dịch phẩm, nhưng Ngài vẫn tiếp tục chỉnh sửa và soạn mới những giáo trình A-tỳ-đàm để dạy học trò.

- Đề cao việc đào tạo Abhidhamma và xây chùa của ngài, chi tiết này cũng có trong Từ Sử.

- Không đề cập đến chi tiết sư Giác Tâm lúc ngài tịch.

Đến mùng 6 tháng 5 năm Giáp Tý, Ngài trở bệnh nặng với chứng kiết ly trầm trọng, nửa đêm Ngài gắng sức ban lời giáo huấn đến các vị đệ tử đang vây quanh, phát lộ đến chư Tăng... Đến sáng ngày mùng 7 tháng 5 năm Giáp Tý, Ngài đã an nhiên thị tịch, lúc 6:15, nhằm ngày 5 tháng 6 năm 1984 theo dương lịch./.

[13] Nguyên bản ghi 56 tuổi, có lẽ là tính nhầm.

Cũng trong văn bản này, phần đạo nghiệp của ngài Tịnh Sự được nêu chỉ gồm các tác phẩm, không có phần tạo tự và tạo tăng như trước. Các tác phẩm này được nhóm theo 3 nhóm:

A. Công trình phiên dịch Tạng Vi Diệu Pháp
Gồm 07 bộ:
1) Bộ Pháp Tụ (Dhammasaṅgani).
2) Bộ Phân Tích (Vibhaṅga).
3) Bộ Chất Ngữ (Dhātukathā).
4) Bộ Nhơn Chế Định (Puggalapaññatti).
5) Bộ Ngữ Tông (Kathāvatthu).
6) Bộ Song Đối (Yamaka).
7) Bộ Vị Trí (Paṭṭhāna).

B. Công trình biên soạn sách giáo khoa A-tỳ-đàm
Gồm 05 quyển:
1) Bản giải Siêu Lý tiểu học.
2) Bản giải Siêu Lý trung học.
3) Bản giải Siêu Lý cao học.
4) Nội dung Vô Tỷ Pháp.
5) Diệu Pháp Lý Hợp (văn vần).

C. Công trình biên soạn Kinh Thể
Gồm 21 chủ đề

Đáng chú ý, ta thấy không có nêu về Thanh Tịnh Đạo (Visuddhimagga) như bản trước. Việc này liên quan đến vấn đề tác quyền bản dịch Thanh Tịnh Đạo từ Pāli, chỉ mới hoàn thành phần Giới và Định. Bản dịch này được dịch bởi tỳ-kheo Ngộ Đạo, sau hoàn tục gọi là thầy Đỉnh, là đệ tử của ngài Tịnh Sự. Việc phiên dịch này được ngài Tịnh Sự khuyến khích, khi hoàn thành có in ronéo dâng cho các chùa Nam Tông. Tuy nhiên, một số chỗ xóa tên dịch giả, ghi thành HT. Tịnh Sự. Sự việc này vẫn không được minh bạch cho đến khi bản dịch này được tái bản lại vào năm 2012. Từ văn phong đến cách dùng từ, ta có thể thấy rõ bản dịch này không thể là của ngài Tịnh Sự được. Chi tiết về bản dịch này xin được nêu ở phần viết về lịch sử phiên dịch Tục Tạng Nam Truyền sau này.

Cho đến hiện nay còn lại các phần tài liệu giảng giải, gọi theo cách gọi hiện nay là *Bản giải Siêu Lý tiểu học*, *Bản giải Siêu Lý trung học*, và *Bản giải Siêu Lý cao học.*[14] Thực tế các tài liệu này được gom góp của nhiều lần soạn rồi đóng thành tập, do đó cách sắp xếp không được chỉnh chu. Phần tiểu học gồm các nội dung nhập môn Abhidhamma, cũng bám theo ít nhiều cấu trúc của Abhidhammatthasaṅgaha, triển khai dưới sự hỗ trợ của Bảng nêu chi pháp. Phần trung học gồm hai phần Căn Song và Uẩn Song, trích giải hai chương của bộ Yamaka. Phần cao học gồm phần giải về duyên trong bộ Paṭṭhāna chủ yếu cho các phần định nghĩa, hiệp lực, tấu hợp, và áp dụng với tam đề thiện; và phần Liên Quan Tương Sinh, tức *paṭiccasamuppāda* hay Duyên Khởi, giải theo cơ sở duyên của Paṭṭhāna.

Ngoài ra cũng còn có tài liệu dàn bài giáo khoa gọi là *Nội dung Vô Tỷ Pháp*, hay *Siêu Lý Học*, hay Siêu Lý Học Mau cùng với tài liệu viết tay về hướng dẫn chấm bảng nêu này không được ghi lại trong phần Tiểu Sử.

Các tài liệu này có khả năng tóm tắt và diễn giải từ tài liệu của Saddhamma Jotika mà ngài học từ Thái-lan. Sau khi ngài Tịnh Sự mất, các tài liệu này không được phổ biến. Đến khi tìm tài liệu để tái bản nguyên bản tạng Adhidhamma do ngài dịch, sư Siêu Thiện mới tìm thấy và cho lần lượt in lại sau khi in xong bộ tạng vào năm 2012.

Về công cụ dùng cho giáo dục, ngài Tịnh Sự có hai triển khai đặc sắc là *Bảng nêu chi pháp* và *Kinh Thẻ*. *Bảng nêu chi pháp*, tương truyền do chính ngài Tịnh Sự là tác giả, là một biểu đồ biểu diễn và sắp xếp các chi pháp Abhidhamma Theravāda theo các nhóm để tiện theo dõi và ghi nhớ. *Kinh Thẻ* là dạng flash card ghi tóm lược các nội dung giáo pháp để phát cho hội chúng trong các buổi thuyết pháp để tiện theo dõi và ghi nhớ. Phần *Kinh Thẻ* sau này được trình bày theo sự sắp xếp lại chủ đề của sư Giác Giới như đã nói.

Hình 5: Kinh thẻ.

---

[14] Văn bản phần tiểu và trung học ghi mốc năm 1973, phần cao học là năm 1974.

Hình 6: Ngài Tịnh Sự và các đệ tử.

2.2. Thắng Pháp Tập Yếu Luận và Diệu Pháp Lý Hợp

Theo thứ tự niên đại còn ghi lại, ngài Tịnh Sự là người có công đầu trong việc đưa Abhidhamma vào Việt Nam. Phần Tiểu Sử nêu trên cho rằng sau khi tu học tại Thái-lan, ngài về Việt Nam năm 1958 lúc 45 tuổi, tiếp tục trụ trì chùa Viên Giác, Vĩnh Long, dịch thuật, biên soạn và giảng dạy về Vi Diệu Pháp. Trong khoảng thời gian này, khả năng ngài soạn và dịch các tài liệu giáo khoa để giảng dạy là trước nhất. Việc này không rõ thời gian bắt đầu và kết thúc vì theo những mẩu chuyện được truyền miệng trong Nam Tông, các tài liệu này soạn ra, chưa hoàn thành đã bị mất, một số bị gán tên người soạn khác vào.

Mùa an cư năm Mậu Thân 1968 (Phật lịch 2511) ngài dịch bản toát yếu Abhidhammatthasaṅgaha của luận sư Anuruddha sang tiếng Việt dưới thể thơ lục bát gọi là Diệu Pháp Lý Hợp. Bản dịch cũng có 9 phẩm như nguyên tác, chia thành từng đoạn 2 câu lục bát (1 câu lục bát gồm 1 câu 6 chữ và 1 câu 8 chữ). Phẩm thứ nhất gọi là Phẩm Tâm Vương, gồm 17 đoạn và 1 đoạn kết gồm 2 câu lục bát. Phẩm thứ hai gọi là Tâm Sở Phối Hợp và Tâm Vương hợp đồng, gồm 25 đoạn và 1 đoạn kết gồm 2 câu lục bát. Phẩm thứ ba gọi là Tạp Hợp Đồng, gồm 14 đoạn và 1 đoạn kết gồm 2 câu lục bát. Phẩm thứ tư gọi là Lộ Tâm Hợp Đồng, gồm 10 đoạn và 1 đoạn kết gồm 2 câu lục bát. Phẩm thứ năm gọi là Phi Lộ Hợp Đồng, gồm 12 đoạn và 1 đoạn kết gồm 1 câu lục bát. Phẩm thứ sáu gọi là Sắc Pháp Hợp Đồng, gồm 14 đoạn và 1 đoạn kết gồm 2 câu lục bát. Phẩm thứ bảy gọi là Cộng Hòa Hợp Đồng, gồm 14 đoạn và 1 đoạn kết gồm 3 câu lục bát. Phẩm thứ tám gọi là Duyên Hợp Đồng, gồm 11 đoạn và 1 đoạn kết gồm 1 câu lục bát. Phẩm thứ chín gọi là Đề Mục Chỉ Quán, gồm 6 đoạn và 1 đoạn kết gồm 1 câu lục bát. Phần cuối ấn bản có thêm một bài Kệ Cầu Chư Thiên gồm 16 câu lục bát. Văn phong dịch giản dị, chất phác, đậm chất phương ngữ miền Tây Nam Bộ. Thuật ngữ tiếp nhận nhiều thuật ngữ Hán dịch của văn hệ Duy Thức, chưa có cải biến nhiều như về sau.

*

Một phía khác, ngài Thích Minh Châu tiến hành dịch bộ Abhidhammatthasaṅgaha theo hướng học thuật. Tuy chúng tôi không tìm được tài liệu văn bản nào ghi lại sự tiếp xúc giữa hai ngài nhưng theo lời kể của các vị Nam Tông, ngài Minh Châu đã từng tìm đến ngài Tịnh Sự để học về lộ trình tâm (*cittavīthi*) để dịch chương thứ tư của bộ này. Tuy nhiên, ngài Tịnh Sự yêu cầu phải học từ đầu theo chương trình Siêu Lý Học của ngài. Ngài Minh Châu không đồng ý và hai vị không thể hợp tác với nhau. Sự xác tín của câu chuyện này vẫn còn là một mối hồ nghi, nhưng nếu đứng trên phương diện học thuật mà xét, ta sẽ thấy quyết định của ngài Minh Châu trong câu chuyện là có lý khi hai cách tiếp cận truyền thống và học thuật quá khác biệt và thời gian dành cho việc phiên dịch kinh tạng Nikāya vẫn nên ưu tiên hơn.[15] Dù sao đi nữa, sự độc lập này dẫn đến hệ thuật ngữ cùng cách triển khai của hai bên có phần không thống nhất với nhau.

Mùa Phật Đản 2510 (tức năm 1966), ngài Thích Minh Châu dịch năm chương đầu của bộ Abhidhammatthasaṅgaha sang tiếng Việt cùng với phần phân tích và ghi chú tổng hợp từ bản Abhidhammatthasaṅgaha của Đại Đức Nārada, người Tích-lan và Đại Đức Kashyap, Viện Trưởng Viện Phật Học Nalanda người Ấn. Trong khi ngài Tịnh Sự không bao giờ ghi lời nói đầu cho các tác phẩm của mình, thì ngài Minh Châu ghi

---

[15] Từ góc nhìn học thuật, Nikāya, đại thể, vẫn là tư tưởng Phật giáo nguyên thủy, trong khi Abhidhamma cuối cùng được định hình là triết học bộ phái. Sự phiên dịch Abidhamma trong giai đoạn này, như chúng tôi suy đoán, nhằm góp phần làm sáng tỏ các chi tiết biên tập trong Nikāya. Mục tiêu xa hơn tiếp theo đó, như phần nào được nêu trong lời giới thiệu của ngài Minh Châu, là kết nối văn hệ Nam Truyền và Bắc Truyền thông qua sự so sánh giữa các hệ Tỳ-đàm.

chép rất kĩ lưỡng cho từng dịch phẩm. Đầu ấn bản này, ngài giới thiệu Abhidhamma, nhấn mạnh về phương diện tâm lý học như sau:

Văn học Abhidhamma có thể xem là môn Tâm Lý Học của Phật giáo vì bốn vấn đề được đem ra giải thích cặn kẽ hoàn toàn thuộc về con người và đặc biệt là phần tâm thức. Bốn pháp được đề cập là Citta (tâm), Cetasika (tâm sở), Rùpa (Sắc) và Nibbàna (Niết bàn). Tâm, Tâm sở, Niết bàn dĩ nhiên thuộc về tâm thức, nhưng Sắc pháp ở đây nói nhiều về thân thể con người và sự liên lạc giữa thân thể ấy với tâm thức. Đạo Phật không bao giờ tách rời Tâm và Sắc vì cả hai đều tương quan liên đới. Chia chẻ theo 2 pháp thời Nàma (danh) thuộc về Tâm pháp và Rùpa (Sắc) thuộc về Sắc pháp. Nói đến 5 Uẩn, thời Rùpakkhandha (Sắc uẩn) thuộc về Sắc pháp còn 4 Uẩn còn lại thuộc về Tâm pháp v.v...

Điểm nổi bật nhất trong môn học Abhidharma là sự phân tích rất tinh tế và tỉ mỉ các tâm và tâm sở, và theo Pàli Abhidhamma, có đến 89 hay 121 tâm (Citta) và 52 tâm sở (Cetasika). Đúng với truyền thống "phân tích tông" (Vibhajavàda, một tên khác của Thượng Tọa Bộ), Pàli Abhidhamma chia chẻ các loại tâm thành Dục giới tâm; Sắc giới tâm, Vô sắc giới tâm, Siêu thế tâm (theo cảnh giới), hoặc thành Bất thiện tâm, Vô nhân tâm, Tịnh quang tâm (theo khả năng hướng thiện hay không hướng thiện), hoặc theo Thiện tâm, Dị thục tâm, Duy tác tâm (theo khả năng tái sanh một đời sau hay không); hoặc theo Hữu nhân, Vô nhân tâm (nếu đứng về phương diện căn nhân chi phối các tâm ấy) v.v... Phần tâm sở lại tế nhị hơn, và chúng ta được biết khi nhãn thức khởi lên thời ít nhất có 7 Biến hành tâm sở cùng khởi một lần, tức là Xúc, thọ, tưởng, tư, mạng căn, nhứt tâm và tác ý. Còn tế nhị hơn là những băng thống kê tỉ mỉ tìm tòi số lượng các tâm sở hiện hành trong một tâm và những tâm sở nào được tìm thấy trong những loại tâm nào. Chúng ta không ngờ hỷ tâm sở có mặt trong 51 tâm, xả tâm sở khởi lên trong 70 tâm, và một tâm giản dị như tỷ sanh tâm cũng có đến 12 tâm sở cùng khởi lên một lần (xúc, thọ, tưởng, tư, nhứt tâm, tác ý, mạng căn, tầm, tứ, hỷ, tinh tấn, thắng giải). Một sự cống hiến đặc biệt của Pàli Abhidhamma cho môn Tâm lý học là sự giải thích về Cittavìthi hay lộ trình của tâm. Mỗi khi có một sự kích thích ở ngoài ngang qua 5 căn thời cả một số tâm tiếp diễn liên tục, khởi lên, diệt xuống lâu cho đến 16 tâm sát-na.

1. Bhavangacalana: Hữu phần chuyển động.
2. Bhavangupaccheda: Hữu phần dừng nghỉ.
3. Pancadvàràvajjana: Ngũ môn hướng tâm.
4. Cakkhuvinnàna: (Nhãn thức hay một trong 4 thức khác).
5. Sampaticchana: Tiếp thọ tâm.
6. Santìrana: Suy đạc tâm.
7. Votthapana: Xác định tâm.
8-14. Javana: Tốc hành tâm.
15-16. Tadàlambana: Đồng sở duyên tâm.

Như vậy từ khi Hữu phần rung động cho đến Đồng sở duyên tâm có đến 16 tâm sát-na, và nếu chúng ta cộng thêm một tâm sát-na nữa, thời gian cần thiết để đối tượng ở ngoài tiếp xúc với nội căn, thời chúng ta thấy đời sống một lộ trình của tâm có đến tất cả 17 tâm sát-na và có 7 loại tâm khởi lên rồi diệt xuống trong một lộ trình (Từ Ngũ môn hướng tâm đến Đồng sở duyên tâm). Thật là một sự khám phá hy hữu, và sự phân tích thật vô cùng tế nhị và khúc chiết.

Tập Abhidhamma không những giải thích sự diễn tiến của tâm thức khi bị kích thích bởi ngoại trần hay nội tâm, ngang qua 5 căn hay ngang qua ý căn (Pavattana), mà còn miêu tả Kiết sanh thức (Patisandhi) liên hệ từ đời này qua đời khác. Ở đây chúng ta thấy rõ cả sự cố gắng để giải thích trạng thái tái sanh của con người, những sức mạnh gì đã khiến con người sau khi chết phải đi đầu thai một đời nữa để thỏa mãn sự đòi hỏi, sự tham sống của kiếp người. Vẫn biết vấn đề này vượt ngoài sự nhận thức của con người vì chúng ta không nhớ đến khi chúng ta lâm chung hay đi đầu thai, nhưng sự cắt nghĩa ở đây có thể xem là hợp lý, khoa học nhất, dựa vào thực tế mà trình bày, và đây cũng là một sự cống hiến đặc biệt nữa của Abhidhamma cho vấn đề sống chết của con người, một vấn đề mà các nhà triết gia bao giờ cũng băn khoăn tìm hiểu.

Lama Govinda, một tu sĩ Phật giáo người Đức trong quyển The Psychological Attitude of Early Buddhist Philosophy (Thái độ tâm lý của triết học đạo Phật nguyên thủy) đã xem văn học Abhidhamma như môn tâm lý học và triết học của đạo Phật. Còn ông Egerton C. Baptist trong quyển Abhidhamma for the Beginners (Abhidhamma cho những người sơ cơ) thì so sánh môn học Abhidhamma như môn siêu hình học của Phật giáo. Nếu siêu hình có nghĩa là vấn đề tìm hiểu Thượng đế và vấn đề tạo thiên lập địa thì môn học Abhidhamma không thể là môn siêu hình học, vì hai vấn đề này không được đề cập đến. Đúng với truyền thống thực tiễn của Kinh tạng không muốn đề cập đến những vấn đề không liên hệ với đời sống thực tại, đối tượng của môn học Abhidhamma là vấn đề tâm linh và hoàn cảnh thực tại của con người đang sống. Nhưng nếu chúng ta định nghĩa siêu hình là những vấn đề vượt khỏi sự hiểu biết hiện tại cạn cợt và có giới hạn của chúng ta, thời Abhidhamma có thể xem là môn siêu hình vì Sắc giới tâm, Vô sắc giới tâm và Siêu thế tâm vượt ngoài sự hiểu biết hiện tại của con người. Muốn chứng được Sắc giới tâm, phải tu các pháp thiền ở Sắc giới, muốn hiểu Vô sắc giới tâm phải tu các pháp Thiền ở Vô Sắc giới, và muốn đạt đến các quả thánh, phải tu quán (vipassanà) về Ba pháp ấn. Ở đây chúng ta thấy rõ siêu hình không dựa trên lòng tin không bằng chứng vào tưởng tượng và dự đoán mà chỉ là trạng thái tâm thức chưa được phát giác ra, bởi vì kinh nghiệm cá nhân của con người chưa đạt tới, và khi đã đạt tới, thời siêu hình đã trở thành kinh nghiệm cá nhân. Nói một cách khác, đạo Phật không bác bỏ siêu hình, nếu phần siêu hình được phát giác trên con đường kinh nghiệm cá nhân. Phần này chỉ bị bác bỏ khi nào chỉ được hình thành trên con đường của tưởng tượng và dự đoán. Ở đây, theo tạng Abhidhamma, siêu hình là một khái niệm hoàn toàn tương đối mà ranh giới tùy thuộc ranh giới kinh nghiệm cá nhân của mình và tùy thuộc vào hình thức và tầm lực của nhận thức. Đức Phật nhiếp phục siêu hình với những vấn đề nan giải của siêu hình, không phải chỉ không biết đến siêu hình, mà chính với thái độ tích cực và thiết thực, nghĩa là nhờ ở sự tu tập và tiềm lực của nhận thức, đức Phật thu nhỏ dần ranh giới của siêu hình, và như vậy siêu hình trở thành kinh nghiệm.

Nói đến đạo đức học tức là giới vức thứ ba của triết học, Abhidhamma cũng là môn luân lý học của đạo Phật, vì tất cả lời dạy trực tiếp hay gián tiếp của đức Phật đều hướng con người đến giải thoát và giác ngộ. Tiêu chuẩn đạo đức ở đây không phải là lời phán xét của đức Phật, cũng không phải dựa vào truyền thống hay tập tục của một thời đại nào. Tiêu chuẩn thiện ác ở đạo Phật tùy thuộc ở con người và 12 Bất thiện trong tâm Abhidhamma được định nghĩa là những tâm khiến con người đi xa đích giải thoát và giác ngộ, 18 Vô nhân tâm (ahetukacitta) là những tâm lưng chừng, không tới cũng không lui, và 59 Tịnh quang tâm (sobhanacitta) là những tâm khiến con người tiến dần đến mục tiêu giải thoát và giác ngộ. Ở đây, chúng ta cũng phải nhận rõ thái độ của nhà triết gia Đông phương không những trình bày lý thuyết của mình mà còn phải sống theo lý thuyết ấy trên thực tế và kinh nghiệm. Tri hành hợp nhất, trí đức song tu là những tiêu chuẩn bất di bất dịch cho những triết gia Đông phương và do vậy đạo đức học không bao giờ rời khỏi phần triết học trong tạng Abhidhamma. Tìm cho ra phần luận lý trong tạng Abhidhamma không phải dễ dàng vì văn học Abhidhamma tuy đã có sự cố gắng hệ thống hóa những tư tưởng chính của đức Phật, sự phát triển này về luận lý học chưa đến mực độ trở thành một hệ thống riêng biệt về luận lý như Nhơn minh học (Hetuvidyà) của Đại thừa. Nhưng đạo Phật bao giờ cũng chú trọng đến lý trí, suy luận, thực tu thực chứng lẽ dĩ nhiên bao giờ cũng kính trọng những nguyên tắc căn bản của pháp suy luận và do vậy chúng ta có thể nói phần luận lý lúc nào cũng tiềm tàng trong tạng Abhidhamma.

Trong lời nói đầu này, ngài cũng có những ghi chú rất đáng giá về quan điểm tiếp cận so sánh tạng Kinh và tạng Abhidhamma. Qua đó, ngài cũng khái quát hóa lên một số đặc tính của tạng này.

Một vấn đề nữa cũng rất quan trọng trong khi đề cập đến Abhidhamma là sự liên lạc giữa Kinh tạng và Luận tạng, và sự sai khác giữa hai tạng ấy. Dầu Kinh tạng là phần tử hấp dẫn nhất trong Ba tạng, và được xem là nguyên thủy nhất, Kinh tạng vẫn là sự sưu tầm những lời dạy của đức Phật cho từng trường hợp, từng hoàn cảnh, từng cá nhân lẻ tẻ, nhiều khi không có liên hệ tương quan. Abhidhamma tạng là cả một sự cố gắng hệ thống hóa những lý thuyết và phương pháp tiềm tàng và rải rác trong Kinh tạng, và đặc biệt đặt những hệ thống ấy trên một bối cảnh chung và nhờ vậy giúp chúng ta có một khái niệm tổng quát và quán xuyến về đạo Phật. Chúng ta không thể lấy những điều kiện lịch sử để phán đoán giá trị của Abhidhamma, vì rất có thể những phần tử quan trọng của Abhidhamma được hình thành một lần với Kinh tạng. Phần lớn các nhà học giả đều đồng ý rằng tạng Abhidhamma được tổ chức và phát triển từ các Matrikà, nghĩa là những công thức đã có sẵn trong kinh tạng, và như vậy tạng Abhidhamma vẫn có thể được xem là tạng có tánh cách nguyên thủy. Và lại chính trong Kinh tạng, cũng có những loại kinh hoặc bộ kinh mang nặng đặc chất Abhidhamma hơn là Kinh tạng, như kinh Sangìtisutta trong bộ Dìghanikàya và tập Niddesa trong bộ Khuddakanikàya. Và như Lama Govinda đã nói, "chính trong thời đức Phật tại thế, vẫn không có một đạo Phật tuyệt đối, một hình thức giáo điều của sự thật, mà chỉ có một sự hướng dẫn về phương hướng và phương pháp có thể đưa đến sự tự chứng cá nhân. Khi nào Abhidhamma còn phụng sự được lý tưởng này bằng cách chỉ cho chúng ta rõ, một ít nét đại cương của tư tưởng Phật giáo, thì vấn đề tạng Abhidhamma được kiết tập sớm hay muộn không có gì quan trọng cả".

Về phương pháp diễn đạt, tạng Abhidhamma chú trọng đặc biệt về một hệ thống gọi là Patisambhidà (Vô ngại giải hay Pratisamvit, một hệ thống của luận lý phân tích). Hệ thống này được chia thành bốn ngành. 1) Phân tích về ý nghĩa (Nghĩa vô ngại giải, Attha) của các danh từ (hay vật, vì danh từ định nghĩa sự vật). 2) Phân tích về pháp (Dhamma, Pháp vô ngại giải). Chữ pháp được tập Vibhanga và ngài Buddhaghosa, định nghĩa là sự hiểu biết về những nguyên nhân của sự vật. 3) Phân tích về văn phạm (Từ vô ngại giải, Nirutti), 4) Phân tích về Patibhàna (Biện vô ngại giải). Nhưng trong bộ luận chữ Hán Tsa-tsi, Attha lại có nghĩa là sự hiểu biết về những danh từ riêng và chung, và Dhamma có nghĩa là các Đồng nghĩa. Trong tập Niddesa, các danh từ được giải thích bằng một danh sách dài các chữ Đồng nghĩa (Dhamma) và các chữ khác được dùng những định nghĩa thông thường (Attha). Còn địa phương ngữ và những hình thức đặc biệt cũng cần giải thích và đó chính là Nirutti. Ngoài ra, còn có sự giải thích về giáo lý và ở đây cần phải có sức biện tài (Patibhàna).

Một đặc tánh nữa của tạng Abhidhamma mà các luận sư cho là rất đặc biệt là sự cố gắng của tạng Abhidhamma giải thích sự vật theo đệ nhứt nghĩa đế (Paramatthasacca), chớ không theo tục đế (Sammutisacca) như trong Kinh tạng. Như khi nói đến cái bàn, là theo tục đế, nhưng khi nói đến những cơ năng, những đặc tánh tạo thành cái bàn là nói đến Đệ nhứt nghĩa đế. Trong Kinh tạng, đức Phật thường dùng những danh từ đàn ông, đàn bà, hữu tình, tự ngã. Trái lại trong Abhidhamma, những danh từ như năm uẩn, mười hai xứ, mười tám giới được dùng. Nói đến người thời có sự sai khác giữa đàn ông đàn bà, con nít người lớn, người thông minh kẻ ngu dốt và như vậy nằm trong phạm vi Tục đế. Khi nói đến năm uẩn hay mười hai xứ, thời không có sự phân biệt trên và con người chỉ là sự tụ họp của năm uẩn hay năm pháp.

Chúng ta cũng tìm được những ghi chú về quá trình phiên dịch, lựa chọn thuật ngữ dịch, tài liệu tham khảo, và cấu trúc phiên dịch của ngài khi đó. Kèm theo đó cũng là mục đích khi ngài dịch tập sách này, cũng như những kỳ vọng ở thế hệ mai sau:

Khi chúng tôi bắt đầu dịch tập này, chúng tôi gặp một sự khó khăn lớn là có nhiều danh từ chưa bao giờ được dịch ra chữ Hán và như vậy chúng tôi phải tự dịch theo nghĩa, hoặc dịch theo ý. Với những danh từ như Pìti (Hỷ), Vitakka (Tầm), Vicàra (Tứ), thời không có gì khó khăn vì chữ Hán đã dùng nhiều lần. Nhưng Cittavìthi (Tâm lộ hay lộ trình của tâm), Parikamma (chuẩn bị), Upacàra (cận hành), Anuloma (thuận thứ), Gotrabhù (chuyển tánh), Appanà (an chỉ) v.v... toàn là những danh từ mới mẻ, phải tự dịch ra. Để tiện tìm hiểu và khảo cứu, chúng tôi cho in hai tập ngữ vựng, Pàli - Việt và Việt - Pàli, toàn những danh từ chuyên môn. Khi gặp chữ Pàli, muốn tìm chữ dịch ra tiếng Việt thì tìm ngữ vựng Pàli - Việt. Khi gặp chữ Việt mà muốn tìm chữ Pàli tương đương thì tìm ngữ vựng Việt - Pàli. Vì đây không phải là tự điển, nên chúng tôi chỉ cho in những danh từ chuyên môn mà thôi.

Trong khi dịch và giải thích tập này, chúng tôi chia mỗi đoạn văn thành bốn phần:

I. Pàli văn, tức là bản văn chính.
II. Thích văn, là dịch những chữ Pàli khó ra Việt văn.
III. Việt văn, là bản dịch Pàli văn ra Việt văn.
IV. Thích nghĩa, là giải thích đoạn văn trên.

Sự trình bày này giúp nhiều cho những người mới biết riêng Pàli cũng như những ai muốn nghiên cứu sâu vào vấn đề. Riêng đối với những người chỉ muốn hiểu tiếng Việt cũng có thể học hỏi nghiên cứu không có gì khó khăn. Tập này cũng có dụng ý giúp cho sinh viên Vạn Hạnh học chứng chỉ Abhidhamma và sinh viên Văn khoa Sài Gòn học chứng chỉ Triết Ấn, vì khi nào có sách học thời rất dễ cho sự tìm hiểu và chính nhờ sự hiểu biết về căn bản của tập này, sinh viên mới có sự hiểu biết căn bản để nghiên cứu các tác phẩm khác.

Quyển Abhidhammatthasangaha này là quyển sách căn bản cho những ai muốn tham học tạng A-tỳ-đàm và trở thành quyển sách đầu giường cho chư Tăng Miến Điện, Tích Lan, Thái Lan v.v... Không những tập này cho chúng ta những hiểu biết căn bản về môn học Abhidhamma, tập này có thể xem là chìa khóa độc nhất mở cửa cho chúng ta vào tham cứu bảy tập Abhidhamma chính thống, mà sự trình bày, cùng những danh từ chuyên môn khó hiểu và khô khan đã làm chán ngán thất vọng những kẻ sơ cơ muốn tìm hiểu tạng này. Ngài Anuruddha đã thành công khi ngài chẩn mạch được căn bệnh cổ truyền và khéo hệ thống hóa tư tưởng và triết học Abhidhamma một cách gọn ghẽ súc tích, khiến cho tập này trở thành một quyển sách đầu giường cho các Tăng ni Phật tử muốn nghiên cứu Luận tạng A-Tỳ-đàm. Tập này đã được dịch ra tiếng Miên, Thái, Tích Lan, Miến Điện, Ấn Độ, Anh, Pháp v.v... chỉ trừ có tiếng Việt và bản dịch này là để bổ khuyết sự thiếu sót ấy.

Về phần giải thích, chúng tôi y cứ vào hai bản Abhidhammatthasangaha của Đại Đức Narada, người Tích Lan và Đại Đức Kashyap, Viện Trưởng Viện Phật Học Nalanda người Ấn. Ngài Narada dịch rất sát nguyên văn và phần chú thích chú trọng nhiều về ngữ nguyên các danh từ cùng những giải thích truyền thống. Ngài Kashyap trái lại dịch rất thoát nguyên văn và thích nắm giữ những khái niệm chính của từng mục, từng đoạn. Dung hòa hai phương pháp và kết nạp và trích lựa tinh hoa của hai tập trên, tập "Thắng pháp Tập yếu" bằng tiếng Việt này là sự cố gắng để phụng sự Phật học nước nhà nói chung và Ban Tu Thư Viện Đại Học Vạn Hạnh nói riêng. Chúng tôi cũng có hy vọng tập này sẽ mở đầu cho một sự so sánh giữa tập Pàli Abhidhamma và Tạng Sanskrit Abhidharma, và tập Pàli Abhidhammatthasangaha và tập Sanskrit Abhidharmakosa, một sự so sánh rất hào hứng, đầy những khám phá mới lạ và thích thú.

Tập Abhidhammatthasangaha có đến 9 chương và chúng tôi dịch đến chương thứ V. Còn bốn chương sau, chúng tôi sẽ cho dịch tiếp.

Mùa Phật Đản 2510
*Tỷ kheo **THÍCH MINH CHÂU***
Viện Trưởng Viện Đại Học Vạn Hạnh

Như vậy, bản dịch cố gắng dung hòa giữa truyền thống và thông diễn. Trên tinh thần này chúng ta có thể xếp nó vào phía tiếp cận học thuật. Đến năm 1973, ngài dịch tiếp bốn chương còn lại của bộ này. Lời nói đầu của tập này chỉ ngắn gọn như sau:

Bản dịch quyển "Abhidhammasangaha" (Thắng Pháp Tập Yếu Luận) tập II nay mới được in xong, dầu chúng tôi dịch xong đã khá lâu, nguyên do chính vì vấn đề ấn loát khó khăn, nhất là in chữ Pàli, vật liệu khan hiếm đắt đỏ, và trách nhiệm của một vị Viện Trưởng khá đa đoan phiền toái.

Tập II này để cập đến hai Thắng pháp còn lại là Rùpa (Sắc) và Nibbàna (Niết Bàn) được phân chia như sau:

Chương VI: Sắc Pháp

Chương VII: Các danh từ Abhidhamma phân loại theo Bất thiện, Thiện và Bất thiện, liên hệ với Giác ngộ.

Chương VIII: Duyên khởi và Duyên hệ

Chương IX: Tu tập và đối tượng Tu tập,

Cũng như tập I, chúng tôi có in bản chính Pàli, tiếp theo là Thích văn, Dịch văn và Thích nghĩa, chúng tôi y cứ vào hai bản Abhidhammatthasangaha của Đại Đức Nàrada, Tích Lan và Đại Đức Kashyap, Viện Trưởng Viện Đại học Nalandà, Ấn Độ.

Chúng tôi gặp rất nhiều khó khăn về các danh từ Abhidhamma chuyên môn, những danh từ chuyên môn có chữ Hán tương đương thời chúng tôi dùng chữ Hán đã được Việt hóa, còn những danh từ không có chữ Hán tương đương, chúng tôi phải tạm thời dịch theo nghĩa để chờ đợi tìm được những danh từ chính xác hơn. Bao giờ cũng vậy, đi tiên phong trong vấn đề nào cũng có những khó khăn trong bước đầu, và ở đây tìm được những danh từ Việt hay Việt hóa sát nghĩa với nguyên văn là cả một vấn đề thiên nan vạn nan. Chúng tôi sẵn sàng chấp nhận những khó khăn ấy để mở đường cho những dịch phẩm về sau về Pàli Abhidhamma.

Sài Gòn, ngày 15 tháng 12 năm 1973
Tỷ kheo THÍCH MINH CHÂU
Viện Trưởng Viện Đại Học Vạn Hạnh

(còn tiếp)

N.Q.B.

Giới thiệu kinh điển Phật giáo Thượng Tọa Bộ(*)

P.D. PREMASIRI
PETER HARVEY

HƯƠNG TÍCH GIỚI THIỆU

1

Các đoạn văn đánh dấu 'Th.' trong sách này đại diện cho kinh điển truyền thống Phật giáo Thượng Tọa Bộ (Theravāda). Văn học chánh tạng của phái Thượng Tọa Bộ được bảo tồn trong ngôn ngữ Pāli, theo hình thái hiện tại của nó không thể hoàn toàn đồng nhất với bất kì ngôn ngữ nói cổ xưa nào của Ấn-độ, dù rằng nó có nhiều đặc điểm ngôn ngữ chung với nhóm các ngôn ngữ Indo-Arya cổ, cả viết lẫn đọc, và có các đặc điểm chính yếu của các thứ tiếng Prākrit trung Ấn. Nó duy chỉ được tiếp nhận bởi các tín đồ Phật giáo thuộc phái Thượng Tọa Bộ để bảo tồn những gì mà họ xác định là lời của Phật, rồi sau đó được gọi là 'Pāli', có lẽ là vì đây là ngôn ngữ của các văn bản có thẩm quyền tối thượng, do *pāli* có nghĩa là 'văn bản' hay 'kinh điển'. Với tín đồ Phật giáo Thượng Tọa Bộ, Chánh tạng Pāli được xem là cơ sở thẩm quyền

---

(*) Tiếp theo tập trước với bài *"Giới thiệu kinh điển Phật giáo Đại thừa"*, Hương Tích – Phật học Luận tập lần lượt dịch Việt các bài trong *Common Buddhist Text: Guidance and Insight from the Buddha*, như một sự tập thành căn bản và phổ thông về giáo nghĩa/ kinh điển Phật giáo; xin giới thiệu cùng bạn đọc.

cho các giáo lý cũng như các quy tắc và quy định được tuân thủ trong đời sống xuất gia của cộng đồng tăng ni nhận mình là Thượng Tọa Bộ.

2
Nội dung của Chánh tạng Pāli

Chánh tạng Pāli gồm ba bộ lớn hay tạng (*piṭaka*), nghĩa đen là 'giỏ', và do đó cũng được gọi là *Tipiṭaka* ('Tam tạng'; trong Skt, *Tripiṭaka*), một thuật ngữ cũng được dùng bởi các bộ phái sơ kì khác chỉ cho các bộ kinh điển của mình. Nội dung của Chánh tạng Pāli gồm:

- *Luật tạng (Vinaya-piṭaka)*: tập hợp các luật lệ tự viện, chủ yếu được định ra bởi chính đức Phật, cùng với các quy tắc về lễ luật cá nhân, và các quy định của tự viện để đảm bảo sự chuyên nhất đối với các mục tiêu của chúng tăng ni, cũng như để đảm bảo cho hội chúng sống hài hòa nhằm tạo điều kiện thuận lợi để thành tựu những mục tiêu này của đời sống phạm hạnh. Tạng này cũng có một ít các tài liệu chuyện kể và giáo lý.

- *Kinh tạng (Sutta-piṭaka)*: tập hợp các 'bài giảng', truyền tải những lời dạy của Phật và các đại đệ tử, được thuyết trong nhiều dịp khác nhau. Nó được sắp xếp thành năm *nikāya*, hay bộ:

  » *Trường Bộ (Dīgha-nikāya)*, hay 'bộ dài' gồm 34 bài (3 tập.);

  » *Trung Bộ (Majjhimanikāya)*, hay 'bộ có độ dài vừa phải' gồm 152 bài (3 tập.);

  » *Tương Ưng Bộ (Saṃyutta-nikāya)*, hay 'bộ có liên hệ' gồm 7,762 bài, được nhóm thành 56 phần (*saṃyutta*) dựa theo chủ đề (5 tập.);

  » *Tăng Chi Bộ (Aṅguttara-nikāya)*, hay 'bộ đánh số' gồm 9,550 bài, được nhóm dựa theo số các mục xuất hiện trong danh sách (từ một đến mười một) mà các bài kinh nói đến (5 tập.);

  » *Tiểu Bộ (Khuddaka-nikāya)*, hay 'bộ nhỏ' gồm 15 kinh văn đa tạp được xếp làm 20 tập, nhiều bài ở thể thi kệ, gồm cả những tài liệu sớm nhất lẫn muộn nhất của Chánh tạng. 15 kinh văn này gồm:

(a) *Tiểu Tụng* (*Khuddaka-pāṭha*), một tập hợp các 'bài đọc ngắn' để tụng;

(b) *Pháp Cú* (*Dhammapada*), hay 'các thi kệ về Pháp', một tập hợp nổi tiếng gồm 423 thi kệ súc tích phần nhiều mang tính đạo đức. Sự nổi tiếng của nó được phản ánh qua việc nhiều lần được phiên dịch sang các ngôn ngữ phương Tây;

(c) *Cảm Hứng Ngữ* (*Udāna*), tám mươi bài kinh (*sutta*) ngắn dựa trên các bài hoan ca cảm hứng;

(d) *Như Thị Thuyết* (*Itivuttaka*), hay 'được thuyết như vậy': 112 bài kinh (*sutta*) ngắn;

(e) *Kinh Tập* (*Suttanipāta*), 'nhóm các bài kinh', một tập hợp gồm 71 bài kinh (*sutta*) dạng kệ, gồm một số tài liệu có thể là rất cổ, chẳng hạn như Phẩm Tám (*Aṭṭhaka-vagga*);

(f) *Thiên Cung Sự* (*Vimānavatthu*), 'chuyện về thiên cung', kể về sự tái sanh lên trời;

(g) *Ngạ Quỷ Sự* (*Petavatthu*), 'chuyện về người quá vãng', kể về sự tái sanh vào ngạ quỷ;

(h) *Trưởng Lão Kệ* (*Theragāthā*), 'những bài kệ của các vị trưởng lão', kể về chuyện một số vị tăng thời sơ kì đắc quả a-la-hán;

(i) *Trưởng Lão Ni Kệ* (*Therīgāthā*), cũng giống như (h), nhưng cho phía ni;

(j) *Bổn Sanh* (*Jātaka*), một tập hợp gồm 547 'chuyện bổn sanh' về các tiền thân của đức Phật, với mục đích minh họa các mặt đạo đức và phẩm chất anh hùng của vị bồ-tát (*bodhisatta*) đang tu tập – chuyện đầy đủ được kể trong chú giải, dựa trên các bài kệ thuộc chánh tạng, và chúng cả thảy gồm 6 tập – trong khi đây là một phần có tương đối muộn trong Chánh tạng, có lẽ kết hợp nhiều câu chuyện dân gian Ấn-độ, nó rất phổ biến và thường được sử dụng trong các bài kinh;

(k) *Nghĩa Thích* (*Niddesa*), một 'diễn giải' trên bộ (e);

(l) *Vô Ngại Giải Đạo* (*Paṭisambhidāmagga*), một phân tích theo kiểu *abhidhamma* về một số điểm trong giáo pháp (2 tập);

(m) *Thí Dụ* (*Apadāna*), 'chuyện về hành vi và kết quả của chúng' về đời quá khứ và hiện tại của chư tăng ni trong (h) và (i), cùng với một số tư liệu tóm lược về đức Phật và chư Phật Độc Giác;

(n) *Phật Sử* (*Buddha-vaṃsa*), 'sử ký về chư Phật', kể về 24 vị Phật quá khứ;

(o) *Sở Hành Tạng* (*Cariyā-piṭaka*), 'giỏ chứa về sở hành', về hạnh của Phật Gotama trong các đời trước, xây dựng 'các pháp ba-la-mật (toàn hảo)' của một bồ-tát (*bodhisatta*) khi ngài hành trì hướng về Phật quả.

Truyền thống Miến-điện (Burma/Myanmar) còn thêm vào Tiểu Bộ (*Khuddaka-nikāya*):

(p) *Kinh Nhiếp* (*Sutta-saṅgaha*), 'trích yếu kinh điển';

(q và r) *Tạng Thích* (*Peṭakopadesa*), 'khai mở về tạng', và *Dẫn Đạo Luận* (*Nettippakaraṇa*), 'hướng dẫn', đều được quy cho Kaccāna Thera và nhắm đến các chú giải sư,

(s) *Milinda Sở Vấn* (*Milindapañha*), 'những câu hỏi của Milinda': thảo luận giữa vua Milinda và Nāgasena Thera.

- *A-tỳ-đàm tạng* (*Abhidhamma-piṭaka*): tập hợp 'những lời dạy thêm hơn', là một nền văn học học thuật chủ yếu rút trích và hệ thống hóa các giáo lý then chốt của kinh (*sutta*) theo cách phân tích chi tiết kinh nghiệm nhân sinh, một tập hợp các pháp hoặc các quá trình cơ bản không có yếu tố cá nhân, cả về tinh thần lẫn thể xác. Nó bao gồm bảy bộ, trong đó bộ *Pháp Tập* (*Dhammasaṅgaṇi*), *Phân Biệt* (*Vibhaṅga*), *Giới Luận* (*Dhātukathā*) và *Song Luận* (*Yamaka*) được dành cho việc phân tích và phân loại các pháp, bộ *Nhân Thi Thiết* (*Puggalapaññatti*) để phân loại các hạng người theo phẩm chất đạo đức và tinh thần, và bộ cuối mà cũng dày nhất, *Phát-thú* (*Paṭṭhāna*), để cho thấy cách mà chư pháp được phân tích và phân loại duyên nhau mà sanh khởi ra sao. Bộ thứ năm (*Luận Sự – Kathāvatthu*), đề cập đến việc bác bỏ các quan điểm không phải của Phật giáo Thượng Tọa Bộ, có lẽ là sự bổ sung muộn nhất cho *Tạng A-tỳ-đàm*. Không giống như *Tạng Kinh*, tất cả các văn bản trong Tạng này đều có ngôn ngữ và phong cách mang tính kỹ thuật cao.

Kinh tạng chủ yếu gồm các tài liệu cũng được tìm thấy trong các bộ kinh của các bộ phái Phật giáo sơ kì khác, dù rằng *nikāya* thứ năm của nó có một số tài liệu giống như *abhidhamma* đặc thù riêng cho phái Thượng Tọa Bộ. Cốt lõi của *Luật tạng* giống với các bộ luật khác. Hầu hết những đoạn Th. trong quyển sách này trích từ *Kinh tạng*. Ngoài các kinh điển chánh tạng, có rất nhiều tài liệu văn học chú giải và phụ chú giải của Thượng Tọa Bộ cũng như các văn bản giáo lý hậu chánh tạng khác được phát triển trong truyền thống Thượng Tọa Bộ. Tất cả các đoạn **L.** và **Th.** được dịch từ các kinh văn tiếng Pāli.

3
Sự phát triển của Pāli và các Chánh tạng sơ kì khác

Luật tạng của chánh tạng Thượng Tọa Bộ đưa ra một lý do cho hội kết tập đầu tiên của Phật giáo đã được công nhận chính thức trong lịch sử đạo Phật, trong đó những lời dạy của đức Phật (Pháp, Dhamma) và các quy tắc và quy định về luật lệ được ngài thiết lập (luật, *vinaya*) đã được đồng thuận và cùng nhau đọc tụng tại một kì hội tập gồm năm trăm đại đệ tử Phật. Hội kết tập này, được tổ chức khoảng ba tháng sau khi Phật diệt độ, có thể được coi là sự kiện quan trọng nhất trong lịch sử kinh điển Phật giáo. Sự kiện về một hội kết tập như vậy đã được chấp nhận bởi tất cả các phái Phật giáo hiện có. Tuy nhiên, lời dạy của đức Phật có thể đã được đồng thuận và hệ thống hóa một mức đáng kể ngay cả trước hội kết tập được chính thức công nhận này. Một quan sát như vậy được hỗ trợ bởi bằng chứng nội tại trong truyền thống kinh điển Phật giáo cho thấy sự tồn tại khá sớm của một số phần trong *Kinh Tập* (*Sutta-nipāta*) của Chánh tạng Pāli, cũng như điều được nhắc tới trong *Kinh Phúng Tụng* (*Saṅgīti Sutta*) (*Dīgha-nikāya* III.210–11) về việc các đệ tử Phật họp lại với nhau để thống nhất một phân loại thứ tự về Pháp Phật dạy theo cách đánh số.

Ban đầu, các văn bản được đồng thuận này có dạng truyền miệng, được lưu truyền thông qua những buổi tụng đọc chung được tổ chức cẩn thận, vì việc ghi chép ít được sử dụng thời Ấn-độ cổ. Chánh tạng Pāli là một trong những tài liệu được viết lại sớm nhất, nó được thực hiện ở Sri Lanka vào khoảng năm 20 TTl., rồi sau đó một số ít tài liệu mới, nếu có, được thêm vào. Cũng có các phần còn lại của sáu bộ chánh tạng sơ kì ngoài Thượng Tọa Bộ được bảo tồn trong các bản dịch Trung Quốc và Tây Tạng, các mảnh của một bộ chánh tạng Sanskrit vẫn còn tồn tại ở Nepal, và các văn bản lẻ trong các ngôn ngữ khác nhau của Ấn-độ và Trung Á tìm thấy ở Tây Tạng, Trung Á và Nhật Bản. Chánh tạng Pāli tồn tại đến ngày nay, có lẽ là kinh điển cổ nhất và đầy đủ nhất của truyền thống Phật giáo, là một bộ phận của văn học Phật giáo được phát triển như là kết quả của những đồng thuận đã đạt được trong hội kết tập đầu tiên. Mặc dù các bộ phận kinh điển chánh tạng cũng được bảo tồn bởi các truyền thống Phật giáo sơ kì khác, nhưng hiện nay chỉ còn tồn tại trong một số văn bản còn sót lại bằng một số ngôn ngữ Ấn-độ nào đó, hoặc đầy đủ, nhưng lại không hoàn chỉnh, trong các bản dịch Trung Quốc hoặc Tây Tạng.

Trong số các bộ phái Phật giáo sơ kì, một phái có ảnh hưởng ngoài Thượng Tọa Bộ là Thuyết Nhất Thiết Hữu Bộ (Sarvāstivāda), và các nghiên cứu gần đây cho thấy bộ Kinh (*sūtra/sutta*) Sanskrit hóa của họ có thể được so sánh rất gần với *Kinh tạng* của Chánh tạng Pāli. Phiên bản tiếng Sanskrit ban đầu của bộ chánh tạng này đã thất lạc nhiều thế kỷ trước và những gì còn lại của nó ngày nay chỉ là một vài mảnh bản thảo rải rác được phát hiện gần đây thông qua các cuộc khai quật khảo cổ. Tuy nhiên, phiên bản thay thế này, cùng với các phần của những bộ sơ kì khác, đã được bảo tồn trong tiếng Tây Tạng và đặc biệt là tiếng Hán từ ít nhất là vào khoảng thế kỷ 3 hoặc 4 Tây lịch, giúp cho các nhà nghiên cứu hiện đại có thể tiến hành một nghiên cứu so sánh nghiêm túc về các phiên bản khác nhau. Tính tương đồng cao trong nội dung tư tưởng của các bản kinh (*sutta*) được bảo tồn trong năm bộ *nikāya* của Chánh tạng Pāli và các bản kinh (*sūtra*) trong bốn A-hàm (*āgama*) (các bản Hán dịch tương đương với bốn *nikāya* đầu) và các chánh văn khác của các tạng Hán và Tây Tạng cho thấy rằng nền văn học kinh điển (*sutta/sūtra*) này thuộc về một giai đoạn sơ kì khi Phật giáo chưa phân chia thành các hệ phái. Nhiều sự khác biệt nhỏ trong và giữa các chánh tạng có thể được xem là do phương thức khẩu truyền luôn tạo ra nhiều hoán vị khác nhau của cùng một câu truyện hoặc lời dạy. Các bộ *abhidhamma* (Skt *abhidharma*) của các truyền thống chánh tạng Phật giáo khác nhau không được gần gũi và tương đồng như vậy về nội dung giáo lý. Do vậy, ta có lý khi cho rằng hầu hết các trích đoạn **Th.** đại diện cho lời dạy của đức Phật có xác suất khá cao để quy cho đức Phật lịch sử.

Hầu hết giáo lý trong các bài kinh (*sutta*) Pāli là tài sản chung của tất cả các phái Phật giáo, chỉ đơn giản là những lời dạy mà các vị Thượng Tọa Bộ đã bảo lưu từ gia tài chung ban đầu. Mặc dù các bộ phận của Chánh Tạng Pāli rõ ràng là có từ sau thời đức Phật, nhiều phần trong đó hẳn phải bắt nguồn từ những lời dạy của ngài. Chánh Tạng có một sự hài hòa tổng thể, điều này gợi ý rằng 'tác giả' hệ thống tư tưởng của nó là ý kiến của một người. Vì đức Phật thuyết giảng trong bốn mươi lăm năm, một số dấu hiệu phát triển trong giáo lý chỉ có thể phản ánh được những thay đổi trong thời kỳ này.

4
Các kinh văn Pāli hậu kì

Tất nhiên, một số kinh văn hậu kì có ảnh hưởng rất lớn đến Phật giáo Thượng Tọa Bộ, và do đó một vài đoạn từ những kinh văn này cũng được đưa vào để ghi dấu ấn đại diện cho truyền thống này. Kinh văn quan trọng nhất trong số này là 'Milinda Sở Vấn' (*Milindapañha*), được liệt vào Chánh Tạng Pāli theo truyền thống Miến-điện ((các) mục trên), và 'Thanh Tịnh Đạo' (*Visuddhimagga*). Tác phẩm thứ nhất nhằm ghi lại cuộc đối thoại giữa vị một sư Phật giáo và một vị vua của di sản Hy-lạp trong vùng Tây Bắc Ấn, Menander (khoảng 155-130 tTl.), trong đó vị sư trả lời các câu hỏi của nhà vua về các khái niệm quan trọng của Phật giáo. Tác phẩm thứ hai là của ngài Buddhaghosa (Giác Âm), một chú giải sư vào thế kỷ thứ năm Tây lịch, và là một quyển hướng dẫn về thiền định và giáo lý có ảnh hưởng định hình về cách mà các vị Thượng Tọa Bộ giải thích các kinh văn trước đó. Những chuyện bổn sanh (*jātaka*) về các đời trước của đức Phật như một vị bồ-tát (*bodhisatta*) có những bài kệ thuộc chánh tạng, còn câu chuyện đầy đủ, được dẫn nhiều trong các bài kinh, được nêu trong các chú giải.

Những câu chuyện phổ thông cũng đến từ chú giải của *Dhammapada* (Pháp Cú). Các câu chuyện này mô tả những hoàn cảnh trong đó đức Phật giảng dạy và tương tác với chư đệ tử của mình cũng như các thiền giả đang gặp khó khăn. Mặc dù chúng xuất hiện muộn so với kinh văn Thượng Tọa Bộ – khoảng thế kỷ thứ sáu TTl. – nhưng chúng cũng kể những câu chuyện có thể đã được lưu truyền trong một thời gian dài. Các bài kệ Pháp Cú (*Dhammapada*) tương ứng với chúng có rất sớm và ta chẳng biết được phần truyện được liên kết với chúng ở giai đoạn nào. Những chuyện kể này rất quan trọng và đã phổ biến lâu đời trong giới tại gia, vì họ có cùng một sự đồng cảm nhân sinh và sự dấn thân như những thiền giả nỗ lực, thường là qua nhiều đời nhiều kiếp, với các vấn đề và khuynh hướng khác nhau mang lại bất hạnh, nhưng cuối cùng cũng vượt qua được (xem truyện về con trai người thợ kim hoàn trong phần giới thiệu về *L.33). Quan điểm về nhiều kiếp sống và cách mà đức Phật hướng dẫn họ trong các hành trình thiền định riêng của mình chứng tỏ con đường thực hành thiền định được xem xét cẩn thận khế hợp với từng cá thể cụ thể. Vị thầy và thiền giả cùng nhau tìm ra kết quả, thậm chí sau nhiều thất bại rõ ràng.

5
Các đoạn văn được chọn và nguồn dẫn

Các phần **Th.** được chọn, rút ra chủ yếu từ Chánh Tạng Pāli, đại diện cho không chỉ những lời dạy của đức Phật dành cho những tu sĩ đã từ bỏ thế gian mà còn cho cả người tại gia thông thường, những người mong muốn hướng đến đời sống hạnh phúc, toại nguyện và hài hòa theo những lý tưởng đạo đức và tôn giáo dựa trên lý trí và tuệ giác từ bi. Chúng bao gồm các khía cạnh đa dạng liên quan trực tiếp đến cuộc sống thường nhật thành đạt, như là cơ sở lý tính cho hành vi đạo đức, các nguyên tắc về văn hoá xã hội và chính trị lành mạnh, lời khuyên hợp lý về tình bạn và đời sống gia đình trong bối cảnh đời sống cư sĩ tại gia, cũng như những hướng dẫn về thiền định và trí tuệ liên quan đến việc tu tập về đại giác và các trạng thái tâm thức thiện xảo hơn, dẫn đến việc chứng đạt Phật pháp coi như là mục đích cao nhất và tốt nhất. Nói rộng ra, giáo lý của Thượng Tọa Bộ liên quan đến: nghiệp (hành động cố ý) thiện và bất thiện và quả trong đời này hay những đời sau; khía cạnh hành trì của giới, định và tuệ; bốn chân lý của bậc thánh (xem *L.27), thường được gọi là 'Thánh Đế', về những khía cạnh khổ đau, bất mãn của đời sống, nguyên nhân tạo ra những điều này, sự vượt qua những điều này và nguyên nhân của chúng, và con đường tám chi đến mục đích này, niết-bàn.

Các tài liệu tham khảo được nêu ở cuối mỗi đoạn **Th.** (và **L.**) là các ấn bản văn bản Pali Text Society (PTS, thành lập năm 1881) (http://

www.palitext.com) của Vương quốc Anh, là phiên bản thường được tham chiếu nhiều nhất bởi các học giả Phật học trên khắp thế giới.[1] Bản dịch tiếng Anh của các đoạn Th. đã được hỗ trợ từ nhiều bản dịch hiện có của các kinh điển (*sutta*) chánh tạng, nhưng không phải là vay mượn trực tiếp từ các bản này. Người thực hiện chính của phần này đã nỗ lực cung cấp những bản dịch từ nguyên bản sao cho phù hợp nhất. Biên tập viên của cuốn sách, Peter Harvey, cũng đã thêm một số đoạn được ông chọn và dịch, để mở rộng phạm vi các chủ đề được đề cập.

6
Những ý niệm chính yếu của Thượng Tọa Bộ

Một số giáo lý chính yếu của Thượng Tọa Bộ được nêu dưới các đề mục về tái sanh và nghiệp, cũng như các hình thái Phật giáo khác. Đời sống nhân sinh ngắn ngủi của ta được xem như là một trong những điều gần nhất trong một chuỗi dài vô số các kiếp sống chẳng rõ khởi đầu. Trong quá khứ, có khi ta là người, nhưng có khi là nhiều hạng thiên nhân trường thọ mà chẳng được bất tử; chúng đều được coi là những hình thức tái sanh an lành và tốt đẹp. Dù vậy, đôi khi, ta cũng đã tái sanh nơi bất hảo và tồi tệ: như các chủng loài động vật khác nhau (bao gồm cả chim, cá, hoặc côn trùng); như những ngạ quỷ, bị chi phối bởi chấp thủ và tham ái; hay như những chúng sanh nơi địa ngục đang trải qua đời sống khiếp đảm triền miên. Sự tái sanh của con người được cho là có nhiều quyền tự do lựa chọn và khả năng theo đuổi sự phát triển đạo đức và tinh thần.

Những chủng loài trong cuộc du hành vô định của ta từ đời này sang kiếp khác chẳng thể được xem như một sự ngẫu nhiên hay điều chi sắp đặt bởi Thượng Đế, mà là bản chất những hành vi chủ ý của mình, tức là nghiệp. Các hành vi khởi sanh từ tham, sân hay si được xem là gieo mầm trong tâm rồi chín muồi tự nhiên trong những kinh nghiệm bất hảo của một trong những ác đạo (nhưng chúng sanh trong những cõi ấy có những quả thiện nghiệp chưa lãnh thọ, sẽ giúp họ tái sanh trở lại thiện thú). Các hành động phát sinh từ sự bố thí, từ bi và trí tuệ được

---

[1] Chú ý rằng Pali Text Society có hai phiên bản của tập I Saṃyutta-nikāya; trong sách này, các tham chiếu tới nó được nêu theo cách đánh số trang của bản cũ, theo sau là cách đánh số trang của bản mới, ghi trong dấu ngặc <>.

xem là gieo mầm cho những trải nghiệm an lành hơn nơi cõi người và cõi trời.

Đức Phật chấp nhận nhiều cõi sanh thiên, cư ngụ bởi chư thiên (*deva*). Những chúng sanh nơi sáu tầng trời đầu (được liệt kê gần cuối *L.27), giống như con người và các chúng sanh tái sanh bên dưới cõi con người, thuộc về Dục Giới (*kāmaloka*), nơi mà tưởng bị nhiễm trước bởi dục lạc hoặc sự thiếu thốn dục lạc – những tầng trời này được đạt tới bằng cách hành bố thí và trì giới. Tiếp đến, có nhiều tầng trời khác của Sắc Giới (*rūpaloka*), thế giới của nguyên tố hay hình thức thuần khiết, trong đó mọi thứ được nhận thức rõ ràng hơn – những cõi này được đạt đến bằng cách đắc các tầng thiền (*jhāna*). Những chúng sanh ở những cõi giới này đôi khi được gọi là những nhóm phạm thiên (*brahmā*), và năm trong số những cõi trời cao nhất này gọi là 'Tịnh Cư Thiên', trong đó những cư dân duy nhất là những vị bất hoàn, gần như là a-la-hán (*arahant*, những vị giác ngộ) và các vị a-la-hán mà sau đó họ trở thành (mặc dù hầu hết các a-la-hán sống ở cõi người). Ngoài tất cả các tầng trời này là bốn cõi Vô Sắc (*arūpaloka*), vượt quá cái tưởng về bất cứ điều gì liên hệ đến năm giác quan, và đạt được bởi các trạng thái thiền định sâu sắc cùng tên với cõi trời: không vô biên xứ, thức vô biên xứ, vô sở hữu xứ, phi tưởng phi phi tưởng xứ.

Tuy nhiên, tất cả những sanh mạng đó dầu sớm hay muộn đều kết thúc bằng cái chết, rồi lại tái tục, theo bản chất hành vi của họ. Có khi đời tiếp theo là bằng hoặc tốt hơn đời trước, có khi lại tệ hơn. Do đó, người ta không nên chỉ hướng đến mục đích tái sanh vào cõi lành, mà nên nhắm đến việc vượt qua vòng sanh tử – 'luân hồi' (*saṃsāra*) – bằng cách đắc niết-bàn (Pāli *nibbāna*, Skt *nirvāṇa*). Điều này đưa đến chủ điểm giáo lý chính tiếp theo: bốn 'Chân lý của bậc Thánh'[2] (xem *L.27). Đây là bốn khía cạnh của hiện hữu hài hòa cùng trí tuệ và việc tu thánh đạo. Thứ nhất là những khía cạnh đau đớn về thân và tâm của đời sống: những căng thẳng, thất vọng và những giới hạn. Thứ hai là tham ái, chấp thủ và ái dục làm tăng thêm áp lực cho cuộc sống, và dẫn dắt người ta tái tục thêm nữa, cùng những hạn chế của chúng. Thứ ba là niết-bàn, như là khía cạnh thực tại nằm ngoài những căng thẳng nêu trên vì nó được trải nghiệm thông qua việc chấm dứt tham ái như vậy.

[2] The four 'Truths of the Noble Ones'. Một cách dịch phổ biến hơn nhưng có chút lệch ý là 'Chân lý Thánh' (Noble Truths).

Thứ tư là con đường dẫn đến sự đoạn trừ tham ái này: thánh đạo tám chi, một con đường hạnh phúc. Hành trì con đường này là một sự tiệm tiến bao gồm việc tu tập giới, định và tuệ, được hướng dẫn bởi những lời dạy của đức Phật.

Hầu hết các Phật tử Thượng Tọa Bộ đều là cư sĩ, nhưng một thiểu số nổi trội trở thành các tăng ni, có cơ hội để hành đạo liên tục hơn, cũng như là người duy trì và giảng dạy chủ yếu của truyền thống này.

Người ta mới đầu nhắm đến cuộc sống hạnh phúc hơn, hài hòa hơn và tái sanh cõi lành, nhưng vẫn có mục đích cao nhất là niết-bàn: giải thoát khỏi vòng sanh tử. Những giai đoạn này bao gồm việc trở thành một đệ tử chân chánh (*sāvaka*, nghĩa là 'thanh văn') của những bậc thánh hay vị thánh giả (đức Phật) đã đạt được những bước đột phá tâm linh để trở thành bậc nhập lưu (chỉ còn bảy lần tái sanh), bậc nhất lai (tái sanh vị lai chỉ còn một lần nơi loài người hoặc chư thiên dục giới), bậc bất hoàn (không còn tái sanh ở các cõi bên dưới Sắc Giới), và cuối cùng là một vị a-la-hán (*arahant*, không còn tái sanh trong vị lai). Bốn bậc này, cùng với những vị vững vàng trên đạo lộ hiện thời của từng bậc, gọi là tám hạng 'thánh nhân'.[3]

Tuy nhiên, những thánh nhân khác cũng được công nhận: Phật Toàn Giác (Pāli *sammā-sambuddha*) và Phật Độc Giác (Pāli, *pacceka-buddha*, xem *LI.3, ở trên). Phật Toàn Giác, như đức Phật Gotama, là người mà khi tri thức về giáo pháp đã bị mất trong xã hội loài người, thì ngài đã khám phá lại nó và dạy cho người khác và thiết lập một hội chúng môn đồ (*Majjhima-nikāya* III.8). Đạo lộ để tới quả vị này là rất dài, qua rất nhiều đời hành ba-la-mật và được thọ ký khi gặp những vị Phật Toàn Giác trong quá khứ.

Phật Độc Giác, không như một vị a-la-hán, là người đạt được giải thoát mà không được đức Phật Toàn Giác chỉ dạy, cũng theo một đạo lộ dài, nhưng chỉ dạy được cho người khác một phần nhỏ. Các vị Phật Độc Giác được miêu tả là 'không tham ái, riêng tự mình chứng đắc' và là 'Đại Ẩn sĩ vô lượng đã đạt bát-niết-bàn' (*Majjhima-nikāya* III.68-71). Một người trở thành một vị Phật Độc Giác bằng cách quán chiếu sự vô thường và sự điên đảo của chấp thủ, điều này khởi sanh từ việc quán sát những thứ như lá úa rơi, cây xoài bị tàn phá bởi những kẻ tham lam,

---

[3] Xem đoạn *Th.201.

những con chim tranh giành một miếng thịt, và những con bò đực tranh giành một con bò cái (*Jātaka* III.239, III.377, V.248).

Các vị a-la-hán đôi khi còn được biết đến như Phật Thanh Văn (Pāli *sāvaka-buddha*). Họ hành trì lời dạy của một vị Phật Toàn Giác để đoạn trừ tham, sân và si của mình và hoàn toàn giác ngộ niết-bàn. Họ giác ngộ cùng những chân lý được một vị Phật Toàn Giác biết (xem L.27), và thường dạy cho những người khác, nhưng thiếu những trí khác mà một vị Phật Toàn Giác có, chẳng hạn như khả năng nhớ lại vô lượng kiếp quá khứ (*Visuddhimagga* 411). Một vị Phật Toàn Giác được mô tả như một vị a-la-hán, nhưng còn hơn như vậy.

Một bài kệ của Thượng Tọa Bộ thường được tụng để cầu an, từ Đại Thắng Cát Tường Kệ (*Mahā-jayamaṅgala Gāthā*), là:

> 'Dĩ nhất thiết Phật lực,
> Chư Độc Giác chi lực,
> Cập A-la-hán lực,
> Kết nhất thiết thủ hộ.'[4]

Trong cuốn Thanh Tịnh Đạo (*Visuddhimagga*) (I.33, p.13) của mình, vị chú giải sư Thượng Tọa Bộ là Giác Âm (Buddhaghosa) nói rõ rằng mục đích của việc trở thành một vị Phật Toàn Giác là một mục đích cao hơn việc mong thành một vị a-la-hán: 'hạnh của các pháp ba-la-mật được thiết lập cho mục đích giải thoát tất cả chúng sanh là bậc thượng'. Truyền thống Đại Thừa (Mahāyāna) chủ trương rằng quả vị Phật Toàn Giác là mục tiêu mà tất cả mọi người nên theo đuổi, bằng cách hành từ bi theo đạo lộ lâu dài hướng đến đó, như một vị bồ-tát (Pāli *bodhisatta*, Skt *bodhisattva*), để có phẩm chất của một bậc đạo đạo sư. Tuy nhiên, Thượng Tọa Bộ, xem quả vị Phật Toàn Giác là một mục tiêu chỉ dành cho một số ít anh hùng. Vì con đường dẫn đến nó có nhiều yêu cầu khắt khe, nó không được xem là thích hợp (hoặc thậm chí không từ bi) khi mong muốn mọi người đều theo con đường này. Thượng Tọa Bộ thấy rằng tốt nhất là người ta nên nhắm vào quả vị a-la-hán, và được lợi lạc từ những lời dạy mà đức Phật lịch sử đã khám phá lại và đã dành suốt 45 năm giảng dạy. Tuy nhiên, một vài vị theo Thượng Tọa Bộ tự

---

[4] [ND] *Sabbe Buddhā balappattā,*
Paccekānañca yaṃ balaṃ,
Arahantānañca tejena,
Rakkhaṃ bandhāmi sabbaso.

thấy mình đang trên con đường bồ-tát đạo, với trọng tâm hành trì của mình là từ bi giúp đỡ đối với tha nhân.

P.D. P.
P.H.
Hương Tích giới thiệu

Nguyên tác

Introduction to the Selections from Theravāda Buddhism

by
P.D. PREMASIRI
PETER HARVEY

1.

The passages marked 'Th.' in this book represent the textual tradition of the Theravāda school of Buddhism. The canonical literature of the Theravāda school is preserved in the Pāli language, which in its present form cannot be entirely identified with any known ancient spoken language of India, although it has many linguistic characteristics common to the ancient Indo-Aryan group of languages, both literary and spoken, and has the principal linguistic characteristics of Middle Indian Prākrits. It was exclusively adopted by the Buddhists of the Theravāda school to preserve what they determined to be the word of the Buddha, and came to be known as 'Pāli', probably because it was the language of their most authoritative texts, as the word pāli means 'text' or 'scripture'. For Theravāda Buddhists, the Pāli Canon is considered the authoritative foundation for Buddhist doctrines as well as for the disciplinary rules and regulations adopted in the homeless mode of life of the community of monks and nuns who claim a Theravāda identity.

2.
The content of the Pāli Canon

The Pāli Canon consists of three large collections or piṭakas, literally 'baskets', and so is also known as the *Tipiṭaka* ('Three baskets'; in Skt, *Tripiṭaka*), a term also used by other early schools for their collection of texts. The contents of the Pāli Canon are:

• *Vinaya-piṭaka*: the collection on monastic discipline, primarily promulgated by the Buddha himself, with rules of individual discipline, and monastic regulations to ensure the sincerity of commitment to the goals of the community of monks and nuns, as well as to ensure harmonious community living so as to facilitate the achievement of these very goals of the holy life. It also contains a small amount of narrative material and teachings.

• *Sutta-piṭaka*: the collection of 'discourses', which gives the teachings of the Buddha and some of his leading disciples, delivered on a variety of occasions. It is organized into five *nikāyas*, or collections: the *Dīgha-nikāya*, or 'Long Collection' of 34 discourses (3 vols.); the *Majjhimanikāya*, or 'Middle Length Collection' of 152 discourses (3 vols.); the *Saṃyutta-nikāya*, or 'Connected Collection' of 7,762 discourses, grouped in fifty-six sections (*saṃyutta*) according to subject matter (5 vols.); the *Aṅguttara-nikāya*, or 'Numerical Collection' of 9,550 discourses, grouped according to the number of items occurring in lists (from one to eleven) which the discourses deal with (5 vols.); the *Khuddaka-nikāya*, or 'Small Collection' of 15 miscellaneous texts in 20 volumes, many in verse form, which contain both some of the earliest and some of the latest material in the Canon. The 15 texts are: (a) the Khuddaka-pāṭha, a short collection of 'Little Readings' for recitation; (b) the *Dhammapada*, or 'Verses on Dhamma', a popular collection of 423 pithy verses of a largely ethical nature. Its popularity is reflected in the many times it has been translated into Western languages; (c) the *Udāna*, eighty short suttas based on inspired 'Paeans of Joy'; (d) the *Itivuttaka*, or 'As it Was Said': 112 short suttas; (e) the *Suttanipāta*, the 'Group of Discourses', a collection of 71 verse suttas, including some possibly very early material such as the *Aṭṭhaka-vagga*; (f) the *Vimānavatthu*, 'Stories of the Mansions', on heavenly rebirths;

(g) the *Petavatthu*, 'Stories of the Departed', on ghostly rebirths; (h) the *Theragāthā*, 'Elders' Verses', telling how a number of early monks attained arahantship; (i) the *Therīgāthā*, the same as (h), for nuns; (j) the *Jātaka*, a collection of 547 'Birth Stories' of previous lives of the Buddha, with the aim of illustrating points of morality and the heroic qualities of the developing bodhisatta – the full stories are told in the commentary, based on verses, which are canonical, and together they comprise 6 volumes – while this is a relatively late portion of the Canon, probably incorporating many Indian folk tales, it is extremely popular and is often used in sermons; (k) the *Niddesa*, an 'Exposition' on part of (e); (l) the *Paṭisambhidā-magga*, an abhidhamma-style analysis of certain points of doctrine (2 vols.); (m) the *Apadāna*, 'Stories of Actions and Their Results' on past and present lives of monks and nuns in (h) and i), with some brief material on the Buddha and solitary-buddhas); (n) *Buddha-vaṃsa*, 'Chronicle of the Buddhas', on 24 previous Buddhas; (o) the *Cariyā-piṭaka*, 'Basket of Conduct', on the conduct of Gotama in previous lives, building up the 'perfections' of a bodhisatta as he worked towards Buddhahood. The tradition in Burma/Myanmar also includes in the *Khuddaka-nikāya*: (p) the *Sutta-saṅgaha*, 'Compendium of Discourses'; (q and r) the *Peṭakopadesa*, 'Piṭaka Disclosure', and *Nettippakaraṇa*, 'The Guide', both attributed to Kaccāna Thera and aimed at commentary writers, (s) the *Milindapañha*, 'Milinda's Questions': discussions between King Milinda and Nāgasena Thera.

• *Abhidhamma-piṭaka*: the collection of 'Further teachings', is a scholastic literature which primarily extracts and systematizes the key teachings of the suttas in terms of a detailed analysis of human experience into a set of *dhammas* or impersonal basic processes, mental or physical. It consists of seven books out of which the *Dhammasaṅgaṇi*, *Vibhaṅga*, *Dhātukathā* and *Yamaka* are devoted to the analysis and classification of *dhammas*, the *Puggalapaññatti* to the categorization of character types according to ethical and spiritual qualities, and the last and most voluminous book, the *Paṭṭhāna*, to showing how the analysed and classified *dhammas* condition each other's arising. The fifth book (*Kathāvatthu*), which deals with a refutation of non-Thervāda Buddhist views, is probably the latest addition to the *Abhidhamma-piṭaka*. Unlike the *Sutta-piṭaka*, all the texts included in this *Piṭaka* assume a highly technical language and style.

The *Sutta-piṭaka* primarily consists of material also found in the collections of other early Buddhist schools, though its fifth nikāya contains some abhidhamma-like material (1) that is particular to the Theravāda school. The core of the *Vinaya-piṭaka* is shared with other vinaya collections. Most of the Th. passages in this book come from the *Sutta-piṭaka*. Apart from the canonical scriptures there is a vast body of commentarial and sub-commentarial Theravāda literature as well as other postcanonical doctrinal texts that developed in the Theravāda tradition. All the **L.** and **Th.** passages are translated from texts in the Pāli language.

3.
The development of the Pāli and other early Canons

The *Vinaya-piṭaka* of the Theravāda canon gives an account of the first Buddhist council that gained official recognition in the history of Buddhism, in which the teachings of the Buddha (Dhamma) and the disciplinary rules and regulations laid down by him (*vinaya*) were agreed upon at an assembly of five hundred senior disciples of the Buddha, and communally recited. This council, held about three months after the passing away of the Buddha, may be considered as the most significant event in the scriptural history of Buddhism. The fact that such a council was held is accepted by all existing schools of Buddhism. However, the teachings of the Buddha could have been agreed upon, and to a considerable degree systematised, even before this officially recognized council. Such an observation is supported by the internal evidence in the Buddhist scriptural tradition that shows the early existence of some of the sections of the *Sutta-nipāta* of the Pāli Canon, and the reference in the *Saṅgīti Sutta* (*Dīgha-nikāya* III.210–11) to an attempt by the disciples of the Buddha to come together to agree upon an orderly classification of the Dhamma taught by the Buddha following a numerical method.

Originally, the agreed-on texts were in oral form, passed on by carefully organised communal chanting, as writing was little used in ancient India. The Pāli Canon was one of the earliest to be written down, this being in Sri Lanka in around 20 BCE, after which little, if any, new material was added to it. There also survive sections of six non-Theravāda early canons preserved in Chinese and Tibetan translations, fragments of a Sanskrit canon still existing in Nepal, and odd texts in various languages of India and Central Asia found in Tibet, Central Asia, and Japan. The Pāli Canon which survives to the present day, as probably the most authoritative and complete ancient scripture of the Buddhist tradition, is a body of Buddhist literature that developed as a consequence of the agreements reached at the first council. Although bodies of canonical scripture were also preserved by other early Buddhist traditions, these now exist only in a few surviving texts in any Indian language, or more fully, but again incompletely, in Chinese or Tibetan translations.

Among the early Buddhist schools, an influential non-Theravāda one was the Sarvāstivāda, and recent studies have shown that their Sanskritised sūtra/sutta collection is closely comparable with the *Sutta-piṭaka* of the Pāli Canon. The original Sanskrit version of this canon was lost many centuries ago, and what remains of it today are only a few fragmentary manuscripts discovered recently through archaeological excavations. However, this alternative version, along with sections of other early collections, has been preserved in the Tibetan and especially Chinese languages from at least about the third or fourth centuries C.E., making it possible for modern researchers to engage in a serious comparative study of the different versions. The close similarity in the ideological content of the suttas preserved in the five nikāyas of the Pāli Canon and the sūtras of the four *āgamas* (Chinese translations of parallels to the first four nikāyas) and other minor canonical texts of the Chinese and Tibetan Canons, shows that this sutta/sūtra literature belongs to an early period when Buddhism was undivided on sectarian lines. Many of the minor differences within and between canons can be seen to be due to the way in which oral traditions always produce several different permutations of essentially the same story or teachings. The *abhidhammas* (Skt. *abhidharma*) of the different Buddhist canonical traditions do not have the same degree of closeness and similarity in respect of doctrinal content. Therefore, it is reasonable to maintain that most of the Th. selections made to represent the teachings of the Buddha have a high probability of being attributable to the historical Buddha himself.

Most of the teachings of the Pāli suttas are the common property of all Buddhist schools, being simply the teachings which the Theravādins preserved from the early common stock. While parts of the Pāli Canon clearly originated after the time of the Buddha, much must derive from his teachings. There is an overall harmony to the Canon, suggesting 'authorship' of its system of thought by one mind. As the Buddha taught for forty-five years, some signs of development in teachings may only reflect changes during this period.

4.
Later Pāli texts

Of course, some later texts have been very influential on Theravāda Buddhists, and so a few passages from these have also been included to give a representative impression of the tradition. The most important of these are the *Milindapañha* ('Milinda's Questions'), included in the Pāli Canon by the Burmese tradition (item (s) above), and the *Visuddhimagga* ('Path of Purification'). The first purports to record conversations between a Buddhist monk and a king of Greek heritage in North-west India, Menander (c. 155–130 BCE), in which the monk answers the king's questions on key Buddhist concepts. The second is by Buddhaghosa, a fifth century CE commentator, and is a manual of meditation and doctrine that has had a shaping influence on how Theravādins came to interpret earlier texts. The jātaka stories on past lives of the Buddha as a bodhisatta have verses which are canonical, but the full stories, much cited in sermons, are fleshed out in the commentaries.

Popular stories also come from the commentary to the Dhammapada. Its stories describe situations in which the Buddha taught and interacted with his disciples and struggling meditators. Although they are dated late for Theravāda texts – at around the sixth century BCE – they tell stories which would probably have been recounted for a long time. The *Dhammapada* verses that are associated with them are very early and we do not know at what stage their stories become linked with them. The tales are important, and have longstanding popularity amongst the laity, as they communicate a very human sympathy and engagement as meditators struggle, often over several lifetimes, with various problems and tendencies that bring unhappiness, but which in the end are overcome (see the story of the goldsmith's son in the introduction to *L.33). The perspective of many lifetimes and the way the Buddha guides them on their individual meditative journeys demonstrate the way meditation practices were seen as carefully geared to specific individuals. The teacher and the meditator work together to find results, even after many apparent failures.

5.
The selected passages and their sources

The **Th**. selections, drawn primarily from the Pāli Canon, represent not only the teachings of the Buddha meant for monastics who have renounced the world but also for the ordinary layperson who wishes to lead a happy, contented and harmonious life guided by ethical and religious ideals based on reason and empathetic awareness. They cover diverse aspects directly relevant to successful dayto-day living, such as a rational basis for moral action, principles for a sound social and political culture, sound counsel pertaining to friendship and family life in the context of the life of laypeople, as well as instructions on meditation and wisdom relating to the cultivation of greater awareness and more skilful mental states, leading on to the attainment of what the Buddha's teachings regard as the highest goal and greatest good. Broadly speaking, Theravāda teachings concern: good and bad karma (intentional action) and the results these lead to in this and later rebirths; the practice -aspects of ethical discipline, meditation and wisdom; the four Truths of the Noble Ones (see*L.27), usually called 'Noble Truths', on the painful, unsatisfactory aspects of life, what causes these, the transcending of these and their causes, and the noble eightfold path to this goal, nirvana.

The references indicated at the end of each **Th**. (and **L**.) passage are to editions of the texts by the UK-based the Pali Text Society (PTS;

founded 1881) (http://www.palitext.com), which is the version most often referred to by Buddhist Studies scholars around the world.[1] The English translations of the selected Th. passages have benefited from many other existing translations of the canonical suttas, but are not direct borrowings from them. An attempt has been made to provide original translations considered by the main author of this section to be the most appropriate. The book's editor, Peter Harvey, has also added some passages selected and translated by himself, to enhance the range of topics covered.

6.
Key Theravāda ideas

One group of key Theravāda teachings come under the headings of rebirth and karma, as with other forms of Buddhism. Our short human life is seen as simply the most recent in a series of countless lives, without discernible beginning. In the past, we have sometimes been human, but sometimes been various kinds of long-lived yet mortal divine beings; together, these form the more pleasant, good rebirths. Sometimes, though, we have been in less pleasant, bad rebirths: as various kind of animals (including birds, fishes, or insects); as hungry ghosts, dominated by attachment and greed; or as hell-beings experiencing nightmarish existences for prolonged periods. Human rebirth is seen to bring more freedom of choice and the possibility of pursuing moral and spiritual development.

The specifics of our wandering from life to life are not seen as either random or determined by a God, but by the nature of our intentional action, or karma. Actions arising from greed, hatred or delusion are seen to sow seeds in the mind that naturally mature in unpleasant experiences in one of the lower rebirths (but beings in these have unexpended fruits of good actions, which will in time help them back to a good rebirth). Actions arising from generosity, kindness and wisdom are seen to sow seeds maturing in the more pleasant experiences of the

---

[1] Note that the Pali Text Society has two editions of volume I of the Saṃyutta-nikāya; in this book, references to this are given to the pagination in the older edition, followed by the pagination in the newer one, shown in <> brackets.

human and divine realms.

The Buddha accepted many kinds of heavenly rebirths, populated by gods (devas). The beings of the first six heavens (listed near the end of *L.27), like humans and beings of sub-human rebirths, belong to the realm of 'sensual desire' (kāma), where perception is coloured by sensual pleasures or their lack – these heavens are attained by practising generosity and ethical discipline. Then there are various heavens of the realm of elemental or pure 'form' (rūpa), in which things are perceived more clearly – these realms are reached by having attained meditative absorptions (jhāna). The beings of these levels are sometimes as a group referred to as brahmās, and the highest five of these heavens are the 'pure abodes', in which the only inhabitants are non-returner disciples, who are almost arahants (awakened beings) and the arahants that they then become (though most arahants live at the human level). Beyond all these heavens are the four worlds of the 'formless' (arūpa) realm, beyond perception of anything related to the five senses, and attained by deep meditative states of the same name as the heavens: the infinity of space, the infinity of consciousness, nothingness, and neitherperception-nor-non-perception.

Yet all such lives sooner or later end in death, and further rebirths, according to the nature of one's actions. Sometimes the next rebirth is as good as or better than the last, sometimes worse. Hence one should not just aim for good future rebirths, but to transcend the cycle of lives – 'wandering on' (saṃsāra) in repeated birth and death – by the attainment of nirvana (Pāli *nibbāna*, Skt. *nirvāṇa*). This brings in the next main heading of teachings: the four 'Truths of the Noble Ones'[2] (see *L.27). These are four aspects of existence that the wise and spiritually ennobled are attuned to. The first is the physically and mentally painful aspects of life: its stresses, frustrations and limitations. The second is the craving, grasping and clinging that greatly add to the stresses of life, and drive one on to further rebirths, and their limitations. The third is nirvana, as that aspect of reality that lies beyond all such stresses as it is experienced through the cessation of such craving. The fourth is the path to this end of craving: the noble eightfold path, a way of happiness. The practice of this path is a gradual one that encompasses

---

[2] A more common, though somewhat misleading translation is 'Noble Truths'.

the cultivation of ethical discipline, meditation and wisdom, guided by the Buddha's teachings.

Most Theravāda Buddhists remain laypeople, but a significant minority become monks or nuns, with opportunities for a more sustained practice of the path, as well as being key preservers and teachers of the tradition.

People aim initially at a happier, more harmonious life, and good rebirths, but have as their highest goal nirvana: liberation from the round of rebirths. The stages to this consist of being a true disciple (sāvaka, literally 'hearer') of the noble ones or noble one (the Buddha) who attains the spiritual breakthroughs of becoming a stream-enterer (who has only seven more rebirths at most), a once-returner (whose future rebirths include only one more as a human or lower god), a nonreturner (who has no more rebirths at lower than the level of the elemental form heavens), and then finally an arahant (who has no further rebirths). These four, with those firmly on the immediate path to each of these states, are the eight 'noble persons'. [3]

However, other noble persons are also recognised: a perfectly awakened Buddha (Pāli sammā-sambuddha) and a solitary-buddha (Pāli, pacceka-buddha, see *LI.3, above). The first is, like Gotama Buddha, one who, when knowledge of the Dhamma had been lost to human society, rediscovers it and teaches it to others and establishes a community of disciples (Majjhima-nikāya III.8). The path to this is hugely long, over many many lives of building up spiritual perfections and inspired by meetings with past perfectly awakened Buddhas.

The solitary-buddha is one who, unlike an arahant, attains liberation without being taught by a perfectly awakened Buddha, also after a long path, but who teaches others only to small extent. Solitary-buddhas are described as 'without longing, who individually have come to right awakening' and as 'great seers who have attained final nirvana' (Majjhima-nikāya III.68–71). A person becomes a solitary-buddha by insight into impermanence and the folly of attachment, this arising from seeing such things as withered leaf falling, a mango tree ruined by greedy people, birds fighting over a piece of meat, and bulls fighting

---

[3] On which, see passage *Th.201.

over a cow (Jātaka III.239, III.377, V.248).

Arahants are sometimes known as disciple-buddhas (Pāli, sāvaka-buddha). They practise the teachings of a perfectly awakened Buddha so as to destroy their attachment, hatred and delusion and fully realize nirvana. They awaken to the same truths known by a perfectly awakened Buddha (see *L.27), and usually teach others, but lack additional knowledges that a perfectly awakened Buddha has, such as an unlimited ability to remember past lives (Visuddhimagga 411). A perfectly awakened Buddha is himself described as an arahant, but is more than this alone.

A Theravāda verse commonly chanted as a blessing, from the *Mahā-jayamaṅgala Gāthā*, is: 'By the power obtained by all Buddhas and of solitary-buddhas, and by the glory of arahants, I secure a protection in all ways.' In his *Visuddhimagga* (I.33, p.13), the Theravāda commentator Buddhaghosa makes clear that the goal of being a perfectly awakened Buddha is a higher one than being an arahant: 'the virtue of the perfections established for the sake of the liberation of all beings is superior'. Mahāyāna traditions hold up perfectly awakened Buddhahood as the goal that all should seek, by compassionately taking the hugely-long path to this, as a bodhisatta (Pāli, Skt bodhisattva), so as to have the qualities of a great teacher. The Theravāda, though, sees perfect Buddhahood as a goal only for the heroic few. As the path to it is a very demanding one, it is not seen as appropriate (or even not compassionate) to expect most people to take it. The Theravāda sees it as best for people to aim for arahantship, and benefit from the teachings that the historical Buddha rediscovered and spent 45 years teaching. Nevertheless, a few Theravādins do see themselves as on the long bodhisatta path, with the focus of their practice being on compassionate help for others.

P.D.P.
P.H.

ĐIỂM SÁCH ▫ TN. Thanh Trì

Đọc
Phật giáo và Sanskrit
của Nishimura Minori

I. Lời đầu

Sách được viết bằng Nhật ngữ: "Bukkyo to Sanskrit" (仏教とサンスクリット), xuất bản năm 2017 bởi Sankibo Busshorin. Có nội dung là tập hợp những nghiên cứu cùng đề tài đã công bố từng phần trong hơn 30 năm của Tiến sỹ Nishimura Minori (giáo sư trường đại học Taisho, Tokyo, Japan). Tác giả vốn là học giả Phật giáo học, chuyên về Phật giáo thời kỳ đầu và thời kỳ Phật giáo A-tỳ-đàm. Mối quan tâm của ông về đề tài ngôn ngữ *Sanskrit và Phật giáo* vốn cũng là mối quan tâm chung của người học cùng ngành, nhất là đối với những ai chuyên về Phật giáo Ấn Độ. Như chúng ta biết, thời kỳ Phật giáo nguyên thuỷ, ngôn ngữ Sanskrit cổ điển chưa được sử dụng trong Phật giáo. Trải qua thời gian lâu sau, cùng với nhiều bước ngoặt có tính biến thiên trong lịch sử, Sanskrit dần dần được Phật giáo đồ sử dụng để biên chép các văn bản Phật giáo.

Điểm đáng lưu ý nhất từ nghiên cứu này là đã cho thấy cụ thể những sử liệu về quá trình văn bản Phật giáo đã được viết bằng tiếng Sanskrit như thế nào, trước khi sử dụng Sanskrit, Phật giáo đồ đã từng sử dụng ngôn ngữ gì, v.v... Từ nghiên cứu này cho chúng ta biết thêm về một khía cạnh lịch sử trong chiều dài lịch sử Phật giáo Ấn Độ.

Trong sách *Sanskrit và Phật giáo* này, đề tài đã được khảo sát qua những góc độ khác nhau, tập hợp thành sách gồm có 10 chương. Trong đó, hai chương tiếng Đức là nội dung của hai phần nhỏ trong chương hai. Tức tác phẩm gồm có 8 chương được viết bằng tiếng Nhật. Dưới đây là phần Việt dịch tên các chương và các hạng mục con của các chương ấy.

II. Chương mục của sách

Chương 1: Thái độ của đức Phật về ngôn ngữ: tiếng địa phương, luật vần, thanh âm ca vịnh (tr.3-73)

    1. Biên quốc và tiếng địa phương
    2. Khen ngợi tiếng Magadha
    3. Chandas
    4. Vị thọ cụ túc giới nhơn đồng tụng giới và xiển-đà (闡陀)
    5. Thanh âm ca ngâm vịnh của Chánh thống Bà-la-môn và Phật giáo: Chandas và Bhāṣā

Chương 2: Sanskrit và Giáo đoàn bộ phái Phật giáo (tr. 75-160)

    1. Việc sử dụng tiếng Magadha và các ngôn ngữ khác
    2. Việc sử dụng Sanskrit của Hữu bộ và *Bát Kiền-độ luận*
    3. Căn Bản Hữu bộ và cổ điển Sanskrit
    4. Hoá Địa bộ
    5. Pháp Tạng bộ
        (1) Tư liệu về Pháp Tạng bộ
        (2) Bộ phái quy thuộc của *kinh Niết-bàn* bản Sanskrit đoạn phiến
        (3) Ngôn ngữ sử mà Pháp Tạng bộ đã sử dụng
    6. Chánh Lượng bộ, Độc Tử bộ

(1) Có phải Chánh Lượng bộ đã sử dụng Apabhraṃśa không

(2) Vấn đề về sự quy thuộc của *kinh Pháp Cú* bản Patna

Chương 3: Vùng Phật giáo ngôn ngữ Gandhāra và Phật điển Hán dịch (tr. 161-235)

1. Trường hợp *kinh A-hàm* Hán dịch
2. Trường hợp của Thuyết Nhất thiết hữu bộ
3. Trường hợp của đại thừa thời sơ kỳ

Chương 4: Sanskrit và Đại thừa (tr. 237-251)

1. Có phải thời sơ kỳ kinh điển Đại thừa là đã sử dụng Trung kỳ Ấn Độ ngữ (Prākrit) hay không
2. Phật giáo đồ Đại thừa và việc biên chép kinh điển
3. Thời kỳ sử dụng Sanskrit và ý đồ của việc này
4. Tín giả tại gia và Sanskrit

Chương 5: Tín giả tại gia của đại thừa và việc biên chép kinh điển (tr.253-267)

Chương 6: Tứ Phần Luật/ Khotan/ Phật-đà-da-xá (tr. 269-277)

Chương 7: Tiếp điểm của Đại chúng bộ và *kinh Bát-nhã*: Lần theo manh mối bản đoạn phiến *kinh Bát thiên tụng Bát-nhã* mới xuất hiện (tr.279-293)

Chương 8: Sanskrit và Phật giáo (tr. 295-306)

1. Ngôn ngữ đức Phật đã sử dụng: tiếng Magadha
2. Việc sử dụng ngôn ngữ Sanskrit
3. Phạm vi hoạt động của Phật-đà và Bắc Tây Ấn Độ
4. Từ ngữ của dân chúng: Prākrit
5. Ngôn ngữ đã được sử dụng thời sơ kỳ Đại thừa Phật giáo
6. Tiếng Gandhāra
7. Phật giáo Cellon và Sanskrit
8. Phật giáo diệt vong và Sanskrit

III. Khái yếu nội dung

Chương 1: Thái độ của đức Phật về ngôn ngữ: chương này đã cung cấp cho người đọc khá đầy đủ nguồn sử liệu từ Hán dịch về câu chuyện của hai tỳ-kheo thỉnh đức Phật sử dụng ngôn ngữ chuẩn của vệ-đà (chandas[1]) theo ghi chép của các bộ phái thuộc Phật giáo Bắc truyền.

Hai tỳ-kheo vốn thuộc Bà-la-môn giáo cải đạo sang Phật giáo tên là Yamelu và Tekula, thỉnh cầu đức Phật sử dụng Chandas để thống nhất ngôn ngữ trong tăng đoàn, vì cảm thấy sự pha tạp ngôn ngữ do các tỳ-kheo vốn xuất thân từ các địa phương khác nhau. Tuy nhiên đức Phật đã từ chối lời thỉnh cầu này. Trong Phật điển ghi về lý do từ chối sử dụng ngôn ngữ Vệ-đà là vì việc này không làm cho "người chưa có tín tâm sanh tín tâm, người đã có tín tâm thì tín tâm ấy tăng trưởng". Tuy nhiên tác giả suy đoán có lẽ đức Phật từ chối sử dụng ngôn ngữ này là vì (1) chư tăng sẽ phải nỗ lực để học tập ngôn ngữ mới khi vào giáo đoàn, và vì (2) đức Phật đã phê phán tư tưởng của Bà-la-môn giáo như: quy định giai cấp từ khi mới sinh ra, chủ trương ngã là bất diệt... nên đã từ chối sử dụng ngôn ngữ của Bà-la-môn giáo. Trong hai nhận định trên, cái thứ hai, tức do tư tưởng phản vệ-đà là giải thích phổ thông nhất.

Trong chương này, Tác giả cũng đã khảo sát quan điểm về ngôn ngữ của đức Phật dựa vào nhiều sử liệu, xoay quanh việc từ chối sử dụng Chandas trong nhiều văn bản. Điều này càng biểu hiện rõ sự nhất quán trong quan điểm của tác giả về thái độ của đức Phật đối với ngôn ngữ thuộc Bà-la-môn giáo.

Chương 2: Sanskrit và Giáo đoàn bộ phái Phật giáo

Bắt đầu từ nguồn sử liệu của Bu-ston (thế kỷ 13) ghi về ngôn ngữ mà các bộ phái Phật giáo đã sử dụng,[2] tác giả đã dựa vào thành quả của học giới hiện nay, nhất là việc đã đoán định được văn bản nào là thuộc bộ phái nào, căn cứ vào những thông tin có thể xác định được của

---

[1] *Chandas* là một trong sáu môn bổ trợ Vệ-đà học. Sáu môn ấy là, tế sự (*kalpa-sūtra*), âm thanh (*śikṣā*), luật vần (*chandas*), thiên văn (*jyotiṣa*), ngữ nguyên (*nirukta*), văn pháp (*vyākaraṇa*). Tuy nhiên đôi khi từ *chandas* này cũng chỉ cho chính Vệ-đà (p.21).

[2] Theo ghi chép của Bu-ston thì Thuyết Nhất Thiết Hữu Bộ sử dụng Sanskrit, Đại Chúng bộ sử dụng Prākrit hay Paiśācī, Chánh Lượng bộ sử dụng Apabhraṃśa, Thượng Tọa bộ sử dụng Paiśācī hay Apabhraṃśa.

những văn bản đó kết hợp cùng với kết quả khảo sát nội dung văn bia, thủ bản mới phát hiện, vùng địa lý hoạt động của các bộ phái... để giải quyết vấn đề.

Đầu tiên là Thuyết Nhất Thiết Hữu bộ, tác giả chỉ ra *Bát kiền-độ luận* trong cựu Hán dịch có manh mối của ngôn ngữ Gandhāra, trong khi bản tân Hán dịch của nó (Huyền Trang dịch) có tên *Phát Trí luận* thì hiện có thủ bản tương đương được viết bằng Sanskrit, điều này cho tác giả kết luận là bộ luận này vốn đã không được viết bằng tiếng Sanskrit từ ban đầu. Về địa bàn hoạt động của bộ phái này, tác giả cho rằng ban đầu ở Mathurā (đã sử dụng ngôn ngữ Magadha), sau đó tiến dần về phía Tây Bắc, theo *Đại Tỳ-bà-sa luận* thì đương thời Hữu bộ có 2 phái ở Gandharā và ở Kasmir, vùng Tây Bắc này có Taxila là căn cứ địa của Bà-la-môn giáo và khoảng thế kỷ thứ nhất Hữu bộ cũng đã có thế lực đáng kể ở vùng này. Từ những sử liệu trên, tác giả đã suy ra Hữu bộ đã từng sử dụng ngôn ngữ Magadha, Gandhāra và từ khoảng thế kỷ thứ 2-3 trở đi đã dần dần chuyển sang sử dụng Sanskrit.

Về Hóa Địa bộ, tác giả đã khảo sát qua hai văn bia và *Ngũ Phần luật* để đoán định ngôn ngữ của bộ phái này. Theo đó ông kết luận bộ phái này khoảng trước sau tây lịch đã sử dụng ngôn ngữ Gandhāra, khoảng thế kỷ thứ 3 trở đi đã sử dụng Prākrit, khoảng thế kỷ 5 trở đi đã dần dần sử dụng phương ngữ gần với Sanskrit.

Về Pháp Tạng bộ, mặc dù đã có học giả như E. Waldschmidt... khảo sát và cho ra kết luận rằng, học phái này ban đầu sử dụng ngôn ngữ Gandhāra, sau đó là Prākrit gần Sanskrit và cuối cùng là hoàn toàn sử dụng Sanskrit. Tác giả đã khảo sát thêm dựa vào những tài liệu mà các học giả trước chưa đề cập như văn bia, tượng Bồ-tát có ghi tên học phái,... rồi cho ra kết luận rằng, học phái này khi còn hoạt động ở Mathura thì sử dụng Prākrit, sau đó hoạt động ở Gandhāra thì sử dụng tiếng Gandhāra, và cuối cùng thì chuyển sang sử dụng Sanskrit.

Về Chánh Lượng bộ, Bu-ston ghi rằng bộ phái này sử dụng apabhraṃśa nhưng đó là thời kỳ Tantra sau này, tác giả khảo sát trên văn bia và kết luận là khoảng thế kỷ thứ 4 học phái này đã sử dụng ngôn ngữ gần với Sanskrit.

Về Độc Tử bộ, bộ phái có quan hệ anh em với Chánh Lượng bộ, tác giả đã dẫn ý theo Heinrich Lüders rằng bộ phái này đã sử dụng ngôn ngữ hỗn hợp.

Chương 3: Vùng Phật giáo ngôn ngữ Gandhāra và Phật điển Hán dịch

Chương này tác giả đã chủ yếu dựa vào tài liệu được Hán dịch thời kỳ đầu rồi truy nguyên ra ngôn ngữ nguồn của nó. Kết quả được suy ra là những tài liệu Hán dịch thời kỳ này vốn là từ nguyên bản tiếng Gandhāra, khoảng từ thế kỷ thứ 3 ttl. đến thế kỷ thứ 3 stl., tại vùng Gandhāra này bộ phái Phật giáo và đại thừa Phật giáo đã sử dụng ngôn ngữ này để biên chép Phật điển. Kết luận này của tác giả cũng phù hợp với một vài thành quả của sử học Phật giáo trong học giới hiện nay.

Chương 4: Sanskrit và Đại thừa

Trong khảo sát của chương này, tác giả hầu như kế thừa quan điểm của Edgerton, chia kinh điển Phật giáo Bắc truyền thành 3 nhóm, nhóm một là toàn văn đều thuộc Trung kỳ Ấn Độ ngữ (Prākrit), nhóm hai là chỉ có phần kệ tụng thuộc Trung kỳ Ấn Độ ngữ, nhóm ba là cả kệ và trường hàng đều được Sanskrit hoá, gần với Sanskrit cổ điển (loại ngôn ngữ này Edgerton gọi là Buddhist Hybrid Sanskrit). Trong đó kinh điển đại thừa chiếm tỷ lệ chủ yếu là thuộc nhóm hai và ba. Tuy nhiên, theo những thủ bản đoạn phiến xuất hiện sau này của kinh Bát-nhã (khoảng thế kỷ thứ 2) thì được viết bằng ngôn ngữ Trung kỳ Ấn Độ, ngoài ra tác giả cũng giới thiệu kết quả nghiên cứu của những nhà nghiên cứu khác như Matsuda Kazunobu… cho thấy nhiều kinh điển đại thừa đã được viết bằng ngôn ngữ Gandhāra. Từ những kết quả này, tác giả suy đoán rằng, cũng như tình hình của các bộ phái Phật giáo đương thời sử dụng phương ngữ, kinh điển đại thừa thời kỳ đầu có lẽ đã sử dụng ngôn ngữ Trung kỳ Ấn Độ, mà đặc biệt là ngôn ngữ Gandhāra.

Trong chương này cũng có đề cập đến chi tiết đã từng được nghị luận trong học giới khoảng trăm năm trước đây. Rằng, Theo truyền thừa của Tích Lan (cũng là quan điểm của tác giả) thì đức Phật sử dụng ngôn ngữ Magadha, tuy nhiên dựa vào bản kịch (Diễn kịch luận) của Bharata (thế kỷ thứ 2 ttl.) thì ngôn ngữ này được sử dụng cho các vai thuộc giai cấp hạ lưu. Cũng từ tài liệu diễn kịch, tác phẩm của Asvaghoṣa thế kỷ 1 stl. sử dụng Sanskrit cho vai đức Phật và các đệ tử của ngài, trong khi tiếng Magadha được sử dụng cho các vai ác nhân, vai giai cấp thấp. Từ chi tiết này cho thấy khoảng trước sau tây lịch Phật giáo đồ đã không còn coi trọng ngôn ngữ Magadha, mà thay vào đó là Sanskrit, cho thấy được manh mối Phật giáo đồ bắt đầu sử dụng Sanskrit từ khi nào.

Chương 5: Tại gia tín giả của Đại thừa và việc biên chép kinh điển

Trong các kinh điển đại thừa đại biểu là *kinh Bát-nhã, kinh Pháp Hoa*... khuyến khích phật tử tại gia cũng như xuất gia biên chép kinh điển. Tác giả suy đoán có lẽ là để phổ cập những kinh điển mới thành lập. Về khởi nguyên của việc biên chép Phật điển, theo truyền thừa của Cellon thì khoảng 100-50 năm trước tây lịch, nhân tình hình chư tăng ở xứ sở này bắt đầu chểnh mãng, nên việc biên chép Phật điển được coi là việc làm cấp thiết để truyền thừa chánh pháp cho hậu thế. Trường hợp của kinh điển Đại thừa Phật giáo cũng thế, cùng với thời kỳ thành lập thì cũng bắt đầu việc biên chép, như là một phương tiện bố giáo. Tác giả đã chỉ ra rằng, theo các bản Sanskrit hiện còn và tân Hán dịch của *kinh Vô Lượng Thọ* thì có phần khuyến khích biên chép kinh điển, nhưng trong bản cựu Hán dịch của kinh này thì việc khuyến khích biên chép kinh điển không thấy được đề cập. Qua chương này, tác giả cũng đã đề xuất một vấn đề cần phải nghiên cứu chi tiết hơn, đó là việc chú trọng biên chép kinh điển trong Phật giáo đại thừa là từ khi nào, và kinh điển ấy đã được ghi bằng ngôn ngữ gì.

Chương 6: Tứ Phần Luật/ Khotan/ Phật-đà-da-xá

Chương này vốn là một bài báo khoa học của tác giả đã được công bố trên *the Journal of Indian and Buddhist Studies* No.40 vol.2 năm 1992. Khảo sát về nguyên ngữ của Hán dịch *Tứ Phần luật*. Theo tác giả, trong bản Hán dịch hiện nay của *Tứ Phần luật* có thể xác nhận được tung tích của ngôn ngữ Gandhāra. Thêm vào đó, trong hai dịch giả của văn bản này là Trúc Phật Niệm và Phật-đà-da-xá thì có Phật-đà-da-xá đã từng ở Khotan, thuộc vùng ngôn ngữ Gandhāra. Hai chi tiết này cho tác giả suy đoán có khả năng nguyên bản của *Tứ Phần luật* đã được Hán dịch từ ngôn ngữ Gandhāra.

Tuy nhiên sau khi tác giả công bố nghiên cứu này, có nhóm nghiên cứu thuộc trường đại học Göttingen công bố bản đoạn phiến Sanskrit tương đương của *Tứ Phần luật* được người Pháp phát hiện ở vùng Trung Á. Nên trong phần cuối của sách, tác giả bố ký rằng *luật Tứ Phần* có ít nhất hai bản, một được viết bằng tiếng Gandhāra và một được viết bằng Sanskrit. Lý giải này cũng bổ túc và củng cố cho quan điểm của tác giả về ngôn ngữ của Pháp Tạng bộ trong chương 2 của sách.

Chương 7: Tiếp điểm của Đại chúng bộ và *kinh Bát-nhã*: Lần theo manh mối mảnh thủ bản hiện còn của *kinh Bát Thiên Tụng Bát-nhã* mới xuất hiện

Chương này tác giả đã khảo sát và chỉ ra những điểm giống nhau giữa thủ bản đoạn phiến của *kinh Bát-nhã Tám Ngàn Tụng* được xuất thổ ở vùng Bāmyan của Afghanistan và các văn bản đã được đoán định là của Đại Chúng bộ. Bằng cách so sánh một vài dụng ngữ đặc biệt vốn không được tìm thấy trong Sanskrit, tác giả cho rằng *Bát Thiên tụng* vốn từ ban đầu đã được viết bằng Prākrit và có liên quan đến bộ phái này.

Việc Đại Chúng bộ có mối quan hệ mật thiết với sự khởi nguyên của kinh điển đại thừa đã được chú ý từ rất sớm. Trong đó liên quan đến tư tưởng Bát-nhã, ví dụ một chi tiết trong văn mạch giải thích cuộc đời đức Phật trong tác phẩm *Mahāvastu*[3] của Đại Chúng bộ cũng là manh mối được xem là có sự gần gũi về tư tưởng giữa Đại chúng bộ và kinh Bát-nhã.

Chương 8: Sanskrit và Phật giáo

Chương này có tên gần như tên của sách, là phần chủ đạo nêu quan điểm của tác giả. Đặc biệt chương này không khảo sát vấn đề theo sử liệu mà là sự tập hợp các quan điểm của tác giả chung quanh đề tài này, do đó không tránh khỏi sự chủ quan. Điều đáng nói nhất là tác giả đã cho rằng việc Phật giáo đồ dần dần chuyển sang sử dụng Sanskrit có liên quan đến sự diệt vong của Phật giáo ở Ấn-độ, nhưng tác giả đã không khảo sát vì sao, nguyên nhân gì mà Phật giáo đồ phải chuyển sang sử dụng ngôn ngữ này.

IV. Lời cuối

Tác giả đã hầu như để nguyên nội dung của các bài báo khoa học vốn đã xuất bản trước đây rồi in thành sách, do đó có vài chỗ trùng nội dung (ví dụ nội dung của tiết 2 chương 4 và nội dung của chương 5). Nhưng dù sao, người viết xem nghiên cứu này có nội dung làm sáng tỏ nhiều điểm mốc lịch sử, đã ít nhiều giải quyết được những thắc mắc liên quan

---

[3] "mặc dù chư Phật từ thiên vạn kiếp trước đã đạt đáo bát-nhã ba-la-mật-da nhưng vẫn thị hiện thời niên thiếu, điều này là vì để tuỳ thuận thế gian" (Mahavastu, Vol.I, Sernart (ed.) p.170).

đến nguồn gốc ngôn ngữ của Phật giáo.

Trong bối cảnh ngành Phật giáo học hiện nay đang diễn tiến theo khuynh hướng chú trọng văn bản học, thì việc hiểu biết về nguồn gốc và tiến trình diễn biến của ngôn ngữ trong Phật giáo là điều thiết thực và hữu ích. Nội dung sách có giá trị cho những ai quan tâm đến vấn đề ngôn ngữ trong Phật giáo.

TN. TT.

| ĐIỂM SÁCH □ Nguyên Giác

Giới Thiệu Sách Nghiên Cứu về Tái Sanh
Rebirth in Early Buddhism & Current Research
của Bhikkhu Analayo

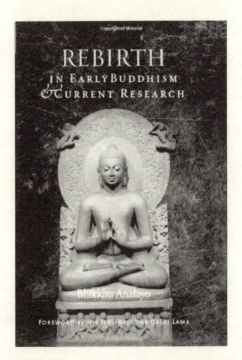

Có nhiều câu hỏi về tái sanh thường được nêu ra đối với các Phật tử. Có tái sanh không? Nếu có, có thể nhớ chuyện kiếp trước không? Cái gì tái sanh? Có thân trung ấm hay không? Nếu có, có thể tu trong thân trung ấm hay không? Bên cạnh kinh điển Phật giáo, các nhà khoa học nói gì về tái sanh, và các nghiên cứu đang tới đâu rồi?

Đã có nhiều nhà sư dựa vào Kinh Tạng để trả lời các câu hỏi trên, cũng như nhiều nhà khoa học đã khảo sát về một số trường hợp được hiểu là có tái sanh khi các thiếu niên nhớ lại ba mẹ kiếp trước. Tuy nhiên, nhiều ngờ vực vẫn không ngừng nêu ra, vì cơ duyên để phỏng vấn hay nghiên cứu các trường hợp lạ vẫn rất hiếm, hoặc bất toàn.

Trong các tác phẩm biên khảo về đề tài tái sanh, cuốn "Rebirth in Early Buddhism and Current Research" của Bhikkhu Analayo có một tầm quan trọng đặc biệt, cần có trong tủ sách các thư viện Phật giáo. Tác phẩm này do NXB Wisdom Publications phát hành trên Amazon ngày 24/4/2018, tức là mới vài ngày qua, chưa tới một tuần. Sách này có hai lời nói đầu. Lời đầu sách là của Đức Đạt Lai Lạt Ma. Lời giới thiệu thứ nhì là của nhà sư Bhante Gunaratana.

Nhiều nhà nghiên cứu Phật học có theo dõi cuộc nghiên cứu của tác giả Bhikkhu Analayo đã đặt mua cuốn này từ một năm trước. Ít có tác phẩm biên khảo nào được chú ý như thế trong giới học Phật. Nơi đây xin nêu ý riêng: trân trọng mời gọi các học giả Việt Nam giỏi tiếng Anh (và sẽ có lợi thêm nếu biết một chút về các ngôn ngữ như tiếng Hán, Pali, Sanskrit) nên tìm mua tác phẩm này. Hãy vào amazon.com và gõ nhóm chữ "Bhikkhu Analayo" sẽ thấy sách này.

Tác phẩm viết bằng tiếng Anh, và vì sách mới ấn hành, nếu các nhà nghiên cứu trong GHPGVN muốn dịch ra tiếng Việt có lẽ sẽ khó xin phép chuyển ngữ vô điều kiện, phần cũng vì sách này là một trong các quan tâm lớn của giới học Phật toàn cầu. Tuy nhiên, hãy suy nghĩ, chúng ta xây những tượng Phật lớn nhất Đông Nam Á, xây các ngôi chùa tốn kém hàng chục triệu đôla, trong khi nếu ký hợp đồng để xin dịch sách này sang tiếng Anh, cho cao nhất là vài ngàn đôla là cùng. GHPGVN nên quan tâm để xin dịch sang tiếng Việt các sách tương tự, để làm sách tham khảo cho các Phật học viện, có lợi hơn xây chùa vô cùng tận. Bởi vì Nhật Bản có rất nhiều chùa đẹp, nổi tiếng về kiến trúc quốc tế, cũng không ngăn nổi sự suy thoái của Phật giáo ở quốc gia này.

*

Trước tiên, để nói sơ lược về tác giả. Bhikkhu Anālayo là một nhà sư, một học giả, và là người dạy thiền. Ông sinh tại Đức năm 1962, xuất gia năm 1995 tại Sri Lanka, nổi tiếng với các công trình tỷ giảo về Kinh Văn Phật giáo Sơ Thời (Early Buddhist Texts) được lưu giữ từ nhiều truyền thống Phật Giáo. Bhikkhu Anālayo ban đầu xuất gia tạm năm

1990 tại Thái Lan, sau một khóa thiền ở chùa Wat Suan Mokkh, tự viện thiết lập bởi nhà sư Thái Lan Ajahn Buddhadasa. Năm 1994, đại sư tới Sri Lanka, và năm 1995 thọ đại giới. Năm 2000, hoàn tất đề tài Tiến sĩ về Kinh Niệm Xứ (Satipatthana-sutta) tại đại học University of Peradeniya (ấn hành bởi NXB Windhorse tại Anh quốc). Trong năm 2007, đại sư hoàn tất một cuộc nghiên cứu bổ túc tại đại học University of Marburg, trong đó đại sư đối chiếu các kinh Trung Bộ trong Tạng Pali với các kinh tương tự trong tiếng Trung Hoa, tiếng Sanskrit, và tiếng Tây Tạng. Hiện nay đại sư là một thành viên của viện nghiên cứu Numata Center for Buddhist Studies (thuộc University of Hamburg) trong cương vị Giáo sư, và làm việc với cương vị nhà nghiên cứu tại đại học Dharma Drum Buddhist College tại Đài Loan. Ngoài thời giờ cho nghiên cứu, đại sư thường xuyên hướng dẫn các khóa thiền.

Bhikkhu Anālayo là nhà nghiên cứu có thẩm quyền về nhiều hệ kinh văn cổ. Hiện nay đang là nhà biên tập chính và là một trong các dịch giả cho bản dịch Anh văn đầu tiên từ bản tiếng Trung Hoa của Trung A Hàm [Madhyama-āgama (Taishō 26)], và đang thực hiện bản dịch tiếng Anh từ bản tiếng Trung Hoa của Tạp A Hàm [Saṃyukta-āgama (Taishō 99)]. Nhóm Kinh Tạp A Hàm là song song với nhóm Kinh Tương Ưng trong tiếng Pali.

Tới đây, xin nói về tác phẩm biên khảo "Rebirth in Early Buddhism & Current Research." Trong tiếng Việt, có thể dịch là "Tái Sanh trong Phật giáo Sơ Kỳ & Nghiên Cứu Hiện Nay." Sách chia làm 4 phần.

Chương đầu tiên	khảo sát về lý thuyết tái sanh trong các nguồn kinh điển Phật giáo xưa cổ nhất.
Chương thứ nhì	duyệt về các cuộc tranh luận về tái sanh trong lịch sử Phật giáo và tới thời hiện đại, ghi nhận vai trò của sự thiên lệch khi đánh giá các chứng cớ.
Chương thứ ba	duyệt lại các nghiên cứu hiện nay về tái sanh, kể cả kinh nghiệm cận tử, ký ức về kiếp trước, và về trẻ em nhớ lại các kiếp trước; chương này bao gồm cả việc khảo sát năng lực xenoglossy, tức là khả năng nói các ngôn ngữ không hề học trong kiếp này.
Chương 4	khảo sát trường hợp của Dhammaruwan, một cậu bé người Sri Lanka tụng đọc các kinh văn tiếng Pali

mà cậu không hề học trong kiếp này. Tác phẩm chỉ khảo sát về các chứng cớ, và để độc giả tự kết luận.

Chương thứ 4, từ trang 119 tới trang 162, nhan đề là "Case Study in Pali Xenoglossy," khảo sát về cậu bé Dhammaruwan ở Sri Lanka, trong đó khảo sát chia làm 4 phần: thứ nhất, viết tổng quát về trường hợp cậu bé đọc tụng kinh văn Pali mà chưa từng được học; thứ nhì là đối chiếu, đại sư yêu cầu cậu bé đọc 13 bản kinh Pali, trong đó có 3 kinh trong Trường Bộ Kinh, 5 kinh trong Tương Ưng Bộ Kinh, nhận ra rằng cậu bé đọc ra là văn khẩu truyền, trong khi chúng ta đọc Tạng Pali hiện nay là văn đã viết xuống giấy; thứ ba là tìm sai sót và dị bản, giữa kinh văn cậu bé đọc và kinh văn trên chữ viết hiện nay; thứ tư là xem những phần cậu bé đọc tụng thiếu sót những gì và có thêm hơn những gì, khi so với các kinh văn Pali hiện nay.

Ngắn gọn, tác phẩm nghiên cứu này cần cho các thư viện trong các Phật Học Viện.

Tới đây, xin dịch *Lời nói đầu* của Đức Đạt-lai Lạt-ma trong tác phẩm "Rebirth in Early Buddhism & Current Research" của Bhikkhu Analayo. Bản Việt dịch của Nguyên Giác sẽ cố gắng dịch sát nghĩa, vì Đức Đạt-lai Lạt-ma cũng kể về các kinh nghiệm riêng, khảo sát riêng về tái sanh, kể cả một số trường hợp các nhà sư Phật giáo Tây Tạng khi còn thơ ấu đã nhớ về kiếp trước và tìm về tu viện cũ.

Lời nói đầu của Đức Đạt-lai Lạt-ma trong sách này, từ trang ix tới trang xi. Tạm dịch như sau.

> "Tôi đón mừng việc ấn hành sách này trong khảo sát về tái sanh, một khái niệm được hầu hết Phật tử chấp nhận rằng cuộc đời chúng ta không có khởi đầu và rằng chúng ta đi từ một đời này sang đời kế tiếp. Bởi vì Phật tử tất cả các truyền thống chấp nhận rằng kinh điển trong tiếng Pali là các bản văn sớm nhất ghi lời Đức Phật dạy, sự xác nhận của Bhikkhu Analayo rằng tái sanh được giải thích rõ ràng trong Kinh Pali qua văn mạch về duyên khởi và nghiệp là công trình giá trị. Tác giả cũng nêu bật các trường hợp thường được chấp nhận rằng có một điểm sinh động trong kinh nghiệm giác ngộ của Đức Phật là nhớ lại các kiếp trước của chính Đức Phật và [nhớ lại] kiếp của các người khác.

Dignaga, nhà luận sư Ấn-độ vĩ đại của thế kỷ thứ 5 và thứ 6, đã khảo sát tận tường khái niệm tái sanh. Vị này chỉ ra rằng khi chúng ta nói về các thứ vật chất, chúng ta phải khảo sát về các nguyên nhân chính yếu và các điều kiện cùng vận hành. Thí dụ, cơ thể vật chất của chúng ta là tổng hợp các vi hạt. Mỗi vi hạt có một nguyên nhân chính yếu, và chúng ta có thể, một cách lý thuyết, dò ngược tới trận nổ Big Bang và ngay cả xa hơn trước đó nữa. Do vậy, chúng ta kết luận rằng các vi hạt làm thành thế giới vật chất không có khởi đầu.

Y hệt như vật chất không có khởi đầu, thức cũng không có khởi đầu. Dignaga lý luận rằng nguyên nhân chính yếu của thức phải cùng bản chất như thức. Luận sư này khẳng định rằng, trong khi vật chất có thể tạo ra điều kiện cùng vận hành khi nói về các căn, não bộ và hệ thần kinh của chúng ta, vật chất không có thể là nguyên nhân chính yếu cho thức. Nguyên nhân chính yếu cho thức phải cùng bản chất như thức. Nói cách khác, từng khoảnh khắc của thức là theo sau một khoảnh khắc trước đó của thức; do vậy chúng ta nói rằng thức không có khởi đầu – và trên căn bản đó, chúng ta mô tả về lý thuyết tái sanh.

Tôi chia sẻ mục tiêu của Bhikkhu Analayo khi tìm cách hiểu về những chuyện như chúng thực sự xảy ra, do vậy tôi hạnh phúc thấy rằng tác giả duyệt lại trong sách này các cuộc tranh luận về tái sanh trước khi nhìn vào các chứng cớ khác. Trong các cuộc thảo luận tôi tham dự với các nhà khoa học hiện đại trong hơn ba mươi năm qua, tôi ghi nhận sự chuyển biến từ giả thuyết ban đầu của họ rằng thức không vượt hơn một chức năng của não bộ sang tới một xác nhận về neuroplasticity -- tạm dịch: chức năng tái phục hoạt của hệ thần kinh, xem chi tiết ở (1) – và công nhận rằng liên hệ giữa tâm và não bộ có thể tương thuộc nhiều hơn là trước kia họ nghĩ. Tôi cũng đã hỏi rằng, có phải hay không, khi một tinh trùng hoàn hảo gặp một trứng hoàn hảo trong một tử cung hoàn hảo, việc khai sinh ra một chúng sinh hữu thức sẽ tự động xảy ra. Các nhà khoa học nhìn nhận rằng không có chuyện đó, nhưng không có thể giải thích tại sao. Phật giáo giải thích rằng cần thêm một yếu tố để xem xét, đó là sự có mặt của thức.

Bhikkhu Analayo gợi chú ý về các phúc trình về các trẻ em nhớ kiếp trước. Chính tôi cũng đã gặp nhiều trẻ em như thế. Trong đầu thập niên 1980s, tôi gặp hai bé gái, một từ Patiala và một từ Kanpur ở Ấn-độ, cả hai đều nhớ rất rõ ràng về kiếp trước của họ. Một cách rõ ràng và một cách thuyết phục, hai bé gái nhận ra ba mẹ kiếp trước của họ, cũng như nơi cả hai đã sống trong kiếp trước. Mới gần đây, tôi gặp một bé trai, cậu này sinh ở Lhasa, Tây Tạng. Trước tiên, người ta mang cậu bé tới Dharamsala, nơi tôi cư ngụ, nhưng cậu bé cứ nói, "Tôi không đến từ nơi này; nơi của tôi là phía Nam Ấn-độ." Sau đó, cậu dẫn ba mẹ cậu [kiếp này] tới tu viện Gaden Monastery (2), tìm ra căn nhà trước kia của cậu này, và chỉ vào căn phòng trước kia của cậu. Khi họ bước vào phòng, cậu bé nói, "Nếu nhìn vào trong cái hộp này, mọi người sẽ thấy cặp mắt kính của tôi," và đúng là họ thấy như thế.

Một chuyện tương tự liên hệ tới cháu trai của một người bạn Tây Tạng sống ở Hoa Kỳ. Tôi đã công nhận cậu bé này là tái sanh của một lạt ma mà bạn tôi trước đó đã quen biết. Tuy nhiên, cha của cậu bé không muốn con trai mình được công nhận và tu học như một lạt ma tái sanh, và do vậy đưa cậu vào trường học đời thường. Người ông (nội/ngoại) của cậu bé kể với tôi rằng chính cậu bé tự kể về cậu, nói, "Đây không phải là nơi con nên ở. Con nên ở tại Ấn-độ, trong tu viện Drepung Loseling Monastery." Sau cùng, người cha chấp nhận, và cho cậu bé vào tu viện.

Mẹ tôi thường nói với tôi rằng khi tôi còn nhỏ, tôi đã có ký ức rõ ràng về kiếp trước của tôi. Những ký ức đó mờ dần khi tôi lớn, và bây giờ tôi không có thể nhớ cả những gì đã xảy ra hôm qua. Khi tôi mới đây gặp một cậu bé tới từ Lhasa để vào tu viện của cậu, tôi hỏi cậu bé rằng có còn nhớ gì kiếp trước không, và cậu bé trả lời rằng không nhớ. Tôi hài lòng biết rằng bản thân tôi không phải là người duy nhất mà ký ức về kiếp trước tan biến.

Trường hợp mà Bhikkhu Analayo dẫn ra [trong sách này], một cậu bé có thể đọc tụng tiếng Pali từ một thời đại xa xưa, rằng cậu này không có cách nào gặp được ngôn ngữ [Pali xưa cổ] này trong cách nào khác, cũng phù hợp với kinh nghiệm của tôi. Tôi có nghe về những người có thể đọc tụng các bản văn và các bài kệ mà họ không hề học [trong kiếp này], và dĩ nhiên, có nhiều người có thể học thuộc các bản văn rất dễ dàng, như dường họ đã biết chúng. Như thế, họ có kiến thức từ các kiếp trước như dường là một giải thích phù hợp. Những chuyện như thế đã xảy ra, nhưng tới giờ, khoa học chưa có giải thích về những gì xảy ra. Tuy nhiên, tôi biết nhiều nhà khoa học đang quan tâm về chuyện này.

Tôi đồng ý với Bhikkhu Analayo rằng mục đích của việc khảo sát ghi lại trên các trang giấy này không nhằm áp đặt một quan điểm đặc biệt, nhưng để cung cấp một cơ hội để hiểu rõ hơn dựa vào các phân tích và thảo luận. Nhiều người tiên đoán rằng thế kỷ 21 này sẽ là lúc chúng ta sẽ thực sự hiểu về cách não bộ hoạt động. Nếu đúng như thế, sẽ cần tới một lúc khi chúng ta cũng khai triển ra một hiểu biết tốt hơn về vận hành của tâm thức. Tôi tin rằng các trường hợp như thế sẽ chiếu sáng vào câu hỏi về tái sanh. Khoa học có thể chưa khám phá ra chứng cớ thuyết phục rằng tái sanh không có thể xảy ra. Trong thời gian này, tôi đề nghị các độc giả quan tâm hãy nhận lời dạy của Đức Phật khi Ngài thúc giục các vị sư theo Ngài hãy khảo sát và điều tra những gì Ngài đã nói như một người thợ vàng thử nghiệm vàng bằng cách nung nóng, cắt ra, và chà xát nó. Hãy đọc các chứng cớ nơi đây, hãy suy nghĩ về chúng, cân nhắc chúng so với kinh nghiệm riêng của quý vị, và tự quyết định [về vấn đề này].

Ký tên: Đạt-lai Lạt-ma."

Ghi chú:

(1) Tự điển Oxford giải thích về neuroplasticity: Khả năng của não bộ để hình thành và tái tổ chức các nối kết giữa các tế bào não bộ, đặc biệt khi đáp ứng tới việc học hỏi, hay khi kinh nghiệm, hay sau khi bị thương tích. (The ability of the brain to form and reorganize synaptic connections, especially in response to learning or experience or following injury.)

(2) Gaden Monastery là một tu viện lớn của dòng Gelug tại thị trấn Karnataka, trong khu định cư Mundgod của người Tây Tạng lưu vong, tại Ấn-độ. Từ tu viện này, một đại học Phật giáo được thiết lập có tên là Gaden Jangtse Monastic College, trung bình thường có 2,000 học tăng nội trú.

THANGKA
NGHỆ THUẬT TRANH VẼ TÂY TẠNG

VÕ NHÂN

Dẫn Nhập

Thangka là tên phiên âm từ chữ ཐང་ཀ་ trong Tạng ngữ, tức là các tranh vẽ hay tranh thêu Phật giáo thường có dạng hình chữ nhật, được tạo ra trên vải, lụa, hay vật liệu dệt cửi, được dùng để miêu tả các vị Phật, các giác thể (eng. deity, tib ཡི་དམ་), bổn tôn, các nơi linh thiêng, hay các *maṇḍala* (đàn tràng). Trong tiếng Tạng thì chữ "ཐང" (thang) có nghĩa là phẳng, và tiếp vỹ ngữ "ཀ" (ka) tức là tranh. Nguồn gốc lịch sử sâu xa nhất của thangka được tìm thấy từ các kinh điển Phật giáo. Dạng phổ biến nhất của thangka là loại tranh được vẽ trên một bề mặt phẳng và có thể cuộn lên khi không cần trình ra nội dung của nó. Hầu hết các thangka có kích cỡ từ khoảng tương đối nhỏ, chiều cao khoảng 20-50cm, cho tới rất lớn đến vài chục mét dùng trong lễ hội. Một dạng khác của nó là kiểu vẽ trên tường. Thangka là hình thức nghệ thuật tôn giáo độc đáo chỉ còn lưu lại trong văn hóa Tây Tạng và các nơi chịu ảnh hưởng của nó. Bài viết này chỉ tập trung giới thiệu về thangka truyền thống.

Thangka này đã được khánh thành năm 2016 bằng nỗ lực của hơn 10,000 thiện nguyện viên từ hơn 16 quốc gia trong vòng 8 năm, thể hiện hình đức Phật thích-ca-mâu-ni, được trải trên một sân bóng đá. Nguồn: Wiki

Đa số các thangka được dùng có chủ đích hỗ trợ việc quán tưởng trong tu tập thiền của các thiền giả hay dùng trong các nghi lễ thực hành Mật tông bởi các vị lạt-ma tại các tự viện, như là các lễ ban truyền năng lực thực hành hay quán đảnh. Về họa tiết, nói chung, thangka sẽ bao gồm nhiều hình vẽ các đối tượng có ý nghĩa đặc thù của kinh văn. Các đối tượng này quây quần tạo trang nghiêm cho một vị bổn tôn (hay một giác thể) ở giữa. Các họa tiết này thường được bố trí đối xứng lấy vị bổn tôn làm trung tâm. Một số ít thangka khác được dùng để miêu tả các sự kiện lịch sử tôn giáo.

Thangka được xem là một phương tiện quan trọng để miêu tả đức Phật, các Đạo sư có tầm ảnh hưởng lớn (như các vị luận sư của Nālandā), các bổn tôn, các bồ-tát, hay các giác thể khác (có thể không phải ở dạng chúng sanh, mà chỉ là các khía cạnh biểu tượng của giác ngộ). Một chủ đề khác cũng hay được miêu tả trong thangka là Luân hồi (*Bhavachakra*). Đây là một minh họa cho các giáo pháp liên quan đến A-tì-đàm. Có trường hợp nhiều thangka được xếp thành một bộ nói về một chủ đề nào đó. Riêng các thiền giả thường mượn thangka như là một phương tiện để tu tập hỗ trợ trong các pháp thiền quán hợp nhất với bổn tôn nhằm nội năng hóa các phẩm chất giác ngộ cho chính mình. Ngoài ra, thangka có thể được dùng như là các biểu tượng (thay thế cho các tượng chư Phật, Thiên, Bồ-tát) có mặt trong tất cả các dạng nghi thức tôn giáo theo truyền thống Mật tông.

Một khía cạnh lý thú đặc trưng khác của các tranh tượng Phật giáo Tây Tạng là việc có mặt của các giác thể dạng hung nộ, được miêu tả qua các khuôn mặt dữ tợn, với trang sức là các loại vũ khí, xương người, hay đầu lâu. Các giác thể này ít ở dạng người mà trong dạng chúng sanh có nhiều đầu, mình, tay chân, và nhiều trường hợp, được miêu tả ở tư thế hợp nhất với vị giác thể đối ngẫu. Tùy theo trình bày cụ thể, các thangka này có thể là biểu tượng cho Hộ Pháp (skt. *dharmapāla*), cho sự hợp nhất của phương tiện (từ bi) và trí huệ, ... Các biểu tượng hung nộ được dùng như là các phương tiện tâm lý, giúp vượt qua các cảm xúc tiêu cực hay các chướng ngại (sở tri chướng và phiền não chướng) của hành giả.

Thangka Thời Luân dạng hung nộ ở dạng hợp nhất của hai giác thể đối ngẫu. Nguồn: promienie. net -- creativecommons lic.

Thangka Quan Âm Tứ Thủ dạng an hòa. Nguồn: Vi Trần

Thường thì thangka có thể được treo trên các vị trí tôn nghiêm trong chánh điện, trong phòng học Pháp, hay đôi khi trong nhà bếp của chùa. Nói chung, trước đây, các thangka được làm ra tại các xưởng bởi các nghệ nhân tục gia hay xuất gia, và hầu như không thể biết ai là tác giả. Việc tạo các thangka bao gồm nhiều công đoạn khá phức tạp, và có các yêu cầu tiền đề hay các quy chế chính xác phải theo để đạt được sự tôn nghiêm trong vai trò của các đối tượng tôn giáo vì các mục đích đặc thù của Phật giáo Mật tông.

Ngày nay thì nhiều thangka đã được in trên giấy khổ lớn (A3, A2, A1) cho các mục đích lễ lạc cũng như trang trí hay các mục đích khác. Một số thangka của các nghệ sĩ Tây phương vẽ ra không còn tuân theo truyền thống nguyên thủy hay có sự du nhập lai tạo với kỹ thuật vẽ hiện đại có chữ ký tác giả và được bán với giá khá cao.

Lịch sử và Ý nghĩa

Tranh Liên Hoa Thủ (Padmapāṇi) tại Ajanta (thế kỷ 4-5).
Nguồn: Vi Trần

Tranh Kim Cang Thủ (Vajrapāṇi) tại Mạc Cao dạng hung nộ (kỷ thứ 9)
Nguồn: Wiki

Vào thế kỷ thứ 4 thì Đại thừa trở nên nổi trội như là một trường phái riêng nhấn mạnh vai trò của lòng đại từ bi, biểu trưng bởi hình ảnh các vị bồ-tát, vốn có sở nguyện tu tập nhằm giải thoát chúng sanh, thì nghệ thuật Phật giáo Tây Tạng cũng thể hiện trạng huống này của Đại thừa. Vốn là một bộ phận của Đại thừa, Phật giáo Tây Tạng đã thừa hưởng truyền thống vị tha cao quý này. Hơn nữa, nét đặc trưng của nó được thể hiện thêm vào đó là sự phản ánh các thể nghiệm thực hành theo Mật tông.

Nghệ thuật tranh Phật giáo Tây Tạng được phát triển và lan tỏa từ nghệ thuật tranh Phật giáo Ấn-độ mà hiện nay đã được phát hiện tại một số địa điểm khảo cổ như tại các hang động Ajanta và Mạc Cao (莫高).

Chi tiết thêm về hai địa danh nguồn:

Ajanta (75°40' Vỹ độ Bắc; 20°30' Kinh tuyến Đông) là một quần thể gồm khoảng 29 hang động, là nơi dành cho các thiền giả Phật giáo tu tập gần biển Đông Trung Ấn, có từ khoảng Thế kỷ thứ 2 trước Tây lịch. Bên trong các hang này còn lại nhiều di chỉ tranh Phật giáo về Bản Sanh Kinh và về các vị Bổn tôn thiền.

Mạc Cao là một hệ thống gồm khoảng 492 hang động, gồm các ngôi chùa còn có tên Thiên Phật Động, trải dài trên đoạn 25km thuộc phía Nam Đôn Hoàng (敦煌) nay thuộc tỉnh Cam Túc, Trung Hoa. Các hang động Mạc Cao có mặt từ khoảng năm 366, là nơi tiến hành các nghi thức tôn giáo và thiền định. Tương truyền, một tăng sĩ tên Nhạo Tôn (樂尊), được biết là người đã trực kiến hàng ngàn vị Phật tắm trong vầng hào quang vàng, nên đã tạo ra hang động đầu tiên tại đây. Sau đó, Mạc Cao đã phát triển thật sự rộng lớn. Người ta phát hiện tại đây có tổng cộng đến hơn 2000 tranh đủ loại. Hầu như các tranh Tây Tạng cổ chịu ảnh hưởng chính từ hai nguồn kể trên, và được vẽ trên vải. Song song với loại này là các thangka vẽ tường chỉ thấy trong các tự viện Tây Tạng.

Hầu hết các thangka được làm từ cá nhân họa sĩ, có lẽ vì lòng tin sẽ nhận được sự tích lũy công đức khi thực hiện được một thangka. Sau khi làm xong, thì chúng được hiến tặng cho các chùa hay cho người khác. Như đã đề cập, hầu như không thể tìm thấy tên nghệ nhân ký trên thangka, tuy vậy, một số tác giả của chúng được biết đến là vì họ chính là những lãnh đạo tự viện lớn.

Các tranh Tây Tạng cổ xưa nhất trên vải còn lưu lại là những mảnh từ động Mạc Cao. Nhiều tranh vẽ trong các động này có viết các chữ Tạng hay được trình bày theo phong cách có thể nhận diện là theo truyền thống Tây Tạng, vốn tương phản với đa số tranh theo cung cách Trung Hoa tại đó. Các tranh Tạng này thật khó xác định niên đại. Tuy nhiên, có lẽ phần lớn chúng được tạo ra vào giai đoạn 781-848 là khi mà nơi này được cai trị bởi chính quyền người Tây Tạng.

Các thangka trên vải còn sót lại tại Tây Tạng thì có nguồn gốc vào thế kỷ thứ 11 cùng với sự hồi sinh của Phật giáo ở đó. Trong khi các thangka cổ nhất có nội dung tương đối phức tạp, thì các bức vẽ sau lại đơn giản hơn, trình bày nội dung bao gồm một vị bổn tôn (hay giác thể) trung tâm và được quây quanh bởi các biểu tượng nhỏ. Các biểu tượng này làm thành một khuôn phép trang nghiêm cho bổn tôn và các hình đó có thể được biểu tả trong các vầng hào quang hay trên các đám mây. Phông nền phía sau của toàn bộ bức tranh thường mô tả không gian có màu xanh dương đậm hay đen (hai màu biểu tượng cho tánh Không). Các giác thể trung tâm thường biểu tượng cho các khía cạnh của giác ngộ hay các bổn tôn. Các hình tượng bao quanh cũng vậy, có thể là các dấu hiệu cát tường Phật giáo, hay ảnh vẽ của các bồ-tát. Cách trình bày như thế của thangka trong giai đoạn này, được xem là trích xuất từ nghệ thuật Phật giáo Trung Ấn. Người Tạng đã nâng phong cách trình bày đó lên thành một dạng khái niệm sâu hơn có tên là *maṇḍala* (tib. དཀྱིལ་འཁོར་), nghĩa là "cung trời", các cõi Phật để người hành đạo tu tập đến giác ngộ.

Đến cuối thế kỷ thứ 6, Tạng vương Song bstan sgam po (tib. སོང་བཙན་སྒམ་པོ་), đã mời các họa sĩ Nepal đến Tây Tạng để vẽ các thangka tường cho tu viện chính tại Lhasa, thủ đô Tây Tạng. Đánh dấu thêm sự ảnh hưởng của nghệ thuật Nepal.

Các thế kỷ tiếp theo, nghệ thuật tranh vẽ được phát triển theo phong cách riêng chịu ảnh hưởng từ hai hướng, một là Ấn-độ và Nepal, và hướng kia là Trung Hoa, mặc dù Phật giáo ở các vùng này có lúc đang biểu hiện suy trầm.

Đến thế kỷ thứ 11, miền tây Tây Tạng du nhập kỹ thuật vẽ từ các trường phái ở Kashmir và lan rộng ra từ đó.

Càng về sau, nhiều họa tiết kiểu Trung Hoa đã bắt đầu ảnh hưởng lên các bức tranh Tây Tạng, đặc biệt là từ thế kỷ 14 cho đến đỉnh điểm của việc này là vào thế kỷ 18. Qua đó, một khía cạnh dễ thấy của ảnh hưởng này là việc mở rộng và nhấn nhá lên không gian và phong cảnh nền nhiều hơn. Tuy vậy, nói chung, các biểu tượng của thangka thì vẫn giữ lại phong cách Ấn-độ và Nepal.

Đặc biệt vào triều nhà Thanh, nhiều tác phẩm nghệ thuật từ triều đình Trung Hoa, được gửi sang Tây Tạng như là vật hiến tặng, đã gây được một số ảnh hưởng đặc thù cho nghệ thuật địa phương.

Về địa dư, thangka hiện diện ở tất cả nơi nào có sự thực hành Phật giáo Tây Tạng, chủ yếu bao gồm các vùng Mông-cổ, Ladakh, Sikkim, các vùng Hy-mã-lạp sơn thuộc bang Arunachal Pradesh Ấn-độ, và các địa danh như Dharamsala, Lahaul, và Spiti thuộc bang Himachal Pradesh Ấn-độ. Bên cạnh đó, thangka cũng được dùng làm phương tiện tu tập nhiều tại Nga (như Kalmykia, Buryatia, Tuva) và vùng đông bắc Trung Hoa.

Phân Loại, Chức năng & Ý nghĩa

Thangka theo truyền thống, được giữ thành cuộn có hai thanh gỗ hay kim loại tròn ở hai cạnh trên và dưới để dễ cuộn và để làm giá treo. Các thanh treo này được chạm khắc ở hai đầu mỗi thanh. Bức tranh chính được may ghép lên một miếng vải dầy làm khung ngoài có cỡ lớn hơn. Khung vải này được thêu chạm các dạng nền và có màu sắc đặc trưng. Thangka có một tấm màn mỏng bằng tơ lụa che phía trước, và bốn góc có thể được bọc da. Do làm từ vật liệu dệt, thangka có thể giữ trong thời gian lâu dài. Do chỉ được dùng tôn thờ hay tu tập, chúng được treo hay cất giữ ở nơi cao ráo và khô mà không bị ảnh hưởng bởi độ ẩm có thể ảnh hưởng đến chất lượng của các bức tranh này.

Ảnh một thangka đang ở trạng thái che kín. Nguồn: Vi Trần

Ảnh thangka (Di-lặc) ở trạng thái mở. Nguồn: Vi Trần

Có nhiều cách phân loại thangka, thường là dựa vào vật liệu hay cách cấu trúc. Nói chung, chúng được chia làm hai lớp: loại được vẽ và loại làm từ gấm có thể là từ nhiều miếng vải ghép lại hay được thêu chỉ nổi.

Sự phân loại chi tiết hơn có thể gồm các lớp: sơn màu (loại phổ biến nhất), ghép vải, nền đen (nét vẽ vàng trên nền đen), khuôn in (giấy hay vải được vẽ lại và in từ một khuôn gỗ khắc mẫu), thêu nổi, nền vàng (phẩm vật quý giá dùng mô tả các giác thể an hòa trường thọ và các vị Phật toàn giác), nền đỏ (nét vẽ vàng trên nền sơn son).

Các thangka cỡ khổng lồ chỉ dùng trong lễ hội thường là loại ghép vải và được thiết kế dạng cuốn tròn để có thể trải ra trên các tường lớn của tự viện trong các dịp lễ lạc. Kích cỡ của loại này vào khoảng từ 20m hay hơn cho chiều ngang và cao khoảng 7m hay hơn. Một số ít thangka khác chỉ hơi lớn hơn trung bình hay được treo trên các bàn thờ và trong các chánh điện. Một loại nữa, khổ nhỏ dạng thiệp trông như các thangka tí hon hình vuông chiều cao chỉ vào khoảng 15 cm và thường chỉ có một hình giác thể trung tâm. Loại này được làm bởi các tăng sĩ tạo thành một bộ cùng loại thường được dùng trong các thực hành của tu sĩ ở các giai đoạn sơ khởi hay được dùng làm mẫu để kiến trúc các *maṇḍala*. Một loại hiếm thấy hơn, được trình bày trên các bìa kinh điển hình chữ nhật hẹp. Loại này có các mô tả bốn tôn dạng ngồi thiền.

Thangka dạng hẹp được trình bày trên bìa kinh Bát Thiên Bát-nhã-ba-la-mật-đa, thế kỷ thứ 17 (lưu ý: ảnh chụp cho thấy có các miếng vải che được dở lên như các thangka thông thường). Nguồn: Vi Trần

Vì thangka có trị giá khá cao, nên ngày nay nhiều nơi thay thế chúng bởi các tranh in dùng trong các mục tiêu tôn giáo. Hơn thế nữa, nhiều nơi bây giờ vì chạy theo lợi nhuận kể cả tại các trung tâm sản xuất thangka quan trọng như Dharamsala Ấn-độ hay Kathmandu Nepal, đã rút ngắn thời gian và công sức vẽ thangka xuống rất nhiều, hậu quả là chất lượng tranh vẽ không còn có được độ nét cao.

Một số quan điểm sai lầm mô tả thangka như là các bức họa làm thảm, nhưng về cách làm của chúng thì rất khác biệt. Thangka đòi hỏi nhiều công đoạn phức tạp hơn là việc dệt hay in màu trên tấm thảm như trường hợp tìm thấy trong các họa phẩm trên thảm của Trung Hoa từ thời Trung cổ.

Một cách phân chia khác của thangka dựa trên mô-típ gồm 6 kiểu: *Minti* (sử dụng nhiều màu xanh dương và xanh lục), *chanti* (màu sáng lợt và màu phấn lam), *kamgatti* (hình vẽ nét), *getti* Trung Hoa (tranh vẽ dạng vũ trụ), *gotti* (hoa), và *khamtti* (tranh dùng tên của địa danh làm cốt lõi).

Các giác thể biểu thị trong thangka thường miêu tả các quán tưởng đến các đạo sư trong thời điểm giác ngộ mà vốn được ghi nhận trong các kinh điển Phật giáo. Các chuẩn mực biểu tả trong thangka được xem là thiêng liêng, không chỉ do việc chúng trình bày chính xác các giác thể mà còn do nó là ảnh biểu tả các giác ngộ tinh thần, xảy ra vào thời điểm quán tưởng. Vậy nên, thangka là phương tiện hai chiều minh họa cho thực tại tinh thần đa chiều. Các hành giả dùng thangka như là một loại bản đồ chỉ đường cho họ đến với sự thấu hiểu nguồn cội hướng dẫn từ vị Đạo sư. Bản đồ này phải chính xác và đó là trách nhiệm của nghệ nhân. Thể hiện được điều này khiến thangka được xem là chân thật, hay khiến nó trở nên hữu dụng để hỗ trợ trong tu tập Phật giáo hướng dẫn hành giả đến đúng chỗ.

Như vậy, thangka một cách truyền thống, không chỉ có giá trị về mặt thẩm mỹ, mà chính yếu là dụng ý của nó trong việc hỗ trợ hành thiền. Các thiền giả mượn thangka để phát triển một hình ảnh cho sự quán tưởng rõ ràng về một bổn tôn cụ thể, để tăng cường khả năng tập trung của họ, và để làm bền vững mối kết nối của chính họ với bổn tôn.

Theo lịch sử thì thangka cũng được dùng như là công cụ giảng dạy nhằm truyền đạt về cuộc đời của các vị Đạo sư. Một vị lạt-ma sẽ du hành khắp nơi để thuyết Pháp, mang theo bên mình những cuộn thangka lớn minh họa cho các câu truyện mà ngài truyền giảng.

Chủ đích của nội dung thangka

Chủ đích của các thangka là gì, mục tiêu của chúng ra sao, và thật ra chúng nguyên thủy được dùng vào việc gì? Thangka được sử dụng như là một bản hướng dẫn cho các kinh nghiệm tập trung tinh thần. Chẳng hạn bạn có thể được chỉ dạy bởi Đạo sư để quán tưởng tự mình như là một vị bổn tôn đặc trưng trong một sự xếp đặt riêng biệt. Bạn có thể dùng thangka như là một tham chiếu về các chi tiết như tọa thiền, ứng xử, màu sắc, y phục... của một bổn tôn trong một cõi Phật hay một cung trời thường có thể được vây quanh bởi nhiều giác thể khác v.v... Như vậy, thangka có chủ đích là chứa đựng các thông tin biểu tượng trong dạng hình ảnh. Một văn bản về một loại thiền định sẽ cung cấp những chi tiết tương tự như trong dạng miêu tả của thangka.

Ngoài ra, có chủ định nghệ thuật nào được áp dụng cho các thangka hay không? Rất hiếm khi các thangka biểu thị các ý tưởng hay sáng tạo của người vẽ, và do đó người vẽ thangka thường trở thành khuyết danh cũng như các thợ may làm các chi tiết còn lại của bức thangka.

Tuy nhiên, cũng có một số ngoại lệ. Trong trường hợp hiếm hoi, các

Đạo sư lớn sẽ làm một thangka để biểu thị các thấu ngộ hay kinh nghiệm của riêng mình. Loại thangka này có từ thiền sư đã thành thục theo truyền thống và là người tạo ra một bố cục mới của các sắc tướng để chuyển tải sự thấu hiểu của ngài, qua đó làm lợi cho các đệ tử. Có một số ngoại lệ khác là trường hợp các họa sĩ đã ký lên công trình của mình tại một chỗ nào đó trong bản vẽ.

Đại đa số các thangka được tạo thành không có tên tác giả lại có dạng như là một bố cục đặc biệt về nội dung, màu sắc, và tỉ lệ, mà tất cả đều phải tuân theo các luật miêu tả. Các luật này dẫu sao có một sự dung dị về bộ phái, địa lý, và phong cách.

Trong các thangka có cung cấp một lượng khổng lồ về thông tin biểu tượng, một ít trong đó biểu hiện ra theo nghĩa đen. Nếu quan sát kỹ, sẽ thấy được nhiều thangka biểu thị sự nhận diện các nhân vật, sự vật, hay cảnh vật trong dạng chuẩn mực và biểu tả ý tưởng của kinh văn... Nếu không có tài liệu hay kinh điển hướng dẫn, với nội hàm bao quát và nhiều khác biệt về các biểu tượng được chuyển tải từ Phật học Ấn-Tạng qua thangka, thì hầu như không thể nào suy đoán được các chi tiết thông tin cần thiết để điền vào chỗ các hình ảnh bị thiếu hay mất, hay để vẽ cho đầy đủ chính xác các linh vật được nắm trong tay của các giác thể trong một thangka. Nên bố cục vẽ, các định nghĩa, và giải thích cho chú ý nghệ thuật là một vấn đề phức tạp. Ngay cả với những nghệ nhân chuyên nghiệp nhiều kinh nghiệm, thì dường như là bất khả dĩ cho việc phỏng đoán các chi tiết và nhận diện của các biểu tượng không quen thuộc. Đối với các nghệ nhân lành nghề trong việc xử lý phục hồi các thangka cổ, họ không bao giờ muốn võ đoán, tính toán về các chi tiết bị mất hay dự tưởng về chủ ý của tác giả để điền thay vào, vì làm như vậy tương tự như việc vi phạm về cả mặt đạo đức và tính toàn vẹn của các họa tiết đang làm việc để phục hồi. Ngay cả các thay đổi rất nhỏ về màu sắc cũng làm thay đổi thông điệp của một biểu tượng. Chẳng hạn, bóng dáng đặc biệt của màu lục biểu thị cho hành vi hiệu quả, trong khi sắc trắng thường biểu thị cho từ bi bất thối chuyển và sự an tĩnh. Do đó, rất quan trọng khi tạo ảnh của cùng một giác thể dạng nữ với sắc độ thế nào, lục hay trắng.

Chủ đề và biểu tượng

Các thangka được tạo ra theo các quy tắc nghiêm ngặt và hiếm khi có thêm điều chỉnh lên những biểu tượng được vẽ ra. Các đặc tính tự do trong nghệ thuật thangka được giới hạn trong các phong cảnh nền và một ít dao động về sắc độ.

Các chủ đề chính của thangka là:

Maṇḍala:
mô tả dạng hình tròn hay vuông của vũ trụ, hay một cảnh giới bên ngoài có 4 cổng là các hình ảnh biểu trưng cho tứ vô lượng tâm từ, bi, hỉ, xả. Tại trung tâm, sẽ là một giác thể trú xứ (bổn tôn), mà qua đó *Maṇḍala* được nhận diện. Kiểu cách này được dùng để hỗ trợ một thiền giả trong thực hành. Một số khác trong các thangka dạng này có giác thể trung tâm là các âm tiết chữ Phạn biểu trưng cho các đặc tánh của giác ngộ.

Cuộc đời của đức Phật:
các thangka miêu tả cuộc đời của đức Phật thì đơn giản và thể hiện các câu chuyện về Phật Thích-ca-mâu-ni trong thời gian từ lúc mẹ ngài mơ thấy bạch tượng trước khi mang thai cho đến khi đức Phật nhập bát-niết-bàn.

Vòng luân hồi:
Vòng luân hồi hay *Bhavachakra* là một chủ đề thường thấy trong thangka Tây Tạng. Một vị *Yama* (Thần Chết) giữ chặt vòng bánh xe bằng đôi hàm của ông ta. Vòng tròn chia thành một số vòng tròn nhỏ đồng tâm, nội dung vòng trung tâm trong cùng mô tả tham sân si, vòng kế thường mô tả thiện nghiệp và ác nghiệp, vòng lớn ngoài mô tả 6 nẻo luân hồi cùng với các họa tiết mô tả việc giải thoát khỏi luân hồi.

Chư Phật và các bổn tôn dạng an hòa:
là thangka miêu tả các dạng Phật và các giác thể như Tārā Lục, Tārā Trắng, Văn-thù-sư-lợi, Quán Thế Âm,...

Các bổn tôn dạng hung nộ:
biểu tả các giác thể dạng hung nộ như Mahakala, Yamantaka, and Vajrapani.

Ý nghĩa chuyển tải

Cùng một thangka có khi màu khác nhau được dùng. Trong các thangka đó, các biểu tượng không có nhiều màu; các bức vẽ nền hầu như được khắc họa không dùng nhiều màu và thường được làm nổi lên bằng nhũ kim bạc hay vàng. Các màu cụ thể có liên hệ đến các giác thể riêng.

Một cách điển hình, các màu được dùng miêu tả như sau:

Trắng:	màu thông dụng của tranh.
Nâu:	Màu của Phật A-di-đà
Xanh dương:	Phật Dược Sư
Đỏ:	Ngài Liên Hoa Sanh
Xanh lục:	Tārā lục
Đỏ Nâu hay Cam:	Văn-thù-sư-lợi

Một khi thangka hoàn tất, nhiều tác giả sẽ viết vào mặt lưng của bức thangka dòng mật chú "" (Oṃ Ah Hum) dọc từ trên xuống ngay sau lưng ảnh của vị bổn tôn. **Oṃ** ở vị trí trán tượng trưng cho nền tảng của sắc, **Ah** ở cổ biểu trưng cho âm thanh, và **Hum** ở giữa ngực biểu trưng cho tâm thức.

Thật ra, hầu hết các thangka cổ đều có các dòng chữ được viết trên mặt lưng và thường là các câu chú (*mantra*) liên hệ đến vị bổn tôn miêu tả ở phía trước. Đôi khi cũng có thông tin về các vị chủ nhân của nó, và hiếm khi có dữ liệu ghi về người họa sĩ gốc đã tạo thangka. Ngày nay kỹ thuật X-ray còn cho phép người ta khám phá ra các họa tiết ẩn dấu, được phác họa trước khi họa sĩ vẽ chồng tiếp lên đó các lớp màu sơn của mặt trước bức tranh. Các họa tiết này có thể là dạng của các bảo tháp hay các dạng đối tượng khác.

Phương Pháp Tạo Hình

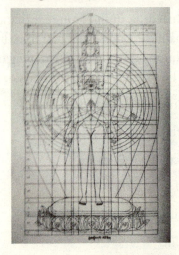

Ảnh minh họa các bước chính để tạo hình bốn tôn thangka Quán Thế Âm Thiên

Thủ Thiên Nhãn:
1. Vẽ phác họa theo đúng tỉ lệ; 2. Đi các nét chính sẽ được vẽ màu;
3. Vẽ màu chi tiết bằng các loại cọ. *Nguồn: Vi Trần*

Để hoàn tất một thangka đúng theo chất lượng truyền thống, đòi hỏi nghệ nhân mất ít nhất 3 tháng cho một thangka cỡ nhỏ và 6 tháng hay lâu hơn cho thangka lớn hơn, và mỗi ngày nghệ nhân có thể phải làm việc khoảng 7 giờ. Một nghệ nhân có khi tiến hành vài thangka trong cùng lúc, nhưng không hề có chuyện hai người làm chung một thangka, lý do là vì việc quyết định các gam màu và nền sẽ phải thống nhất theo ý riêng của cá nhân người thiết kế thangka. Nói về chi tiết, một biểu tượng họa tiết như một đóa sen nhỏ đường kính trung bình khoảng 8-10cm đòi hỏi họa sĩ dùng đến một ngày làm việc để hoàn tất. Như vậy, mỗi họa tiết trong một thangka trung bình sẽ cần nhiều thời gian hơn hẳn một họa tiết cùng cỡ đối với tranh sơn dầu bình thường. Với một thangka như vậy, các nét vẽ nhỏ hơn 1mm chiếm tỉ lệ rất cao, nên nhu cầu dùng các cọ vẽ cỡ rất nhỏ khá lớn. Thường người họa sĩ chính quy sẽ biết cách tự tạo ra các loại cọ nhuyễn phù hợp yêu cầu bằng lông thú.

Thangka thường được vẽ trên vải cotton hay lụa. Kiểu thông dụng được làm trên vải cotton dầy dệt thưa với kích thước khoảng 40 x 58cm. Dù có một số khác biệt về kích thước nhưng các thangka rộng hơn 45cm thường có giá trị cao. Màu vẽ thường không do họa sĩ làm ra, mà họ mua lại từ nguồn cung cấp. Các nguyên liệu thường là các loại đá màu hay lá cây cho màu sẵn có trong thiên nhiên. Các loại bột màu này sau đó sẽ được trộn chung với keo dung môi có gốc là nước, hay kết hợp với keo trắng ngả vàng đục làm từ da dê núi (nguồn gelatine), để làm chất bám vải cho mực. Sau này, người ta thay bằng da các loại thú khác nhưng không được nhiều họa sĩ lành nghề ưa chuộng vì keo làm ra thường có màu đậm hơn là từ da dê núi và do đó ảnh hưởng đến màu sơn.

Các nét vẽ mảnh mai sắc nét hay nhiều họa tiết nhấn nhá thường phải được vẽ lại vài ba lần chồng khít lên nhau, điều này đặc biệt khó khi chúng có nét nhỏ dưới 1mm vì nó đòi hỏi người họa sĩ tập trung tinh thần rất cao. Nếu bị sai sót, thì giá trị bức họa sẽ bị giảm do công việc phải được xóa sửa, dẫn đến màu và độ nét không còn thống nhất và như ý. Mực vẽ ngấm lên vải lập tức sau mỗi nét cọ, và sau đó khô tương đối nhanh (chừng 3-4 phút) khiến cho công việc cần sự chú tâm lớn để không bị sai sót.

Bố cục của một thangka đa số theo một hệ thống rõ ràng. Từ các chi tiết như chân, tay, mắt, mũi, tai, và các đối tượng lễ nghi được bố trí theo góc độ và các giao điểm của phác thảo một cách có hệ thống. Một họa sĩ thangka có kỹ năng tốt thường lựa chọn nhiều đối tượng nghệ thuật đã từng được vẽ để đặt vào thangka, bao gồm từ hình ảnh tay, bình bát, cầm thú cho đến hình dáng, kích cỡ, góc nhìn của mắt, góc của mũi và môi. Tiến trình có vẻ như rất có thứ tự, nhưng lại thường đòi hỏi hiểu biết thâm sâu về hệ thống các biểu tượng liên quan để đặc tả tinh thần của chúng. Các thangka thường ngập tràn các biểu tượng và ẩn ý. Các biểu tượng và ẩn ý này phải theo đúng các hướng dẫn trong kinh điển. Họa sĩ phải được trui rèn và có đủ kiến thức, hiểu biết và nền tảng về tôn giáo để tạo dựng một thangka chuẩn xác và đúng ý nghĩa. Nghệ thuật thangka thường biểu thị sắc thân Phật và các phẩm chất giác ngộ trong hình dạng của các giác thể. Các đối tượng nghệ thuật do đó, phải theo đúng các luật lệ được đặc tả trong kinh luận về tỉ lệ, hình dáng, màu sắc, tư thế, vị trí tay chân, và các thuộc tính để nhân dáng hóa đúng đắn đức Phật hay các giác thể.

Thangka vốn không phải là sản phẩm tưởng tượng của tác giả, mà là một bản vẽ cẩn thận như khi kẻ nét bản thiết kế (blueprint). Vai trò người họa sĩ ở đây có chút khác biệt hơn họa sĩ sáng tạo như chúng ta vẫn thường biết đến trong giới nghệ thuật hội họa Tây phương. Vai trò này trở nên như một loại phương tiện hay một kênh dẫn truyền, khiến phát khởi trong tâm trí thế tục của người vẽ một chân lý cao vợi trong thế giới ta-bà. Để bảo đảm được chân lý này được an trụ bền vững, ông ta phải tinh tấn tỉnh thức bám chặt vào các hướng dẫn đúng.

Các họa sĩ thangka thật thụ phải bỏ ra nhiều năm để học các mạng lưới biểu tả và các tỉ lệ của các giác thể khác nhau và sau đó làm chủ được kỹ thuật trộn và áp dụng màu thiên nhiên.

Khung căng vải trước khi vẽ phác họa. Nguồn: Vi Trân

Vật Liệu Chuẩn Bị

Có nhiều loại dụng cụ và vật liệu được dùng trong việc làm ra một thangka như:

1. Vải vẽ bằng cotton hay lụa loại dầy.
2. Khung căng vải vẽ

Tủ trữ màu vẽ thangka
Nguồn: Vi Trần

3. Màu vẽ từ đá khoáng hay từ thực vật thiên nhiên. Các màu chính bao gồm -- đen từ than, đá thần sa (cinnabar) cho màu đỏ tươi, đá Lapis Lazuli màu xanh dương, lá cây Lạc màu đỏ thẫm, đá Malachite màu xanh lục, đá Minium màu cam, Orpiment màu vàng, Ochre vàng và đỏ, Vàng màu hoàng kim, Bạc màu bạch kim. Nguồn cung cấp các màu này có từ Nepal, Tây Tạng, và Ấn-độ. Ngoại trừ các màu từ thảo mộc, còn lại các loại đá hay kim loại màu trước tiên phải được mài thành bột màu rất

mịn sau đó được trộn với các dung môi thích hợp và keo gelatine dưới dạng da nấu chảy để làm thành mực vẽ.

4. Da làm keo.

Dụng cụ Vẽ

1. Khung căng vải bằng gỗ
2. Viết chì để vẽ phác thảo
3. Com-pa
4. Thước kẻ
5. Đủ loại cọ lông

Cọ màu. Nguồn Vi Trần

Căng Khung cho Thangka

Để làm một thangka, trước tiên, vải vẽ được căng lên khung gỗ. Cách căng vải đòi hỏi thỏa mãn yêu cầu là độ căng được đồng đều và có thể điều chỉnh được độ căng này.

Kế đến, keo da thú dạng rắn được pha và nấu trong nước cho tan hoàn toàn. Keo này được trộn chung với một loại phấn, bột màu nền, và được trát một lớp mỏng lên cả hai mặt tấm vải vẽ đã căng và để khô dưới ánh sáng mặt trời. Sau đó, bề mặt vải vẽ được mài cho trơn láng bằng 1 miếng đá hay thủy tinh. Yêu cầu của thao tác này là sau khi hoàn tất, sự gồ ghề tạo ra bởi các sợi dệt vải đan đã được phủ lấp hoàn toàn, tạo thành một lớp trơn láng đủ dầy để không thể thấy xuyên qua được, và lớp keo cũng không còn trên bề mặt trơn láng này.

Chuẩn bị vải vẽ
Nguồn: Saumya Rawat

Chỉ kẻ màu
Nguồn: Saumya Rawat

Thao tác vẽ

Kỹ thuật vẽ cơ bản có khác nhau tùy theo phong cách địa phương. Người họa sĩ có thể được cung cấp tài chánh để mua vàng và các màu đắt giá. Một số người phụ việc và học sinh có thể được thuê để tham gia việc tạo thành các thangka.

Bước đầu tiên là việc kẻ các đường thẳng và tròn mẫu để xác định vị trí các đối tượng, và rồi vẽ phác bằng mực đen các nét chính. Người ta dùng thước kẻ, com-pa và dụng cụ đánh dấu để xác định các điểm chính yếu từ phía sau bản vẽ để dùng cho việc định hình các họa tiết ở mặt trước của nó.

Một loại chỉ có tẩm bột màu, được dùng để xác định trung tâm của bản vẽ và dựa trên đó để phóng ra các nét chính. Chỉ màu được căng thẳng trên mỗi đường chéo rồi người ta búng dây chỉ này tạo ra hay nét màu thẳng giao nhau tại tâm. Từ tâm này, một số vòng tròn đã được chuẩn hóa sẽ được vẽ bằng com-pa. Các cung tròn cũng được phân chia cho bố cục và các giới hạn

Phát Họa tranh ngài Văn-thù-sư-lợi.
Nguồn: Vi Trần

của miếng vải căng.

Bước kế là việc vẽ phác họa các nét chính của các đối tượng trên thangka. Điều này đòi hỏi kỹ năng tuyệt hảo về vẽ các giác thể và một hiểu biết thấu đáo các nguyên lý về tỷ lệ tạo hình. Các đường kẻ ô, các góc hình học và các giao điểm tương thuộc cần thiết sẽ được vạch ra, để dựa trên đó, các chi tiết như tay, chân, mắt, mũi, tai... và nhiều linh vật phụ họa khác được hình thành một cách cân đối và chính xác. Các hình này có khi được vẽ trên giấy trước, và sau đó được in chuyển lên vải căng của thangka.

Sau khi các nét phác thảo đã được định hình trên vải căng, thì các chi tiết thực thụ sẽ được vẽ bằng mực màu. Mực có từ các nguyên liệu đã nêu được pha với yêu cầu chính xác cho toàn thangka về sắc độ. Sự vẽ màu cũng theo nguyên tắc phối cảnh. Phông nền và họa tiết ở xa được vẽ trước, và cuối cùng thường là hình giác thể trung tâm. Tuy vậy, tùy theo trường phái khác nhau, họa sĩ có thể chỉ vẽ một lớp màu hay chồng nhiều lớp màu lên nhau.

Vẽ màu ngài Quán Thế Âm – Họa sĩ Migmar Tsering, để ý sợi dây cột phía trên của khung thangka hỗ trợ cho việc vẽ không giống với cách vẽ thông thường dùng các giá đỡ gỗ hay kim loại. Nguồn: Vi Trần

Nhiều tranh sẽ có giá trị cao hơn hẳn nếu nguồn mực vẽ phông nền từ đá quý (lapis lazuli cho nền xanh dương chẳng hạn). Các họa tiết về cảnh vật được miêu tả theo khuôn khổ và vẽ bóng bởi các kỹ thuật vẽ ướt hay khô. Cuối cùng là việc vẽ màu các đối tượng chính, nếu bột vàng ròng được dùng thêm vào để vẽ thì thường tranh cũng sẽ được viền khuôn bằng chỉ kim tuyến. Tùy theo kỹ năng kỹ xảo, để một thangka có giá trị cao hoàn tất, thường là trong vòng từ 3 đến 6 tháng. Tuy nhiên, ngày nay có khi chỉ cần 1-2 tuần hay ít hơn, một bức thangka được hoàn tất để bán ra thị trường với mức giá trị nghệ thuật thấp hơn rất nhiều. Việc tìm thỉnh các bức thangka thực thụ đúng theo giá trị truyền thống thời nay đã khá hiếm hoi.

Yêu Cầu về Mặt Tinh Thần của Họa Sĩ

Nghệ thuật tạo hình thangka không đòi hỏi tuổi tác, bất kỳ ai muốn hiến thân cho nó đều có thể tự tham gia học hỏi, và có thể tu tập dựa vào các thangka. Trước đây thì thangka được xem là một phương tiện để thiền tập, là một phương cách kết nối liên hệ giữa họa sĩ và bổn tôn. Người muốn học nghệ thuật vẽ thangka sẽ được ban quán đảnh bởi các vị đạo sư. Sau đó, dưới sự hướng dẫn của vị họa sĩ thangka vốn giữ vai trò đạo sư, người tu tập sẽ học và thực hành thangka trong nhiều năm. Để là một họa sĩ thangka thì người đó cũng phải có một hiểu biết thấu đáo về kinh điển Phật giáo Tây Tạng. Thangka có các quy tắc rất nghiêm ngặt được viết trong các kinh Phật. Do đó, việc hiểu biết thấu suốt về các biểu tượng và các ý nghĩa vốn có nói trong kinh luận là một điều bắt buộc. Họa sĩ thangka phải học cách phác thảo các biểu tượng và hình ảnh của các giác thể trong vài năm đầu. Việc hoàn hảo hóa nghệ thuật vẽ thangka thường lấy đi nhiều năm học hỏi rèn luyện trong khi toàn bộ tiến trình học hỏi đầy đủ cũng đã có thể lên đến 12 năm.

Công việc có thể được tiến hành ở bất kỳ thời gian nào trong năm. Đây là công việc cần căn phòng riêng, với không khí tương đối khô và ánh nắng chỉ cần trong các bước chuẩn bị vải vẽ.

Thành phố Dharamsala Ấn-độ hiện đã trở thành một trung tâm sản xuất lớn các loại thangka, dù rằng có khá nhiều thangka được sản xuất chỉ do mục tiêu lợi nhuận, thì vẫn còn một vài nơi đào tạo có bài bản các họa sĩ thangka như tại Học viện Norbulingka và tại Thư viện và Văn khố Tây Tạng.

Vòng Luân Hồi
Nguồn: Dennis Sheppard

Một Thí Dụ Điển Hình

Chúng ta hãy xem xét một thí dụ cụ thể về thangka mô tả luân hồi, là nơi trói buộc tất cả chúng sinh phải chịu liên tục tái sanh dưới áp lực của tam độc (tham, sân, si):

Thangka mô tả một vị thần chết đang giữ chặt bánh xe của sự tái sanh bằng một đôi hàm rất khỏe, bảo đảm cho sự liên tục của vòng sinh tử. Góc trên bên ngoài của vòng sinh tử, thường miêu tả các đức Phật và A-la-hán đã vượt khỏi luân hồi khổ đau.

Nhìn chung, hình ảnh toàn bộ vòng sinh tử được chia làm bốn vành. Vành trung tâm nhỏ nhất là ảnh của ba con vật biểu tượng cho tam độc trong Phật giáo: heo tượng trưng cho tham, rắn tượng trưng cho sân, và gà tượng trưng cho si. Tùy theo cách minh họa 3 con vật này ngậm vào đuôi nhau, biểu tượng cho việc khả dĩ tạo duyên sinh của một loại độc cho hai loại độc kia.

Tham chấp rất dễ dẫn đến sân hận, nếu như đối tượng của tham chấp không (còn) thuộc về mình. Kế, sự sân hận có đặc tính làm mất trí khôn và do đó nảy sinh si mê. Si mê đến lượt nó cũng khiến dễ nảy sinh tham lam chấp ngã. Cả ba quyện kết vào nhau như một vòng xoay tròn biểu tượng các con vật ngậm vào đuôi nhau.

Vòng trung tâm và vòng thiện ác của thangka Luân Hồi: Tham-Sân-Si
Nguồn: Khuyết Danh

Vành khuyên liền kề vòng trung tâm được chia là hai miền với màu nền đối lập nhau: Màu trắng biểu thị cho các hành vi thiện đức tạo nên thiện nghiệp và màu đen ngược lại cho ác nghiệp. Vành khuyên kế đến chiếm diện tích lớn nhất, miêu tả cảnh giới của 6 cõi luân hồi gồm: Thiên, A-tu-la, Nhân, Súc sanh, Ngạ Quỷ, và Địa Ngục. Tùy theo trường phái nghệ thuật, có một số nơi vẽ đã nhập hai cõi Thiên và A-tu-la lại thành một, và do đó chỉ thấy vành khuyên này có 5 phần thay vì 6.

Các hình ảnh đều được dựa theo mô tả trong kinh luận.

Hình ảnh địa ngục:	đặc tả cảnh khổ của các tầng địa ngục.
Ngạ Quỷ:	vẽ cảnh quỷ đói với cổ họng rất nhỏ dài, bụng to, thực phẩm bị hóa ra lửa khi họ cố nuốt.
Súc Sanh:	thường mô tả cảnh làm việc khổ sở của các loại gia súc.
Nhân:	Mô tả sinh hoạt con người. Nhiều thangka vẽ lại cảnh khổ của sinh, lão, bệnh, tử. Đặc trưng của con người là có chịu khổ nhưng lại có được trí năng để phân biệt và tu tập thường có miêu tả vị thánh tăng tu tập giác ngộ ở một góc.
A-tu-la:	có sự giàu mạnh cường thịnh nhưng do lòng ghen tị thường có các trận đánh nhau dữ dội với Thiên giới và thọ lãnh nhiều đau khổ.
Thiên:	được miêu tả trong sự sung sướng giàu mạnh, nhưng cũng do có quá nhiều phước lộc nên họ ít tu hành; và khi cạn hết thiện đức, họ lại bị tái sanh vào cõi thấp.

Vành khuyên hẹp ngoài cùng được chia đều thành 12 phần, biểu tượng cho giáo pháp Thập Nhị Nhân Duyên. Các biểu tượng của mỗi phần thường được miêu tả thuận theo chiều kim đồng hồ như sau:

Vô Minh:	Một người mù
Hành:	Bình gốm hay thợ gốm (biểu ý của hành vi cấu hợp)
Thức:	Một con khỉ
Danh Sắc:	Nhiều người đang đi trên con thuyền
Lục Nhập:	Căn nhà trống rỗng
Xúc:	Một đôi nam nữ đang giao hợp
Thọ:	Mũi tên xuyên vào mắt
Ái:	Một người đang uống rượu

Thủ:	Con khỉ đang hái trái cây
Hữu:	Một nữ nhân mang thai
Sinh:	Một em bé
Lão Tử:	Một xác chết đang được khiêng hỏa thiêu.

Các Hiểu Biết Cần Có về Thangka

Sản phẩm thangka

Các thangka dạng cuộn lại được vẫn là sản phẩm phổ biến nhất, được tạo bởi kỹ thuật đã miêu tả bên trên. Dĩ nhiên, có các đối khác tùy theo tình trạng sản xuất của từng nơi từng chỗ. Như đã nói, thangka được tạo ra theo các chuẩn mực xác định nghiêm túc nên ít có chỗ cho việc thử nghiệm và sáng tạo. Một khía cạnh phân biệt thangka với các loại hình thủ công nghệ và các thực hành nghệ thuật khác là nó không phải dùng cho mục đích thẩm mỹ hay tiện ích hàng ngày, mà là một sự hỗ trợ cho thiền tập hay là một biểu tượng của thiện nghiệp. Cho nên, đến nay vẫn còn một lượng khá lớn các thangka được làm không vì mua bán. Trong quá khứ, thangka sẽ tạo dựng một mối quan hệ giữa người vẽ, vị lạt-ma (người hướng dẫn các công việc nghệ thuật thangka) và vị bổn tôn. Tuy vậy, nội dung thangka được làm theo nhu cầu của người thỉnh cầu.

Một số thangka ngày nay đã chuyển dạng, không còn được ghép vào khung phẳng bằng lụa hay vải mà thay vào đó là các khung dày từ gỗ, các loại này chỉ có giá trị thương mại. Một số khác làm từ hình in sẵn hay được làm với chất lượng không tinh xảo được bày bán rất nhiều. Người thỉnh hay sở hữu thangka nên có một số hiểu biết để nhận ra giá trị và chất lượng thật của chúng. Các thangka chất lượng cao thường có nhiều đường nét, họa tiết rất tinh vi, sắc xảo (chẳng hạn như là các tia hào quang là các đường gấp khúc nhỏ được vẽ với bề rộng và khoảng cách nhỏ hơn 1mm bằng sơn nhũ kim, cũng như các họa tiết trang trí trên y phục của vị bổn tôn chính có đường kính khá nhỏ 2-3mm nhưng lại rất tỉ mỉ, tất cả vẽ tay nên có thể nhận ra các nét vẽ không phải in).

Các Yếu Tố Gây Hư Hỏng và Việc Phục Hồi Thangka

Trong quá khứ, sự hư hại thường xảy ra do cách sống du mục của người Tạng, họ sống và du cư qua các đoạn đường dài với điều kiện khí hậu khắc nghiệt. Thangka lại là một vật quan trọng trong văn hóa Phật giáo Tây Tạng. Trong thời Trung cổ, những nhóm tăng sĩ, học giả, thiền giả du cư mang theo bên mình các thangka để thực hành tu tập và truyền giảng. Họ di chuyển với bò Yak (một dạng bò tót) đến các vùng xa xăm, căng lều, mở các cuộn thangka, và thực hiện các nghi thức tôn giáo cho người địa phương. Sau đó, lại dọn lều, cuộn thangka, di chuyển đến nơi khác. Các thao tác như thế mang lại lợi ích cho cư dân nhưng tác động mạnh lên thangka.

Hành xử thiếu nhẹ nhàng lên thangka và các bức tường treo tranh ẩm ướt làm hư hại các bức vẽ và khung vải của thangka đã xảy ra cả trong thời cổ lẫn ngày nay. Trong nhiều tự viện Tây Tạng hiện đại, vẫn thiếu đi các chăm nom hành xử đúng mức cho các thangka. Trong nhiều dịp lễ lạc của năm, các thangka được lấy ra khỏi kho chứa, mở cuộn, và treo trong các điện thờ ẩm ướt và nhiều khói hương. Sau đó chúng lại được tháo xuống, xếp chồng lên nhau, để rồi cuộn lại bỏ vào các thùng chứa. Nhiệm vụ của thùng chứa là để bảo quản, nhưng rất nhiều trường hợp các thùng này lại khiến lên mùi mốc meo.

Các tăng sĩ rất tôn kính thangka của họ, nhưng do thiếu kiến thức khiến gây hư hại cho các bảo vật quý giá này.

Màu sắc bị biến đổi do độ ẩm. Nước sẽ làm phai nhạt nhiều lớp mịn màu vẽ. Các hư hại sẽ làm hiển lộ các nét vẽ của lớp vẽ ẩn bên trong, hay làm cho màu vẽ mất đi độ nổi 3 chiều mà người họa sĩ không bao giờ muốn bạn thấy thế. Ngoại trừ người họa sĩ có để lại các chi tiết chính xác đầy đủ về việc tái tạo các màu đã dùng, thì việc phục hồi các chỗ hư hại sẽ tạo các sai sót về sắc độ.

Ngoài độ ẩm và nước, các đèn bơ có chất béo, và khói nhang cũng làm hại đến màu sắc nguyên thủy. Các hư hại có thể thấy rõ ở các góc cạnh nơi khung vải được dùng để bảo vệ tranh vẽ gốc. Việc phục hồi các hư hỏng trở nên vô cùng phức tạp, vì yêu cầu của các thông điệp biểu tượng đòi hỏi phải được tôn nghiêm và bảo tồn.

Do các khó khăn nêu trên, khiến việc bảo quản thangka nhất là thangka cổ cần phải được cẩn trọng đúng mực. Việc phục hồi thangka cổ càng đòi hỏi thêm các quá trình phức tạp hơn mà quan trọng nhất là hiểu biết chính xác về thứ tự thao tác của tác giả và các phức hợp nguyên thủy được dùng của thangka. Qua đó, các vấn đề phục hồi sẽ được để xuất một cách riêng biệt cho từng thangka. Chẳng hạn như việc phân biệt rõ được các lớp sơn màu ngoài cùng với các lớp vẽ nền bên trong vốn có thể bao gồm các nét viết biểu tượng. Người phục hồi phải có hiểu biết đủ về địa phương nơi sản xuất, cách thức đã được sử dụng trong việc chế mực màu và khuôn vải cho thangka đó.

Lời Kết

Thangka là đối tượng nghệ thuật khá phức tạp đã được thiết kế, các ý tưởng có tính biểu tượng nhắm phục vụ cho thực hành thiền và nghi lễ. Tùy theo mục tiêu sản xuất, các thangka có thể được làm ra một cách khác nhau tùy kỹ năng và kỹ xảo của họa sĩ cũng như là vật liệu. Ngoài ra thời gian, địa phương, và cách tạo khung vải của nơi làm ra thangka cũng góp phần vào giá trị của chúng.

Việc sở hữu một thangka có giá trị nghệ thuật cao sẽ đòi hỏi các hiểu biết khá cụ thể như đã nêu trên, và việc thỉnh đúng nơi đúng người cũng cần một số hiểu biết. Đa số các thangka hiện nay ở các trung tâm du lịch tôn giáo đều không mang nhiều đặc tính nghệ thuật cao dùng cho tu tập thiền, mà chỉ có giá trị thương mãi hay trang trí. Tuy nhiên, vẫn có thể tìm thỉnh được các thangka đúng chất lượng, nếu có hiểu biết về hội họa và thangka, rồi dùng nó để xem xét các họa tiết trên các thangka cụ thể. Tuy nhiên, việc thỉnh được một thangka cổ có lẽ là việc rất khó và hiếm hoi.

V.N.

Tài Liệu Tham Khảo chính:

1. *Thangka Painting*. Saumya Rawat & Anwita Kapoor (IICD, Rajasthan) AIACA pdf. 2015

2. *Life and Thangka – Searching for Truth through Sacred Arts*. Tiffani H. Rezennde. LTWA. 2006.

3. བོད་ཀྱི་རི་མོ་འབྲི་རྒྱལ་དེབ་གསར་གྱུར་ཕན་མ (*New Sun Self Learning Book on the Art of Tibetan Painting*). Jamyang Losal. Serig Parkhang. 1992

4. Các chi tiết dẫn xuất từ việc phỏng vấn với họa sĩ thangka Migmar

Tsering, người có hơn 25 năm kinh nghiệm trong công việc và hiện là giảng viên đào tạo họa sĩ thangka tại Thư Viện và Văn Khố Tây Tạng. (LTWA)

5. *Thangka*. https://en.wikipedia.org/wiki/Thangka. Accessed 17/09/2017

6. *Tibetan Art*. https://en.wikipedia.org/wiki/Tibetan_art. Accessed 17/09/2017

7. *Buddhist Art & Architecture – Thangka Paintings*. http://www.buddhanet.net/thangkas.htm. Accessed 17/09/2017

8. *Thangka Painting*. http://www.norbulingka.org/thangka-painting.html. Accessed 17/09/2017

tản mạn về bốn nghệ thuật sống

Trí Như

Nói về nghệ thuật sống tức là nói đến "đời sống cao cấp", chứ không phải đời sống thường nhật của bất cứ chúng sanh nào... Đời sống ở đây đã vượt lên trên những nhu cầu căn bản, không còn phải đặt vấn đề ăn mặc hưởng thụ, mà là "sống như thế nào", và con người ở đây là con người xã hội toàn diện, một mẫu người lý tưởng.

Mỗi xã hội, mỗi thời đại, mỗi tôn giáo đều có một mẫu (người) lý tưởng riêng, ví dụ ngày xưa ở phương Tây có mẫu người lý tưởng là những chàng hiệp sĩ (cavaliers), ở Nhật thì có những võ sĩ đạo (samurai), Trung Hoa thời Khổng Mạnh thì có hình tượng "người quân tử", còn đối với người Phật tử thì mẫu người lý tưởng là một vị bồ-tát. Bồ-tát không chỉ là vị xuất gia mà có thể là một cư sĩ như trưởng giả Duy-ma-cật.

Thời đức Phật còn tại thế, các vị đại đệ tử của ngài chỉ được gọi là A-la-hán nhưng chúng ta thấy các ngài ấy rõ ràng đã hành bồ-tát đạo suốt cuộc đời mình, vì các ngài sống và đi theo bước chân đức Phật phục vụ chúng sanh từng ngày từng giờ cho đến cuối đời. Chúng ta hãy nhớ lại lời tôn giả Xá-lợi-phất khi ngài bạch Phật về các hạnh nguyện của ngài: sống như Đất, như Nước, như Gió và như Lửa. Đây chính là những bài học đáng quý mà chúng ta rút ra được từ vị Thầy sống cách đây hơn hai ngàn năm.

Thế nào là
Sống theo hạnh của ĐẤT
của ngài Xá-lợi-phất?

Sống như Đất nghĩa là bắt chước cái hạnh của Đất: dù ta đổ lên đất những chất dơ, chất độc chất hôi thối hay đổ lên đất những đồ quý giá thơm tho như vàng bạc châu báu, nước hoa... thì đất vẫn tiếp nhận tất cả những thứ ấy một cách thản nhiên không vui mừng cũng không lấy làm oán thán, tủi nhục... Cũng thế, tôn giả Xá-lợi-phất muốn dạy chúng ta rằng: khi những cảm thọ hạnh phúc hay đau khổ, thắng lợi hay thất bại, danh dự hay tủi nhục khởi lên trong lòng, chúng ta phải giữ Tâm Chánh niệm, Tỉnh thức, không để sự rối loạn (thất niệm) tràn ngập vào Tâm. Trên thực tế, những ngày "tranh đấu bất bạo động" của năm 1963 các em ngành Thiếu của chúng ta, trong khi đang ngồi tuyệt thực, đã bị bom acit ném lên thân thể gây ra đau đớn và để lại những hậu quả tai hại, nhưng các em không hề khởi lên tư tưởng trả thù. Từ đó đến nay đã hơn nửa thế kỷ, vẫn còn những người muốn đổ nước dơ lên anh chị em chúng ta nhưng học theo hạnh của Đất, chúng ta vẫn thản nhiên không sinh tâm thù hận, thậm chí không cần đến việc giải thích, mà chỉ giữ Tâm tĩnh lặng, vì những người đó không phải hiểu lầm mà có mục đích bôi nhọ rất rõ.

Thế nào là
Sống theo hạnh của NƯỚC?

Nước có đặc tính uyển chuyển, khi bình thường nước chảy êm, khi gặp trở ngại, nó có thể đi quanh chướng ngại vật hay vượt tràn qua. Nước có nhiều hình thức: lỏng, đặc, hơi, tuyết, sương... Nước luôn giúp đỡ và phục vụ chúng sanh. Chúng ta học hạnh của nước, dù ở trong hoàn cảnh nào cũng làm việc ích lợi cho tha nhân. Cũng như Đất, Nước có thể thu nhận bất cứ gì đổ vào, dơ bẩn hay sạch sẽ, tốt lành hay độc hại, kể cả xác người hay xác thú vật v.v... Nước vẫn không từ chối. Chúng ta cũng vậy, phục vụ tha nhân với tâm bao dung, không phân biệt.

Thế nào là
Sống theo hạnh của GIÓ?

Gió là không khí chuyển động; cũng như nước, Gió thể hiện dưới nhiều hành tướng khác nhau: ngọn gió mát trưa hè chỉ gây ra những cảm giác nhẹ nhàng thanh thản, "chỉ hiu hiu gió cho vừa nhớ thương", nhưng khi gió đổi chiều, khi những điều kiện về nhiệt độ và áp suất của môi trường thay đổi thì Gió trở thành vũ bão, hùng hổ xua tan quét sạch tất cả gông cùm xiềng xích để phục vụ cho hạnh phúc của chúng sanh đau khổ. Trong lịch sử dân tộc Việt Nam cũng đã có những ngọn gió trở thành bão dữ để bảo vệ đất nước như thế, ví dụ những cơn bão Bạch Đằng Giang, cơn bão Gò Đống Đa quét sạch quân xâm lược tàn bạo đô hộ nước Nam, đem lại đời sống thanh bình no ấm cho dân Nam. Trong lịch sử thế giới thì ngọn Gió mới của cuộc cách mạng Pháp đầu tiên đã xóa tan chế độ Vua chúa đem lại tự do và bình đẳng cho mọi người. Mặt khác, cơn Gió vi tế nhất, cần thiết nhất, gần gũi nhất của con người, đó là hơi thở. Chúng ta luôn chú ý hơi thở để giữ gìn chánh niệm; quan sát ngọn Gió này chính là Chánh niệm - "trái tim của sự sống".

Thế nào là *Sống theo hạnh của LỬA*?

Lửa là hơi nóng, Lửa có thể đốt cháy tất cả, thanh lọc tất cả, nhưng Lửa cũng là yếu tố nuôi sống Trái Đất của chúng ta, từ lửa của mặt Trời hay lửa của một bếp hồng ở nông thôn, hay đốm lửa của một que diêm, đều rất cần thiết cho đời sống của con người. Lửa là hơi ấm, là nguồn năng lượng nuôi sống muôn loài, lửa đem lại ánh sáng, xóa tan bóng đêm lạnh lẽo, đâm thủng màn vô minh đen tối. Dù là đốt cháy mọi thứ hay thanh lọc tất cả Lửa cũng không vì thế mà cảm thấy sân hận, tủi nhục hay oán thù. Lửa mãi mãi đem lại sức nóng và hơi ấm nuôi sống nhân loại. Trong lịch sử Việt Nam chúng ta có ngọn lửa Quảng Đức, đã được đốt lên để thắp sáng nhân gian, đánh thức lương tâm con người, khai mở trái tim của thời đại, làm cho thế giới bên ngoài biết Phật giáo đồ Việt Nam đang chịu đày đọa trong địa ngục trần gian bởi bọn hung tàn, với súng đạn, gông cùm v.v... mà không một tiếng kêu cứu nào được lọt ra ngoài. Chỉ có ngọn Lửa Quảng Đức mới đủ sức vươn cao kêu gọi và đánh động lương tâm nhân loại như thế.

Muốn sống theo các hạnh của Đất, Nước, Gió, Lửa, cần phải có Tâm rộng lớn như Đất, lòng TỪ mênh mông như Nước, lòng BI bao dung vô điều kiện, tâm HỶ hạnh phúc với cái vui của người khác và làm vơi khổ đau của họ, tâm XẢ bao la thanh thoát thấy được "ta" và "người" là MỘT.

Từ, Bi, Hỷ, Xả là bốn Tâm Vô Lượng giúp chúng ta đi trên con đường Bồ-tát – đó là *Nghệ thuật Sống* của vị Bồ-tát trên con đường thiên lý không có bắt đầu và kết thúc, vì họ đi vào Cuộc Đời này bằng nguyện lực cao cả chứ không phải vì nghiệp lực dắt dẫn như phàm phu chúng ta. Ví dụ ngài Bồ-tát Địa Tạng đã tuyên bố: Nếu còn một chúng sanh đang thọ nghiệp ở Địa ngục thì ta chưa thể thành Phật được.

Chúng ta, người Phật tử, hơn nữa, là người Huynh Trưởng GĐPT, lý tưởng của chúng ta là thực hành Bồ-tát Đạo, là được đi trên con đường mà đức Phật đã đi, sống như đức Phật đã sống – chỉ vô phước là chúng ta sinh ra không nhằm thời có Phật nên phải tự mình "thắp đuốc lên mà đi". Nhưng còn may là chúng ta có Sư phụ, có bạn hữu, có các bậc đàn anh đàn chị, và cả đàn em của mình cũng có thể giúp đỡ, chia vui xẻ buồn với chúng ta, đồng hành trên con đường Đạo.

Cầu mong ACE chúng ta sách tấn nhau áp dụng Nghệ thuật Sống mà kinh sách đã truyền lại một cách tinh tấn để có thể hoàn thành Luật Đoàn "dũng tiến trên đường Đạo" và luôn nhớ câu châm ngôn: "PHỤC VỤ ĐỂ TRỞ NÊN HOÀN TOÀN. HOÀN TOÀN ĐỂ PHỤC VỤ".

T.N.

TRỜI THƠ ĐẤT MỘNG
PHIÊU BỒNG THI CA

Tâm Nhiên

Sương mù bàng bạc ùn lên lãng đãng, trộn lẫn với ngàn mây trắng bao la, hòa quyện cùng hương rừng gió núi, chập chùng trên tuyệt đỉnh Hy-mã-lạp-sơn chờn vờn ngất tạnh, bay quanh pháp hội Linh Sơn vào một thời xa xưa, cách đây mấy nghìn năm rồi mà tưởng chừng như mới hôm nào, vẫn còn nghe văng vẳng những lời bất hủ của Thế Tôn vang vọng, trầm hùng:

Hữu vi pháp hiện trùng trùng
Như huyễn như bọt nước tung vỡ rồi
Như ánh chớp như sương rơi
Thường quán như vậy nhẹ vời phiêu nhiên.

Vào đầu thế kỷ thứ I sau tây lịch, ở xứ sở u huyền Ấn-độ xuất hiện thiền sư Mã Minh với tập thơ *Phật Sở Hành Tán* dài hơn 9000 câu thơ ngũ ngôn, tán thán ca ngợi cuộc đời và tư tưởng Đức Phật. Bản trường ca kết thúc bằng mấy vần thơ trong sáng:

Tán thán đức Thế Tôn
Suốt cuộc đời hành đạo
Để chuyển hóa chúng sinh
Được an lành giải thoát.

Giải thoát là hương vị tuyệt vời của nguồn thơ thiền, cứ mãi mãi quyện hòa trong không khí, thoảng ngát chan chứa giữa lòng người khắp mọi miền, chốn cõi nơi nơi qua các thiền viện, am cốc, kinh thành, sơn dã, thị tứ, làng quê. Hương vị giải thoát ấy thấm sâu vào trái tim nhân loại, làm tan đi xiết bao phiền não, khổ đau, xiết bao những đục ngầu, u minh, mịt mùng tăm tối.

Nối tiếp mạch nguồn giải thoát đó, đến gần cuối thế kỷ thứ VI ở Trung Hoa, thiền sư Huyền Giác (665-713) từ nơi thảo am hoang vắng tịch liêu, cạnh bên dòng sông xanh quạnh quẽ cô tịch, bỗng cất lên tiếng hát động trời *Chứng Đạo Ca* hùng tráng, vang âm rung chuyển rền ngân trên cung bậc tối thượng thừa. Thi phẩm *Chứng Đạo Ca* dài 266 câu thơ thất ngôn, tuy ra đời cách đây hơn 15 thế kỷ nhưng thần lực của thơ vẫn còn tinh khôi mới mẻ, rực ngời ngọn lửa thiêng trong tâm hồn rực rỡ, mở đầu bằng mấy câu thơ nhảy tung vào đốn ngộ bản thể tự thân:

Dứt học vô vi ấy đạo nhân
Không trừ vọng tưởng chẳng cầu chân?
Tánh thực vô minh tức Phật tánh
Thân không ảo hóa tức Pháp thân

Pháp thân giác rồi không một vật
Vốn nguồn tự tánh thiên chân Phật
Năm ấm ảo hư mây lại qua
Ba độc huyễn hoặc bọt còn mất...[1]

Tuyệt đối chẳng còn chi phải học nữa, bậc liễu đạt là người hoàn toàn vô sự nhàn nhã, vượt qua thế giới nhị nguyên, hết còn phân biệt chân vọng, bởi thấu hiểu vọng chân đều huyễn hóa. Chẳng nhọc lòng tiêu diệt vọng tưởng hay truy tìm chân lý, chân tâm gì thêm. Tâm thể vốn hiện hữu sờ sờ, đang tỏa chiếu hào quang sáng rực ngời ra đó, từ muôn thuở muôn nơi rồi. Mê thì không thấy, ngộ thì hoát nhiên thấy ngay trước mắt rõ ràng. Ngộ rồi mới thông suốt lẽ *"Tánh thật vô minh tức Phật tánh. Thân không ảo hóa tức Pháp thân."* Thật ra cũng dễ hiểu, bởi vô minh chỉ là một khái niệm không có tánh riêng biệt nào cả mà chỉ do mình bỏ quên, chẳng biết có Phật tánh nên tạm gọi là vô minh thế thôi.

Khi tuệ giác quán chiếu bùng vỡ, lập tức tánh Phật hiển lộ huy hoàng thì vô minh tan mất. Cũng vậy, thân huyễn hóa và Pháp thân chẳng đối lập gì nhau mà vốn là bất nhị, Pháp thân ở ngay trong thân ảo hóa này, chứ tuyệt nhiên chẳng ở một nơi chốn nào khác tận ngoài xa kia. Thiền

---

[1] Huyền Giác. *Chứng Đạo Ca*, Trúc Thiên dịch, Lá Bối xuất bản, Sài Gòn 1970.

sư liễu ngộ Pháp thân, Phật tánh, nhìn đâu cũng thấy không có một vật nào chướng ngại, nên thông tay vào chợ, tùy duyên hóa độ chúng sinh, chỉ rõ cho họ biết năm ấm, ba độc, như ảo ảnh, huyễn mộng, như bọt nước mong manh chẳng thật.

Đừng lầm chấp thật mà sinh tâm dính mắc, ham muốn rồi tranh giành, chiếm hữu, đưa đến căm thù, nhẫn tâm tàn sát lẫn nhau, gây bao đổ nát tang thương, sầu hận chất chồng, tạo nghiệp mãi trong vòng sinh tử, luân hồi. Rỗng rang buông xả, thư thả hòa chung nhịp bước, viên dung đôi bờ sống chết, có không, mộng thực... giữa chốn miền thanh thản, tự do đó, có biết bao đạo sư, hiền nhân, ẩn sỹ, đại trượng phu lẫm liệt đi về, hòa tấu khúc *Chứng Đạo Ca*.

Hãy lắng nghe Huyền Giác hát ca, hòa điệu sống thường hằng:

> *Mặc ai biếm mặc ai dèm*
> *Châm lửa đốt trời nhọc sức thêm*
> *Ta nghe như uống cam lồ vậy*
> *Tan hết vào trong chẳng nghĩ bàn*
>
> *Xét lời ác ấy công đức*
> *Đó mới chính là thầy ta thực*
> *Chớ vì báng bổ khởi oán hận*
> *Sao tỏ vô sanh nêu nhẫn lực*
>
> *Đi cũng thiền ngồi cũng thiền*
> *Nói im động tịnh vẫn an nhiên*
> *Phỏng gặp gươm đao thường nhẹ nhõm*
> *Ví nhằm thuốc độc vẫn bỗng tênh*
>
> *Suốt suốt thấy không một vật*
> *Cũng không người cũng không Phật*
> *Thế giới ba nghìn bọt nước xao*
> *Hết thảy thánh hiền như điện phất...*[2]

Đó là thái độ sống của hàng đạt đạo. Làm sao kể hết được những tâm hồn thượng đẳng, hoằng đại ấy, những con người siêu việt đã khơi dậy sự sống nhiệm mầu, thưởng thức niềm hân hoan tối thượng của cuộc sống toàn diện như đại sư kỳ vĩ Milarepa (1052-1135) ca hát vang lừng

---

[2] Sdd.

những bài thơ, phát khởi từ một trí tuệ nhìn thấu suốt ba nghìn thế giới. Tiếng hát, lời ngâm trầm hùng như sư tử trên các triền núi cao nguyên bạt ngàn Tây Tạng, tiếp giáp với mây trời vần vũ thiên thu. Những bài thơ xuất thần bay bổng, lồng lộng tràn đầy ánh sáng quang minh, rạng chiếu ngời ngời một nguồn hân hoan, an vui chân thật:

*Nhất quyết xa lìa ngã tưởng là vui
Từ bỏ lòng yêu quê hương xứ sở là vui
Thoát khỏi luật lệ đất nước là vui
Chẳng làm kẻ cắp của cải tầm thường là vui*

*Không có lý do để tham đắm là vui
Có nhiều hiểu biết phong phú tinh thần là vui
Không phải khốn khổ vì kiếm ăn là vui
Cứ an nhiên tự tại chẳng lo bị mất mát gì cả là vui*

*Chẳng lo bị suy đồi trụy lạc là vui
Có tín tâm thâm hậu sâu xa là vui
Vô ngại đối với tư lợi của kẻ bố thí là vui
Giúp đỡ nhiệt tình không chán nản là vui*

*Không sống lừa đảo giả trá là vui
Thể hiện tín tâm bằng mọi hành vi là vui
Thích du hành chẳng mệt mỏi là vui
Không sợ chết thình lình là vui*

*Chẳng lo lắng bị cướp giật là vui
Thấy tinh tấn trên đường đạo là vui
Tránh hành động độc ác xấu xa là vui
Cần mẫn hiếu thảo thuận hòa là vui*

*Vắng lặng tánh tham lam sân hận là vui
Chẳng kiêu ngạo ganh ghét ty hiềm là vui
Thoát khỏi hy vọng và sợ hãi là vui
Làm chủ điều động tâm thức ý thức là vui*

Và giải thoát sinh tử là niềm vui hân hoan, cực lạc Niết bàn.[3]

---

[3] Milarepa. *Gởi Lại Trần Gian*, Đỗ Đình Đồng dịch, Hiện Đại xuất bản 1970.

Bản hoan ca nhập cuộc siêu thoát, đại hòa điệu chơi với cõi ta bà, hòa âm thấm thía nguồn vui lai láng, tràn ngập trong thi phẩm *Gởi Lại Trần Gian* của Milarepa vẫn còn mãi đồng vọng giữa lòng nhân thế xưa nay.

Không thể nghĩ bàn là tiếng thơ của một con người sống trên mặt đất. Giữa thiên thanh vĩnh thúy, tiếng thơ ấy tự bao giờ đã bay lên, đồng vọng mông mênh trên cung bậc hùng tráng như tiếng hát đại từ, đại bi, đại hỷ, đại xả, phát xuất từ một tuệ giác siêu phàm nhập thánh khác, cũng của Phật giáo Mật tông Tây Tạng, đạo sư Langri Thangpa Dorje Senge qua *Tám Đoạn Thi Kệ Chuyển Hóa Tâm Thức*. Một bài thơ linh diệu được truyền tụng khắp vùng lục địa Á châu, được chính đức Đạt-lai lạt-ma và những bậc thánh triết, hiền nhân trên thế giới thuộc lòng và thường xuyên miên mật áp dụng thực hiện. Nguyên tác tiếng Tây Tạng, nhan đề *Blo-Sbyong Tsig-Brgyad-Ma*, do Phạm Công Thiện chuyển dịch Việt ngữ:

I

Quyết tâm thành tựu
Sự hạnh phúc rộng lớn nhất cho tất cả sinh vật
Điều này còn hơn cả viên ngọc như ý
Tôi nguyện sẽ thường xuyên, liên tục thương yêu, quý mến hết thảy mọi chúng sinh

II

Khi chung đụng với người khác
Tôi tự xem mình như là kẻ thấp hèn nhất trong mọi người
Và trong tận đáy lòng sâu thẳm của tôi
Luôn luôn trân trọng, kính quý những kẻ khác, coi họ như tối thượng

III

Quán chiếu, xem xét sự lưu chuyển liên tục của tâm thức tôi trong tất cả mọi cử chỉ, hành động
Nếu một lúc nào đó, có nỗi ưu sầu, đau đớn nào đột nhiên phát khởi
Gây tai hại cho chính tôi và cho những kẻ khác
Tỉnh thức đối mặt, nhìn thẳng vào nỗi phiền não ấy, tôi liền chuyển hóa, làm tan biến nó đi

IV

Khi chạm mặt với một người có tâm địa ác độc
Với người ngu si bị sai khiến, điều động bởi những điều nham hiểm, gian trá và bởi nhiều sự tàn bạo, điên rồ
Tôi vẫn quý thương, ngưỡng mộ người ấy, người thực khó thấy
Giống như mình bắt gặp một kho tàng trân châu vô cùng quý báu

V

Khi những kẻ khác vì ghen ghét, đố kỵ
Đối đãi tôi tệ bạc, sỉ nhục, lăng mạ, chửi rủa tôi đủ điều tàn nhẫn
Tôi cũng hoan hỷ chấp nhận những tiếng lời nặng nề, ghê gớm của họ
Và nhường cho họ hoàn toàn sự đắc thắng

VI

Khi có một người mà tôi giúp đỡ tận tình
Tôi đặt hết niềm hy vọng lớn lao vào người ấy
Nhưng rồi, chính người ấy lại giáng xuống đầu tôi bao nhiêu tai họa khủng khiếp
Tôi cũng xem người ấy như một người bạn tâm linh cao tột, như một bậc thầy, một thiện tri thức đúng nghĩa của tôi

VII

Nói gọn lại, tôi xin hiến dâng, trao tặng lợi ích tốt lành, hạnh phúc trọn vẹn cho hết thảy những người mẹ, mọi mọi mẫu thân
Trong cuộc đời này và trong cả sự luân lưu, tiếp diễn miên trường, vạn đại mai sau
Và một cách kín đáo, tôi xin chịu nhận lãnh cho bản thân
Tất cả những tai nạn, khốn khổ, lao đao của những người mẹ tôi

VIII

Hơn nữa, vì không nhiễm dính vào tám cơn gió loạn của thế gian như được và mất, khen và chê, sướng và khổ, danh thơm và tiếng xấu
Bởi nhìn thấy rõ ràng, tường tận tất cả những hiện tượng trong vũ trụ, nhân sinh đều là huyễn hóa, huyễn hoặc
Tôi liền thoát khỏi sự chấp trước, bám víu và được giải phóng, giải thoát khỏi mọi sự nô lệ, buộc ràng của thế gian.[4]

---

[4] Phạm Công Thiện. *Nét Đẹp Tinh Túy Trong Sáng Của Đạo Lý Phật Giáo.*

Chuyển Hóa Tâm Thức là một bài thơ kỳ vĩ, bất khả tư nghì, do đạo sư Langri Thangpa Dorje Senge ngâm nga vang lừng trên những dãy núi cao tuyệt mù tuyết phủ Hy-mã-lạp-sơn, rờn lạnh. Tiếng thơ ngân rền vang dội âm ầm sấm sét, vọng xuyên qua đèo cao lũng thấp, chập chùng xuống vùng châu thổ, phố thị, làng mạc, bình nguyên...

Tiếng thơ thần diệu, vô tiền khoáng hậu đã âm thầm chuyển hóa tâm hồn tột độ, rốt cùng, toàn diện, thể hiện một tâm đạo Bồ-đề tối thượng thừa, bao la hoằng viễn, vô lượng vô biên. Huyền đồng cùng tự tánh thanh tịnh, nhất như bình đẳng, độc đáo vô song. Bồ-đề tâm thâm hậu như Phạm Công Thiện diễn đạt tuyệt hảo: *"Bồ-đề tâm trong nghĩa phi thường tuyệt đối là chứng nhập, liễu tri vô tự tính của tất cả mọi sự, tức là Không tính. Nghĩa là đại Trí xuyên thấu đại Mộng, xuyên vào tất cả những huyễn hóa giả hiện của tất cả những gì xảy ra trong nội tâm, trong vũ trụ và cả ngoài vũ trụ bao la vô hạn."*[5]

Trăng ngàn mây nước chảy tuôn nguồn mạch suối thiền qua nhiều sa mạc hoang vu, len lỏi quanh co, gập ghềnh khúc khuỷu, chịu đựng tuyết băng thử thách, lách mình qua nhiều trắc trở gai chông... Dòng thiền vi diệu, trong trẻo thanh lương đã vượt qua bao rừng núi mịt mù sương phủ, rồi đổ xuống vùng bờ biển xanh biếc Việt Nam, tựu thành một nhánh Thiền Trúc Lâm Yên Tử từ cuối thế kỷ XII kéo dài mãi tận đến bây giờ. Sơ Tổ Trúc Lâm Điều Ngự Giác Hoàng (1258-1308) trước là vua Trần Nhân Tông, năm 40 tuổi (1298) nhường ngôi cho con là Trần Anh Tông và phát tâm đại nguyện xuất gia, quyết chí lên đỉnh núi rừng thiêng Yên Tử, học đạo với các bậc thầy thâm hậu.

Tuyệt diệu làm sao! Đấng quân vương thượng đẳng, lặng lẽ trút bỏ ngai vàng điện ngọc lên đường thực hiện một bước đi phi thường, chọn am mây nhập thất, dụng công quyết liệt, hành trì miên mật và đã trở thành một vị thiền sư uyên áo với khúc hát *Cư Trần Lạc Đạo* an nhiên:

> Ở đời vui đạo hãy tùy duyên
> Hễ đói thì ăn mệt nghỉ liền
> Kho báu trong nhà thôi tìm kiếm
> Đối cảnh vô tâm chớ hỏi thiền

Chỉ cần 4 câu thơ thôi, đủ nêu bật yếu chỉ của Thiền tông. Sống giữa đời bằng thái độ vô tư, vô chấp, cứ tùy hỷ, tùy duyên thì mọi việc đều

---

[5] Sách dẫn thượng.

rỗng rang, trôi chảy. Tự tri, tự biết trong tâm mình vốn sẵn đủ trí tuệ rồi, nên không còn chạy kiếm tìm chi nữa. Bản tâm này là kho tàng, châu báu vô lượng, dùng hoài chẳng bao giờ hết. Vậy hãy quay về, mở cửa lòng ra mà tha hồ sử dụng. Cứ ung dung với nụ cười tỉnh thức, trong lòng không nhiễm vướng, trước muôn sự việc xảy ra, thì cần chi phải khổ nhọc hỏi thiền, vấn đạo làm gì thêm hao hơi tốn sức?

Phải chăng, đó là cái thấy thấu thị của Sơ Tổ Trúc Lâm cũng như của Tuệ Trung Thượng Sỹ (1230-1291)? Một bậc kỳ nhân dị thường làm dậy sóng nguồn thiền, âm vang lên tận đỉnh ngàn cao xanh lồng lộng của tâm linh. Chính vua Trần Nhân Tông lúc còn niên thiếu đã học với Tuệ Trung Thượng Sỹ. Hôm từ giã thầy trở về hoàng cung, ngài hỏi: *"Yếu chỉ Thiền tông là gì?"* Tuệ Trung Thượng Sỹ trả lời: *"Hãy nhìn trở lại nơi mình là phần sự gốc, chứ không phải từ bên ngoài mà được."*

Hòa nhịp cung cầm như thế, Tuệ Trung Thượng Sỹ đi về thế giới ta-bà, rong chơi nhàn hạ vì đã khám phá ra kho tàng ngọc quý ở ngay trong lòng mình rồi. Cầm cây tuệ kiếm Kim cang ngoạn du thỏa thích, tung hoành ngang dọc khắp nơi, mọi chốn như chỗ không người. Vung gươm tuệ chém đứt những sự phân biệt của đối đãi như có không, sống chết, đến đi, giàu nghèo, được mất, hơn thua, đúng sai, phải trái, chê khen, ghét thương, sướng khổ, thiện ác, ngu trí, tỉnh mê... Đưa con người trở về với cái đang là, đưa muôn vật trở về Như. Một khi đã mở được kho báu, đẩy cửa vào thực tại hiện tiền, triệt ngộ tự tánh thanh tịnh, vô vi, Tuệ Trung Thượng Sỹ phiêu bồng, thông tay vào chợ rong chơi, thể hiện cái thần khí đặc thù ấy là bài thơ *Phóng Cuồng Ca* xuất thần, bát ngát:

> *Trời đất liếc trông hề sao thênh thang*
> *Chống gậy chơi rong hề phương ngoài phương*
> *Hoặc cao cao hề mây đỉnh núi*
> *Hoặc sâu sâu hề nước trùng dương*
>
> *Đói thì ăn hề cơm mười phương góp*
> *Mệt thì ngủ hề nơi chẳng quê hương*
> *Hứng lên hề thổi sáo không lỗ*
> *Lặng xuống hề đốt giải thoát hương*
>
> *Mỏi nghỉ chút hề đất hoan hỷ*
> *Khát uống no hề tiêu dao thang*

Quy Sơn láng giềng hề chăn con trâu đất
Tạ Tam chung thuyền hề trỗi khúc Thương lang

Thăm Tào Khê hề ra mắt Lư Thị
Viếng Thạch Đầu hề sánh vế Lão Bàng
Vui ta vui hề Bố Đại vui sướng
Điên ta điên hề Phổ Hóa điên gàn

Chà chà bóng ngày hề qua khe cửa
Ối ối mây nổi hề mộng giàu sang
Chịu sao hề thói đời ấm lạnh
Đi chi hề gai góc đường quan

Sâu thì nhón gót hề cạn thì dấn bước
Dùng thì phô ra hề bỏ thì ẩn tàng
Buông bốn đại hề đừng nắm bắt
Tỉnh một đời hề thôi chạy quàng

Thỏa nguyện ta hề rỗng rang tĩnh lặng
Sống chết bức nhau hề ta vẫn như thường.[6]

Phóng Cuồng Ca đích thực là bản tiêu dao ca quá cùng thâm thúy. Tiếng hát ấy bay lên từ trái tim rực ngời pháp khí, siêu quần bạt tụy, là điệu thở phiêu nhiên, thoát tục giữa bình sinh cuộc sống đời thường. *Phóng Cuồng Ca* là một thái độ tự khiêm hạ mà cũng biểu lộ tính chất tự tại của một tâm hồn thượng đạt, thấu triệt lẽ tử sinh, là khúc hát ngông nghênh xiêu quàng, nghêu ngao, chuếnh choáng, thoát khỏi mọi ràng buộc hạn hẹp nhỏ bé của thế gian, bằng điệu cười hào sảng, phóng khoáng, đại quang minh.

Tinh thần giải thoát trác việt của Thiền tông là nguồn cảm hứng thâm trầm bay dậy khắp muôn phương, thấm nhuần toàn thể thế giới hoàn cầu nói chung và đại lục Châu Á nói riêng, thiền như cánh bướm trắng băng qua đại dương đến tận cuối miền viễn đông xứ hoa Anh đào, kết tinh thành thơ haiku, thể hiện tài tình một cách hàm súc, độc đáo qua những bài thơ cô đọng của Basho (1644-1694) một thiền sư, thi sỹ phiêu bồng, suốt trọn một đời phiêu lãng, rong ruổi dưới trời xanh:

[6] *Tuệ Trung Thượng Sỹ Ngữ Lục,* Lý Việt Dũng dịch giải. Mũi Cà Mau xuất bản 2003.

Một lữ khách
Tên tôi là như thế
Giữa nhân gian này.

Trần gian là quán trọ cho khách lữ ghé qua, là cõi tạm dừng chân cho thi sỹ nghỉ ngơi, thưởng thức những vẻ đẹp phù du như kiệt tác *Con Đường Sâu Thẳm* của Basho, hướng về uyên nguyên vĩnh cửu, phơi phới trời mây:

Trên con đường này
Giữa chiều thu nọ
Ai về chẳng hay.

Phải chăng, đó là trạng thái vô tâm trước những sự kiện hiển bày? Có một lần vân du qua rặng núi Phú Sỹ đầy tuyết trắng, Basho ghé trọ một lữ quán, bất ngờ gặp các kỹ nữ đang ngủ say giấc nồng, thi nhân chạnh lòng cảm thương:

Quán bên đường
Các kỹ nữ nằm ngủ
Trăng và Đinh hương.

Ta-bà cảnh giới thành Tịnh độ là như thế, mắt biếc thiền sư nhìn thấy mà không nhiễm dính, chẳng mắc vướng, vẫn thong dong, tự do tự tại. Cõi thơ Basho bàng bạc trăng sương, ngạt ngào hoa cỏ, lãng đãng gió mây và chập chờn chim bướm, lượn vờn quanh gót du hành trên cuộc lữ thi ca:

Ôi đóa Nazuna
Chú tâm nhìn thật kỹ
Bên giậu rào trổ hoa.

Mỗi gót lang thang
Quán trọ nào ghé lại
Gặp hoa Tử đằng.

Giữa cuộc đăng trình
Chỉ còn mộng tôi phiêu lãng
Trên cánh đồng hoang.[7]

---

[7] Nhật Chiêu, *Basho Và Thơ Haiku*. Văn Học xuất bản 1994.

Nhẹ nhàng giản dị, những bài thơ tuy ngắn gọn đơn sơ mà vô cùng chơn mỹ, đẹp như những cụm mây trời trong nắng sớm hay chiều thu mưa giữa biển đồi xanh lấp loáng, phản ánh nếp sống thiền Nhật Bản. Đối với họ, cuộc sống thường nhật là đạo, bất cứ phương diện nào của cuộc sống như uống trà, cắm hoa, võ thuật, viết chữ, ngao du... đều là đạo, là thiền, là thơ, là nhạc hết thảy.

Khởi mạch nguồn thơ thiền bắt đầu từ thời Thế Tôn khơi mở trên đỉnh Linh Sơn chập chờn phù vân Ấn-độ. Trào tuôn ngút ngàn qua mấy dải sa mạc mênh mông vào lục địa Trung Hoa chập chùng sông núi. Trùng trùng điệp điệp chất ngất chợt bừng sáng, dâng lên bênh bồng sương khói trời mây Tây Tạng xa vời, rồi mênh mang tràn xuống muôn trùng rừng biển Việt Nam đến tuyệt cùng bao la xanh ngần Nhật Bản... Bát ngát mở ra không bờ bến, trên cuộc về vô tận, vô sở trú của các thiền sư thi sỹ dị thường giữa trời thơ đất mộng phiêu bồng thi ca.

T.N.

thơ

Soi Bóng

Vần thơ cũ đã úa màu
Vẫn còn đâu đó nhịp cầu thênh thang
Chiều buông rải ánh nắng vàng
Hồ trong soi bóng ngỡ ngàng trăng xưa
Người về, người đã về chưa?
Đời cô lữ mãi nắng mưa tự tình
Xòe tay đếm mộng phù sinh
Tạ từ dâu bể riêng mình viễn du.

(M ặ c   K h ô n g   T ử)

Về Thị Ngạn am

Từ những tiếng chim câu
Hiện thân vầng mây bạc
Từ thảm rêu xanh màu
Đại dương vang lời hạc
Theo thầy vào bát ngát
Trong hạt bụi chiêm bao.

Đam-ri xuân phai nắng
Trời choàng áo sương hồng
Núi nằm nghe suối thở
Những hoài niệm bềnh bồng
Hoa bừng khai nỗi nhớ
Trong Sắc thoáng nâu sồng.

Từ những tiếng chim câu
Mây bạc dìu hương trầm
Trong điệu múa chờ trăng
Nhấp nhô tay rừng thẳm
Như mời khách vào thăm
Một đời đá mênh mông.

Theo thầy vào xanh ngát
Trong hạt bụi mộng du
Theo thầy chim câu hát
Đam-ri nghiêng sa mù
Che khuất lối am côi...

(Pháp Hiền,
17/ Giêng âl. Mậu tuất)

có một loại trà phi trà ^(*)

Viên Trân

Trong miền Trà mênh mông trăm hương ngàn vị tôi thong thả dạo chơi từ bấy đến nay có biết bao loại trà quen và lạ!

Có loại đẹp lạ lùng, có loại băng thanh như tuyết, có loại nõn nà như ngọc, có loại diễm tú như mi xanh!

Có vị trà ngọt ngào như mật, có vị dìu dịu như hương mưa, có vị âm trầm như núi rừng thăm thẳm!

Có màu trà xanh như rêu tháng Bảy, có màu như mây trắng mùa Xuân, có màu như tóc huyền buông xõa, cũng có màu thanh thanh như tơ lụa mong manh!

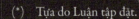

(*) Tựa do Luận tập đặt.

Vậy mà có một loại Trà phi Trà! Hương phi hương! Sắc phi sắc! Cầm chén trà trên tay, tôi chìm vào mùi hương thoát tục, hồn trôi dạt trên những gợn khói trà huyền hoặc, mê say! Sắc trà không xanh, không đỏ cũng không vàng mà hồng hồng nhạt nhạt, như thoáng yên hà xa xôi phiêu lãng buổi tàn chiều, như gợn phấn thơ trên má đào thiếu nữ, như tia nắng đầu ngày vừa chạm nhẹ lên hiên nhà buổi sớm mai!

Nâng chén lên tay, thong thả nhấp một ngụm, thả lòng phiêu lãng theo mùi hương, nghe vị trà thấm đẫm vào hồn, phút chốc thế gian bỏ lại sau lưng, thế sự dường chìm sâu vào quên lãng, những đau thương mất mát, những vui buồn rũ bỏ, những, thành - bại - mất - còn chẳng tồn tại mảy may! Chỉ còn ta với chén trà Hồng Mai bảng lảng hương thanh, mang mang thiền vị!

Sáu trăm năm trước, thi hào Nguyễn Trãi đã từng cạn chén Hồng Mai, đã từng rung động trước sắc - hương - vị thanh khiết của trà:

"Cởi tục chè thường pha nước tuyết
Tìm thanh trong vắt tịn chè Mai"[1]

Phải chăng, chén Hồng Mai nơi miền ẩn dật, xa lánh chốn quan trường điên đảo có thể mang tâm hồn thi nhân đến được cõi bình yên không nhuốm tình trần!

Sau Nguyễn Trãi ẩn dật một trăm năm, lại có một Nguyễn Bỉnh Khiêm ẩn cư nhàn du theo mây ngàn, gió núi, chiêm nghiệm Dịch thiên biến vạn hóa qua một chén Hồng Mai:

"Khát uống Hồng Mai hương ngọt ngọt
Giấc nằm hiên nguyệt gió xiêu xiêu."[2]

Và để xoa dịu niềm đau của nàng Kiều và kể cả Hoạn Thư trong Quan Âm Các, đại thi hào Nguyễn Du cũng dụng chút hương thiền thanh tịnh của Hồng Mai trà giúp các nàng bình tâm trong cuộc bi ai:

---

[1] Có bản còn viết: "Gội tục chè thường pha nước tuyết. Tìm thanh trong vắt tịn chè Mai", nằm trong bài 1 Ngôn Chí trong *Nguyễn Trãi toàn tập*, Đào Duy Anh, NXB Xã Hội, 1976.

[2] Nguyễn Bỉnh Khiêm, còn được gọi là Trạng Trình Nguyễn Bỉnh Khiêm (1491 - 1585). "Khát uống chè Mai hương ngọt ngọt" là bài thơ thứ 3 trong 161 bài thơ Nôm trong tập *Thơ Văn Nguyễn Bỉnh Khiêm*, NXB Văn Học Hà Nội, 1983.

> *"Thiền trà cạn nước Hồng Mai*
> *Thong dong nối gót thư trai cùng về."*

Dõi theo mấy chén trà Mai trong văn chương, thi phú Việt Nam, tôi mơ mộng, tôi khát khao được Hương Sơn "chân diện mục" loại danh trà bất phàm đó!

Người xưa chẳng phụ người nay! Trà cũng chẳng thể phụ người tri âm! Cuối Xuân, đầu Hạ năm nay, duyên lành khiến tôi được bạn hiền tặng một nhánh rễ Mơ già Hương Tích. Chỉ một nhánh rễ thôi mà vạn dặm đường trần về đến Sài thành khiến cả tâm tình tôi xúc động, rưng rưng, muôn ngàn cảm khái!

Nhánh rễ già trên trăm tuổi đủ đầy nói lên vì sao Hồng Mai Trà còn được gọi là Lão Mai Trà![3]

*

Tuần rồi, chọn một ngày thuận lợi, tôi cắt một đoạn Lão Mai Căn, soạn bộ đồ trà Bạch Định, mang đến thư quán Hương Tích bày trà đồng ẩm cùng bậc hiền giả và các bằng hữu tri âm, Tôi bắt chước người xưa, dọn lòng thanh tịnh, chuyên tâm chẻ mảnh rễ Mơ thành tăm nhỏ, thả vào lòng ấm sứ, tráng rửa nước sôi rồi ngâm một đỗi. Hương bất hư truyền! Màu đẹp hồng huyền! Cả bàn trà ai cũng thốt: «Thơm quá!»

Ôn cười hồn hậu: «Thơm hỉ.»

Nhấp ngụm Trà Mơ, ngọt ngào thấm dần trên lưỡi, mùi vị bất phàm! Đây là trà của mây ngàn, gió núi, của mảnh rễ Mơ già thấm đẫm những tiếng chuông chùa, những thời kinh sớm. Chúng tôi nhỏ nhẹ uống từng ngụm trong chánh niệm để thấy lòng mình hạnh phúc có được

---

[3] Phàm người Việt dùng bất kỳ hoa, quả, cành, lá... phơi khô nấu nước, ngâm... để uống dần thì những món nước đó đều được gọi là trà. Ví dụ: Trà Khổ Qua, Trà Búp Ổi, Trà Nhân Sâm... Hồng Mai hay còn được gọi là Lão Mai Trà, chính là dùng rễ Mơ già trên núi Hương Tích, rửa sạch, phơi khô để dành hãm nước sôi uống như trà. Khi sử dụng, người dùng sẽ vạt một miếng rễ, hoặc bào mỏng, hoặc chẻ tăm thật nhuyễn, thật nhỏ để ngâm nước sôi sẽ ra màu thật hồng, vị ngọt thanh, thơm trái Mơ chín thoang thoảng. Trà Hồng Mai uống có tác dụng giải khát, thông kinh mạch, giảm đau nhức, êm dịu thần kinh, giúp sảng khoái, dễ chịu. Đây còn là loại trà trứ danh độc nhất vô nhị chỉ riêng có ở Việt Nam, chưa từng có ở bất cứ nơi nào trên thế giới.

nhân duyên đẹp lành, thường được trà thơm, nghe được mấy câu thơ người xưa, vui vẻ bên bằng hữu là các thiện tri thức.

Hương trà có thể mang ta đi xa xôi miên man, hương trà đưa ta lãng du qua hàng thế kỷ, hương trà khiến cõi người không còn chật chội, không còn muộn phiền! Trà không như Rượu. Rượu càng không thể sánh được cùng Trà! Rượu say rồi người ta còn tỉnh lại, say Trà rồi, có thể say đến cả ngàn năm!

Hồng Mai ta rót trong ngày vắng
Sao khiến cả chiều thơm mông lung

Bàn tay che nhẹ miền hương mộng
Xòe tay ta thả xuống trời Không.

Sài Gòn mùng 9 tháng 4 Mậu tuất
V.T.

(Trân trọng cảm ơn bạn hiền Thanh Thủy Nguyễn và bạn Lê Hồng Quang đã chuyển tặng Viên Trân nhành rễ lão Mai lấy từ chùa Lôi Âm trên đỉnh Hương Tích xa xôi! Nhành rễ này, Trân xin đa tạ hai bạn bằng cả tấm chân thành!)

HOSHI SHINICHI

Hoshi Shinichi (星新一) (1926-1997) là bậc thầy của truyện khoa học viễn tưởng SF và là người khai phá thể loại truyện cực ngắn (ショートショート) ở Nhật Bản. Ông được gọi là "bậc thầy truyện cực ngắn" (ショートショート (掌編小説) の神様). Tác phẩm của Hoshi Shinichi tuy ngắn gọn và mang nhiều tính chất giả tưởng nhưng chủ yếu là mượn xưa để nói nay, mượn huyễn để độ chân cho chúng ta nhiều bài học thâm thúy về cuộc sống và bản chất con người. Sự thông minh và từng trải của tác giả khiến cho chúng ta nhiều lần mỉm cười suy ngẫm. Chính Hoshi Shinichi cũng tự nhận mình là một "Aesop hiện đại" (現代のイソップ).

Truyện ngắn "Người theo chủ nghĩ duy lý" sau đây được chúng tôi dịch từ nguyên tác trong tập "Ác quỷ chốn thiên đường" (悪魔のいる天国), tái bản lần thứ 88, do nxb Shinchosha ấn hành năm 2015. Truyện là một lời mỉa mai đầy ý vị cho những người luôn tự cho mình là am hiểu, một dạng "sở tri chướng" mà Đức Phật đã nói đến chăng?

NGƯỜI THEO CHỦ NGHĨA DUY LÝ (*)

- HOSHI SHINICHI -
Hoàng Long dịch từ nguyên tác Nhật ngữ

Tiến sĩ F là một nhà nghiên cứu chuyên về lĩnh vực kim loại. Tuy gọi là tiến sĩ nhưng ông F vẫn còn khá trẻ, có thể gọi là thanh niên. Điều đó nói lên rằng trong lĩnh vực học thuật, tiến sĩ là người ưu tú xuất chúng đến thế nào.

Tiến sĩ là người duy lý đến mức cực đoan, có thể so sánh với tính chất cứng rắn của kim loại. Nhưng không có nghĩa là cực đoan về mặt đời sống, chẳng hạn như tiết kiệm chi li từng xu hay nhìn món ăn mà cân nhắc hàm lượng calori trước khi gọi mà cực đoan ở đây là trong cách suy nghĩ về sự vật. Trong đầu tiến sĩ, không hề có chỗ trống nào cho một sự bất hợp lý dù là nhỏ nhất.

Một đêm kia, tiến sĩ F đắm mình trong ánh trăng, đứng thơ thẩn một mình nơi bãi bờ sóng vỗ. Kẻ đa sự đi ngang qua thấy thế thì cảm thán.

"Chà, gã kia với cõi lòng lãng mạn đang ôm ấp mối sầu khổ vì tình đây mà"

Còn kẻ thích kiếm tiền đi ngang qua căn cứ vào chuyên môn của tiến sĩ chắc sẽ lầm bầm mà rằng:

"Gã kia đang tính đãi cát tìm quặng vàng hay sao cơ chứ?"

(*) Nguyên văn "合理主義者": Từ "hợp lý chủ nghĩa" (合理主義: ごうりしゅぎ) là cách người Nhật dịch từ "rationalism" (chủ nghĩa duy lý). Những người theo chủ nghĩa này cho rằng tiêu chuẩn chân lý có tính trí tuệ và suy diễn logic.

Tuy nhiên tất cả đều không phải. Tâm tư tiến sĩ không hề vướng bận chuyện yêu đương cũng không có nhân sinh quan mưu toan lừa đảo để nhất cử kiếm thiên kim gì cả. Hơn nữa, tiến sĩ vốn đã biết rằng về mặt địa chất học vùng này hoàn toàn không có quặng vàng. Lý do chính là vì muốn nghiên cứu nguyên tố vi lượng trong cát nên tiến sĩ mới đến bờ biển này để thu thập tư liệu.

Trong lúc tiến sĩ đang nghiêm cẩn múc cát bỏ vào ống thí nghiệm thì bất chợt bắt gặp một vật kỳ lạ. Đó là một cái bình. Mặc dù tiến sĩ không biết cái bình bị sóng đánh giạt vào đây hay do sóng làm phát lộ cái bình từ trong cát nhưng nó cho ông cái cảm giác của phương trời xa xứ lạ chưa từng thấy bao giờ.

Tuy vậy đồ cổ đâu phải là mối quan tâm của tiến sĩ thế nên ông lấy chân khẽ đá nó lăn ra xa.

Chiếc bình lăn lốc lốc và nắp bị bật mở ra. Một gã đàn ông phục trang dị dạng từ trong bình xuất hiện cất giọng hỏi từ phía sau với tiến sĩ F đang miệt mài bước đi.

"Này, xin thành thật cảm ơn Ngài nhiều nhé"

Tiến sĩ quay đầu lại hỏi với giọng lạnh lùng như sắt thép thường lệ.

"Ngươi là ai? Điệu bộ như thế, rồi đứng ở đây mà cám ơn ta nữa. Ta chẳng hiểu lý do là gì"

"Vâng, tôi vốn bị nhét vào trong cái bình này một thời gian rất dài đấy ạ"

Rồi gã chỉ vào cái bình. Tiến sĩ so sánh kích thước gã và cái bình rồi cau mặt lại, lên giọng nghiêm nghị mà bảo rằng.

"Không được đùa bỡn như thế. Giải thích một cách hợp lý hơn xem nào"

"Không biết phải nói sao nữa nhưng quả thật là tôi là một vị ma thần Ả rập cổ đại bị nhét vào cái bình này đấy ạ"

Vẻ mặt tiến sĩ càng trở nên khó chịu hơn.

"Cái gì? Ma thần à? Thật là vớ vẩn. Chuyện lừa gạt trẻ con ấy mà nghe được à? Mà với trẻ con cũng không được dạy ba cái chuyện thế này. Đúng là có hại cho giáo dục"

"Ngài không tin thì tôi cũng đành chịu vậy. Vì Ngài đã giúp tôi ra khỏi

bình nếu như không báo đáp được tôi vô cùng áy náy. Tôi sẽ cho Ngài toại nguyện ba điều ước. Bất cứ điều gì cũng được. Xin Ngài hãy nói đi ạ"

"Bất cứ điều gì à? Nói vậy là không được nhé. Trên đời này có những việc có thể và không thể. Không được phép xem thường điều đó"

"Thế thì như vậy đi. Nếu Ngài cho rằng tôi dối trá hay toan tính lừa gạt thì xin Ngài hãy nói thử ra điều gì đó xem sao? Ví dụ như một thỏi vàng chẳng hạn"

"Cái gì? Vàng à? Vùng này tuyệt đối không có quặng vàng đâu. Đừng có phát ngôn tùy tiện như thế chứ?"

"Vậy xin Ngài hãy xem đây. Nhưng Ngài muốn bao nhiêu vàng mới được chứ? Vàng nguyên chất hay vàng mười tám và có cần phải khắc gì trên đó hay không?"

"Không được tùy tiện trêu chọc người khác nhé. Đừng nói đi nói lại ba chuyện lảm nhảm nữa. Còn nếu làm được hãy làm ra một tấn vàng hình chiếc xe hơi đặt ngay chỗ này xem sao nào? Không được chứ gì?"

Ngay khi tiến sĩ vừa nói dứt lời gã kia liền vẫy tay một cái. Trong không trung bắt đầu có thứ gì đó lay động và rồi khối vàng xuất hiện ngay trước mắt.

"Đây, xin mời Ngài"

"Chà, thật đáng kinh ngạc. Ngươi mang từ đâu ra thế?"

Tiến sĩ tiến lại gần, lấy trong túi ra thiết bị cần thiết, tiến hành phân tích kiểm tra.

"Thế nào ạ? Có phải hàng thật không?"

"Quả nhiên đúng là vàng ròng. Tỷ trọng 19.3, độ nóng chảy 1063 độ, số hiệu nguyên tử 79. Chắc chắn là vàng không sai trật mảy may. Thế nhưng tại sao nó lại xuất hiện ở đây?"

"Thì bởi vì tôi là ma thần mà. Giờ Ngài đã biết được năng lực của tôi rồi phải không?"

"Hoàn toàn không hiểu. Chuyện này quá bất hợp lý. Chắc chắn là có thủ thuật gì đây. Bây giờ ngươi hãy làm khối vàng này biến mất xem thử sao. Ta phải nhìn kỹ cái trò quỷ thuật này mới được"

Trước đôi mắt đang mở to chăm chú quan sát của vị tiến sĩ, chiếc xe hơi bằng vàng đang phản chiếu ánh trăng lập tức biến mất trong một khoảnh khắc.

"Như thế này đấy ạ"

"Chà, biến mất rồi. Biến mất thật rồi. Đây là hiện tượng không thể nào xảy ra được. Không sao tin được"

Gã ma thần nói với ông tiến sĩ đang lẩm bà lẩm bẩm.

"Bây giờ chỉ còn lại một điều ước thôi nhé. Ngài có nguyện vọng gì nào? Vì là điều ước cuối cùng nên mong Ngài hãy suy nghĩ kỹ lưỡng rồi nói nhé. Chuyện khó khăn thế nào tôi cũng làm được"

Vị tiến sĩ nghiêng đầu ngẫm nghĩ một lúc lâu cuối cùng nói ra điều ước muốn.

"Thực ra đây là chuyện bất hợp lý vô cùng đáng sợ. Ta không cho phép những hiện tượng như vậy tồn tại được. Ta không hề muốn có những trải nghiệm như thế này chút nào. Vì thế ngươi hãy xóa đi chuyện này trong ký ức của ta, rồi chui trở lại vào bình mà đi đến một nơi nào đó khác nhé"

Vẻ mặt của gã ma thần vô cùng buồn bã nhưng ngay lập tức gã biến mất không hình tích.

Vị tiến sĩ F lại bước đi như chưa hề có chuyện gì xảy ra. Trong tâm trí ông đã không còn dấu vết của sự bất hợp lý nào nữa.

Chiếc bình cổ đậy nắp lăn lóc nơi bờ biển bị sóng vờn một lúc, run rẩy như chứa đầy sự bất mãn rồi chẳng mấy chốc bị cuốn mất ra xa ngoài biển khơi.

H.L. dịch

NHÀ XUẤT BẢN HỒNG ĐỨC
65 Tràng Thi, Quận Hoàn Kiếm, Hà Nội
Email: nhaxuatbanhongduc65@gmail.com
Điện thoại: 04.3 9260024 Fax: 04.3 9260031

HƯƠNG TÍCH - PHẬT HỌC LUẬN TẬP
Tập IV. Nhiều Tác Giả

•

Chịu trách nhiệm xuất bản: Giám đốc Bùi Việt Bắc
Chịu trách nhiệm nội dung: TBT Lý Bá Toàn
Biên tập viên: Phan Thị Ngọc Minh
Bản thảo & Bìa: Hương Tích/ Trung Hiếu

•

Đối tác liên kết:

Thư Quán HƯƠNG TÍCH

308/12 Nguyễn Thượng Hiền,
Quận Phú Nhuận, TP. HCM
Điện thoại: (28) 35500339
Email: huongtichbooks@gmail.com

In 500 cuốn, khổ 16 x 24cm.
Tại Công ty TNHH Cơ khí In ấn Tuệ Mẫn
327 Bình Trị Đông, Phường Bình Trị Đông A, Q. Bình Tân, TP. HCM.
Số XNĐKXB: 1774 - 2018/CXBIPH/13 - 34/HĐ.
Số QĐXB của NXB: 483/QĐ-NXBHĐ cấp ngày 08/06/2018.
In xong và nộp lưu chiểu năm 2018. Mã số sách tiêu chuẩn quốc tế (ISBN) 978-604-89-4169-7

- P.D. Premasiri, Peter Harvey -
INTRODUCTION TO THE SELECTIONS
FROM THERAVADA BUDDHISM
194

- TN. Thanh Trì -
ĐỌC *PHẬT GIÁO VÀ SANSKRIT*
CỦA NISHIMURA MINORI
205

- Nguyên Giác -
GIỚI THIỆU SÁCH NGHIÊN CỨU VỀ TÁI SANH
REBIRTH IN EARLY BUDDHISM & CURRENT RESEARCH
CỦA BHIKKHU ANALAYO
214

- Võ Nhân -
THANGKA: NGHỆ THUẬT TRANH VẼ TÂY TẠNG
221

- Trí Như -
TẢN MẠN VỀ BỐN NGHỆ THUẬT SỐNG
249

- Tâm Nhiên -
TRỜI THƠ ĐẤT MỘNG PHIÊU BỒNG THI CA
253

- Mặc Không Tử / Pháp Hiền -
THƠ: SOI BÓNG, VỀ THỊ NGẠN AM
264

- Viên Trân -
CÓ MỘT LOẠI TRÀ PHI TRÀ
266

- Hoshi Shinichi / Hoàng Long
(dịch từ nguyên tác Nhật ngữ) -
NGƯỜI THEO CHỦ NGHĨA DUY LÝ
271